ஸ்டார்ட்-அப் பிசினஸில் சக்சஸ்

சதீஷ் கிருஷ்ணமூர்த்தி

அமெரிக்காவில் டெம்பிள் யூனிவர்சிடியில் எம்.பி.ஏ. படித்தவர். கவின்கேர், கிரிக்கின்ஃபோ, ரிலையன்ஸ் போன்ற நிறுவனங்களில் மார்க்கெட்டிங் துறையில் முன்னணிப் பதவிகளை வகித்தவர். மெக்கேன் எரிக்ஸன், முத்ரா போன்ற விளம்பர நிறுவனங்களில் மேலாளராகப் பணி புரிந்தவர். தற்போது சிறிய மற்றும் நடுத்தர நிறுவனங்களுக்கு மார்க்கெட்டிங் ஆலோசகராக இருக்கிறார். அத்துடன் பிரபல நிர்வாகவியல் கல்லூரிகள், தொழிற்துறை சங்கங்கள் மற்றும் கம்பெனிகளில் மார்க்கெட்டிங் துறையில் பாடங்களும் பயிற்சி வகுப்புகளும் நடத்துகிறார். இவரது வளைத்தளம்: www.satheeshkrishnamurthy.com.

ஆசிரியரின் பிற புத்தகங்கள்

மார்க்கெட்டிங் மாயாஜாலம்

விளம்பர மாயாஜாலம்

மார்க்கெட்டிங் பஞ்ச மாபாதகங்கள்

போட்டுத் தள்ளு

பட்டைய கிளப்பு: ப்ராண்ட் பற்றிய க்ராண்ட் அறிமுகம்

பிசினஸ் சைக்காலஜி

வியாபார வியூகங்கள்

பிசினசில் தற்கொலை செய்து கொ'ல்'வது எப்படி?

பிசினஸ் டிப்ஸ்

கஸ்டமர் சைக்காலஜி

ஸ்டார்ட்-அப் பிசினஸில் சக்சஸ்

சதீஷ் கிருஷ்ணமூர்த்தி

ஸ்டார்ட்-அப் பிசினஸில் சக்சஸ்

Start-up Businessil Success

Satheesh Krishnamurthy ©

First Edition: August 2021

240 Pages

Printed in India.

ISBN 978-93-90958-03-0

Kizhakku - 1235

Kizhakku Pathippagam

177/103, First Floor, Ambal's Building, Lloyds Road,
Royapettah, Chennai - 600 014. Ph: +91-44-4200-9603
Email : support@nhm.in   Website : www.nhm.in

 kizhakkupathippagam   kizhakku_nhm

Author's email id: satheeshkrishnamurthy@gmail.com

Kizhakku Pathippagam is an imprint of New Horizon Media Private Limited

அமெளண்டோடு அனுபவமும் அளிக்கும்
என் க்ளயண்டுகளுக்கு!

உள்ளே

முன்னுரை

பள்ளிப் பருவத்திலிருந்தே யாராவது 'இதைச் செய்', 'அதைச் செய்யாதே' என்று சொன்னால், 'இதை எப்படிச் செய்யாமல் இருப்பது, 'அதை எப்படிச் செய்வது' என்று வீம்புக்கு செய்யும் வர்க்கம் நான். வீட்டிலும் அஃதே. சோறு போட்டுத் தங்கவும் இடம் தருகிறார்கள் என்ற ஒரே காரணத்திற்காக கொஞ்சத்துக்குக் கொஞ்சம் பெற்றோர் பேச்சை கேட்க முயற்சி செய்தாலும் மொத்தத்தில் நான் 'எனக்கு boss நானே'!

இப்புத்தகம் என் சுயசரிதை அல்ல. கவலைப் படாமல் தைரியமாகத் தொடருங்கள். கல்லூரிப் படிப்பு முடிந்த கையோடு தொழில் துவங்கும் வேலையில் இறங்கினேன். எனக்கு மிகவும் பிடித்த விளையாட்டுத் துறை சம்பந்தப்பட்ட பிசினஸ் ஐடியா. சப்ளையர்களிடம் பேசி கடனில் சரக்கு தர அவர்கள் ரெடி. வாங்கத் தயாராக சில கஸ்டமர்களும் ரெடி. கடைக்கு இடம் தேடி தொழிலுக்குப் பூஜை போடவேண்டியதுதான் பாக்கி.

அந்நேரம் அமெரிக்காவில் எம்பிஎ அட்மிஷன் கிடைத்தது. தொழிலா இல்லை மேல் படிப்பா என்று பட்டிமன்றம் ரேஞ்சுக்கெல்லாம் யோசிக்கவில்லை. தொழில் எங்கு போகப் போகிறது என்று அமெரிக்கா கிளம்பினேன். படிப்பை முடித்த கையோடு நாடு திரும்பி தொழிலை விட்ட இடத்தில் துவங்கலாம் என்ற எண்ணம். விளையாட்டு விபரீதமாகும் என்பார்கள். என் கேஸில் விபரீத விளையாட்டு வியாபாரமாகவில்லை!

படிப்பு முடித்து வேலை செய்யவில்லை என்றால் அனுபவம் எங்கிருந்து கிடைக்கும் என்று முதலில் வேலைக்குச் சேர்ந்தேன். சேர்ந்த சூட்டில் திருமணம், குழந்தை, குடும்பம் என்ற வாழ்க்கையின் இத்யாதிகள் வந்து சேர்ந்தன. ஆரம்பிக்க நினைத்த தொழில் அல்பாயுசில் அகால மரணம் அடைந்தது.

எம்பிஎ படிப்பு. வேலை செய்த அனுபவம். ஆலோசகனாய் கற்றுக்கொண்டது. அதோடு பிசினஸ் அசோஷியன்களில் பேசும் வாய்ப்பும் அங்கு பலதரப்பட்ட தொழில் முனைவோரிடம் பேசிப் பழகும்போது பல விஷயங்கள் புரிந்தது. எம்பிஎ கல்லூரிகளில் பாடங்கள் எடுக்கும்போது தொழில் முனையும் எண்ணம் உடையவர்களுக்கு உதவி தேவைப்படுவது தெரிந்தது.

வியாபாரத் தீ அணைந்தாலும் அதன் புகை மனதில் சுற்றிக் கொண்டிருந்தது. நாமாகத் துவங்கவில்லை என்றால் என்ன, துவங்கப்பட்ட சிறிய, நடுத்தர சைஸ் தொழில்களுக்கு ஆலோசகனாக ஆவோம் என்று தோன்றியது. குழந்தை இல்லை என்றால் என்ன, பிறர் குழந்தைகளை நம்முடையதாகப் பாவிப்பது என்று ஆலோசகன் அவதாரம் எடுத்தேன். என் தொழில் அனுபவங்களை 'இந்து தமிழ் திசை' பத்திரிக்கையில் வாராவாரம் எழுதினேன்.

இந்து பிசினஸ் பிரிவு ஆசிரியர் திரு எம். ரமேஷ் ஒருநாள் 'புதுசா column ஒன்று உங்களுக்கு துவக்குகிறேன். அதில் எழுதுங்களேன்' என்றார்.

'எத பத்தி சார், நீங்களே சொல்லுங்க' என்றேன்.

'ஸ்டார்ட் அப்ஸ் பத்தி எழுதுங்களேன்'.

'நானே ஸ்டார்ட் அப் ஆரம்பிக்காம மிஸ் பண்ணவன். நான் எங்க அத பத்தி எழுதறது'.

'ஆரம்பிக்க முடியாத விஷயத்துலேருந்து எழுதுங்க' என்றவர் என் column-க்கு அழகான பெயரும் தந்தார். 'எண்ணித் துணிக!'.

சுமார் ஒரு வருடம் வாரா வாரம் எழுதினேன். படித்தவர் பாராட்டியது மனதிற்குத் திருப்தியளித்தது. அதைப் புத்தகமாக எழுதுங்களேன் என்று பலர் கேட்டனர். செய்தேன். பூர்வ ஜென்ம பாவமோ, கடனோ, என் எழுத்துக்களை எல்லாம் பதிப்பிக்கும் 'கிழக்கு பதிப்பகம்' எண்ணித் துணிந்தார்கள். விளைவு உங்கள் கையில்.

படியுங்கள், மகிழ்வேன். படித்து ஸ்டார்ட் அப் துவங்குங்கள், புளகாங்கிதம் அடைவேன். உங்கள் குழந்தையை என் குழந்தையாக பாவித்து!

சியர்ஸ்!

சதீஷ் கிருஷ்ணமூர்த்தி

1. பிள்ளையார் சுழி

தொழில் துவங்குபவர்கள் குழந்தையைப்போல் தூங்குவார்கள் என்பார்கள். அப்படியா என்று அவசரப்பட்டு ஆச்சரியப்படாதீர்கள். இரண்டு மணிக்கு ஒருமுறை எழுந்து அழுவார்கள் என்பதைத்தான் அப்படிக் கூறுகிறார்கள்.

தெளிவான குழப்பம், தெளிவில்லாத பாதை, நிச்சய டென்ஷன், நிச்சயமில்லாத வெற்றி என்று தெரிந்தும் கண்ணில் கனவோடு உறக்கமில்லாமல், உள்ளத்தில் உணர்வோடு உணவில்லாமல் இஷ்டப்பட்டு கஷ்டப்பட ஒரு பெயர் உண்டு. அதன் பெயர் பிசினஸ் ஸ்டார்ட் அப்!

வெளியிலிருந்து பார்க்கும்போது பிரகாசமாகத் தெரிந்தாலும் புதுத் தொழிலை ஸ்டார்ட் செய்தவர்களுக்குத்தான் தெரியும் அதன் உள்ளிருக்கும் விவகாரமும் வில்லங்கமும், இருட்டும் இடர்ப்பாடுகளும். அதனாலேயே பல ஸ்டார்ட் அப் ஸ்டார்ட்டிங் ட்ரபுள் வந்து நகர முடியாமல் நிற்க மற்றவை முக்கி முனகி முன்னேற முடியாமல் மல்லுக்கட்டி எத்தைத் தின்றால் பித்தம் தெளியும் என்று தவிக்கின்றன.

இத்தனை இருந்தும், முட்டி மோதி பிசினஸில் முன்னேறி வெற்றி பெற்றவர்களின் கதைகள் நம்மை வசீகரிக்கவே செய்கிறது.

கடலூரில் பிறந்து கடல் தாண்டி கலகலவென்று கலக்கும் 'கவின்கேர்' கம்பெனி கண்ணைக் கவர்கிறது. ஓரமாகப் பிறந்து நாடெங்கும் ஓஹோவென்று ஓடும் 'ஓலா' சக்சஸ் ஒளிர்கிறது.

பிரசவம் வலிதான். ஆனால் வலியின் விளிம்பில் ஜனிக்கும் மழலையின் அழுகை 'ஆல் இஸ் வர்த் இட்' என்பதுபோல் பிசினஸ் பேஜார் என்றாலும் அதில் மூச்சு முட்ட மூழ்கி முத்தெடுப்பதில் ஒரு சுகம் இருக்கவே செய்கிறது!

ஒரு நாடு முன்னேற அஸ்திவாரம் ஸ்டார்ட் அப்ஸ். அமெரிக்காவின் வளர்ச்சியை, வளமையைக்கண்டு பொறாமைப்படுகிறோம். சமயத்தில் திட்டுகிறோம். ஆனால் அமெரிக்க ஸ்டார்ட் அப் கலாச்சாரம் நமக்கெல்லாம் ஒரு பாடம். ஸ்டார்ட் அப்ஸ்க்கு அளவெடுத்து ஆர்டர் செய்த நாடு அது. அந்த நாட்டில் தடுக்கி விழுந்தால் ஏதாவது ஒரு ஸ்டார்ட் அப்பில்தான் விழவேண்டும். அமெரிக்காபோல் ஆகிறோமோ இல்லையோ அதன் வளமையை நோக்கி பயணிக்க விருப்பமிருந்தால் அதற்கு வழி ஸ்டார்ட் அப்ஸ்!

நம் நாட்டில் வருடத்திற்கு ஒரு கோடி வேலை வாய்ப்புக்கள் உருவாக்கவேண்டுமாம். என்ன செய்வது? அரசு வேலை இல்லையா என்று கேட்காதீர்கள். தேவைக்கதிகமாக ஆட்கள் எடுத்துதான் பல அரசாங்க அலுவலங்கள் நகர முடியாமல் நொண்டுகின்றன. அவர்களும் ஷட்டரை மூடி எஸ்கேப் ஆகாமல் ஆளே இல்லாத கடையில் யாருக்கோ டீ ஆற்றிக் கொண்டிருக்கிறார்கள்.

பெரிய கம்பெனிகள் ஆள் எடுக்காதா என்று கேட்காதீர்கள். ரோபோடிக்ஸ், ஆர்டிஃபிஷியல் இண்டெலிஜன்ஸ் என்று, இருக்கும் ஆட்களைக் குறைக்கும் வழியைத் தேடிக் கொண்டிருக்கிறார்கள் அவர்கள். இந்த லட்சணத்தில் ஒரு கோடி வேலை வாய்ப்பு பிறக்க என்னதான் வழி?

சாட்சாத் ஸ்டார்ட் அப்ஸ். எல்லாரும் பல்லக்கில் ஏறியது போதும். அவரவர் பல்லக்கை அவரவர் தூக்கும் நேரம் வந்துவிட்டது. பல்லக்கை பலரோடு தூக்கிப் பயணிக்கும் காலம் பிறந்துவிட்டது.

சின்ன சைஸில் டைலர் கடை, அதை விடச் சின்ன ரேஞ்சில் பீடா கடை திறப்பதல்ல இது. அவையும் தொழில்தான். இருந்துவிட்டுப் போகட்டும். ஸ்டார்ட் அப் பெரியது. செய்யும் தொழிலில் அல்ல. செய்பவர் காணும் கனவில்!

ஸ்டார்ட் அப் என்று ஒரு புதிய தொழிலை அழைப்பதற்கு முக்கிய தேவை அதன் வளரும் திறன். வளர்ச்சியின்மீது வைக்கப்படும் அபரிமிதமான ஆசைதான் சிறிய தொழிலுக்கும் ஸ்டார்ட் அப்பிற்கும் உள்ள வித்தியாசம்.

தெருவோரம் சிறிய சைஸில் கசாப்பு கடை துவக்கி காலமெல்லாம் அதையே கட்டிக்கொண்டு அங்கேயே கறியை வெட்டிக்கொண்டு வாழ்வதல்ல ஸ்டார்ட் அப். கடன் உடன் வாங்கி, ஃப்ரீஸர், தேர்ந்த தொழில் நுட்பம் மூலம் ஊரெங்கும் ஏசி வசதியுடன் கடை திறந்து அதுவும் பத்தாமல் வெப்ஸைட், ஆப்ஸ், ஃபோன் மூலம் மீனும் மாமிசமும் ஆர்டர் செய்தால் தொண்ணூறு நிமிடங்களில் ஐஸ் பேக்கில் ஆர்டர் செய்த ஐட்டத்தை ஃப்ரெஷ்ஷாக ஹோம் டெலிவரி செய்து சில நூறு பேருக்கு வேலை தந்து சென்னையின் லீடிங் பிராண்ட் ஆகியிருக்கும் 'டெண்டர் கட்ஸ்' போன்ற கம்பெனிதான் ஸ்டார்ட் அப்ஸ்!

உங்களுக்கும் நீங்கள் யாராக ஆசைப்பட்டீர்கள் என்பதற்கும் உள்ள வித்தியாசம் நீங்கள் வாழ்க்கையில் சாதித்தது என்பார்கள். ஸ்டார்ட் அப் கஷ்டம்தான். டென்ஷன்தான். அதனால் என்ன? காதல் வாழ்க்கை கஷ்டம்தான். கிரிக்கெட் மாட்ச் டென்ஷன்தான். இரண்டும் இல்லாத வாழ்க்கை நமக்குப் பிடிப்பதும் இல்லை. அப்படி வாழ்வதில் ஒரு பிடிப்பும் இருப்பதில்லை.

நம் வாழ்வின் இறுதி நாட்களில் நாம் வாழ்ந்த வாழ்க்கை நம் கண் முன் ஒரு படம்போல் விரியுமாம். அப்படத்தை ரசித்துப் பார்க்கும்படி செய்ய சில வழிகள் உண்டு. அதில் ஒன்று, உலகம் என்றும் நம் பெயர் சொல்லும் ஒரு ஸ்டார்ட் அப்பைத் துவக்குவது!

2. பில்ட் அப்

தொழிலதிபர்களை மாற்றத்தின் முகவர்கள் (Agents of Change) என்பார்கள். ஆனால் நம்மூரில்தான் அவர்களை பண வெறியர்கள், ஏகாதிபத்திய கைக்கூலிகள் என்று புரியும்படி ஏசி கார்ப்பரேட், ஃபாசிஸ்ட் என்று புரியாத பாஷையில் திட்டி அதுவும் பத்தாமல் சினிமாவில் கெட்டவர்களாகச் சித்திரித்துஅரசியல் விவாதங்களில் வில்லன்களாக விமர்சிக்கிறோம். ஏதோ மற்ற துறைகளில் உள்ளவர்கள் எல்லாரும் அப்பழுக்கில்லாத தெய்வப் பிறவிகள் போலவும் தொழிலதிபர்கள்தான் நம் வயிற்றில் அடிப்பதற் காகவே வடிவமைக்கப்பட்டவர்கள்போல் திட்டித் தீர்க்கிறோம்.

யார் செய்த புண்ணியமோ, சமீப காலமாகத்தான் படித்தவர்கள், வெளிநாடுகளில் நவீன தொழில்நுட்பத்தில் பணி புரிந்தவர்கள் இந்தியாவிற்குத் திரும்பி புதிய தொழில்கள் துவங்கி வருகிறார்கள். இவ்வகை ஸ்டார்ட் அப்ஸ்தான் இந்நாட்டின் தலையெழுத்தை மாற்றியமைக்கப் போகிறது. இருந்தும் நம் கிரகம் அப்படி ஸ்டார்ட் அப்ஸ் துவங்குபவர்களை ஏசி வீசும் கூட்டமும் இங்கு இருக்கவே செய்கிறது.

இப்படிக் கூறுவதால் ஸ்டார்ட் அப் தொழிலதிபர்களுக்கு வக்காலத்து வாங்குகிறேனோ என்று உங்களுக்கு சந்தேகம

வரலாம். சந்தேகமே வேண்டாம். கண்டிப்பாக, கடவுள் சாட்சியாக வக்கணையில்லாமல் வக்காலத்துதான் வாங்குகிறேன்!

என்ன இருந்தாலும் பணம் பண்ணத்தானே பிசினஸ் செய்கிறார்கள், அவர்களுக்கு எதற்கு இத்தனை சப்போர்ட், லாபம் தேடுபவர்களுக்கு எதற்கு இத்தனை பில்ட் அப் என்று உங்களுக்குத் தோன்றலாம்.

மனிதப் பிறவியே பணத்திற்குப் பைத்தியம் பிடித்துப் பாயைப் பிராண்டும் பிரகிருதிகள்தானே. தானும் சம்பாதித்து தன்னோடு சில நூறு குடும்பங்கள் சம்பாதிக்க வழி வகுப்பவர்களை எதற்கு வரிந்துகட்டிக்கொண்டு திட்டவேண்டும் என்றுதான் வினவுகிறேன்.

பிசினஸ் ஸ்டார்ட் அப்ஸ் காலத்தின் கட்டாயம். நாட்டின் முன்னேற்றத்திற்கு அறிகுறி அதன் ஸ்டார்ட் அப்ஸ். ஸ்டார்ட் அப் வேகமாக வளர வடிவமைக்கப்பட்டவை. அதற்குத் தேவை வளர்ச்சி. நாட்டில் போட்டியை அதிகரிக்கும் துடிப்பு மிகுந்த பொருளாதார அமைப்புகள் ஸ்டார்ட் அப்ஸ். இதனால் நாடு வளமாவதோடு பெரிய கம்பெனிகள் விழித்துக்கொண்டு செயல் படவேண்டிய மார்க்கெட் போட்டி நிலை உருவாகிறது. இதனால் மக்களுக்கு நல்ல தரமான பொருள்கள், குறைந்த விலையில் கிடைக்கிறது!

பூர்த்தியடையாத மக்கள் தேவையைப் புரிந்து அதற்கான தீர்வை அடுத்தவருக்கு முன்னதாக ஆழமாகச் சிந்தித்து அமர்க்களமாகச் செயல்படுத்தியும் நிச்சயமில்லாத வெற்றிக்கு பெயர் ஸ்டார்ட் அப். கண்டுபிடிப்பாளிகளின் நவீன வடிவம் ஸ்டார்ட் அப். இருக்கும் பிரச்னையை மற்றவருக்கு முன்னதாகத் தெரிந்து புரிந்து யாருக்கும் தோன்றாத தீர்வை ஸ்மார்ட்டாகச் சிந்தித்து செயல்படுத்தும் புத்திக் கூர்மைதான் ஸ்டார்ட் அப். வாழும் வாழ்க்கையை உலவும் உலகை கொஞ்சமாவது பெட்டராக்குவது ஸ்டார்ட் அப்.

தெரிந்தோ தெரியாமலோ ஸ்டார்ட் அப் என்றாலே தொழில் நுட்பக் கம்பெனி என்ற ஒரு தவறான அபிப்ராயம் நாட்டில் வளர்ந்திருக் கிறது. அவையும் ஸ்டார்ட் அப்தான். ஆனால் அவை மட்டுமே அல்ல.

சாதாரண இட்லி, தோசை மாவை ப்ளாஸ்டிக் பையில் பேக் செய்து, வைக்கவேண்டுமே என்று அதற்கு ஒரு பெயர் வைத்து, விற்க வேண்டுமே என்று அதைக் கடையில் விற்றவர்கள் மத்தியில் நேர்த்தியான மெஷின்களில் மாவு தயாரித்து, ஊரெங்கும் தேர்ந்த

விற்பனை நெட்வர்க் உருவாக்கி வருடத்திற்கு முன்னூறு கோடி ரூபாய் விற்பனை செய்யும் 'ID' கம்பெனியும் ஒரு வெற்றிகரமான ஸ்டார்ட் அப்தான்!

பிசினஸ் ஸ்டார்ட் அப்ஸ் என்பது ஏதோ ஒரு தொழில் செய்து எதையோ விற்பதற்கு மட்டுமல்ல என்பது புரிந்தால் புண்ணியம். 'சிம்பிரிண்ட்ஸ்' என்ற ஸ்டார்ட் அப். வளரும் நாடுகளில் மக்களைப் பற்றி முழுமையான டேட்டா சேகரிக்கப்படுவதில்லை. இதனால் பல ஏழைகள் அடையாளம் காணப்படாமல் வசதி, வாய்ப்பு நழுவிப் போய் உதவி பெறாமலேயே காணாமல் போகிறார்கள். அவர்களை பயோமெட்ரிக் முறை மூலம் இனம் கண்டு, அவர்களுக்கும் அரசாங்க மற்றும் அரசு சாரா இயக்கங்களின் படிப்பு, மருத்துவ உதவிகள் சென்று சேர்வதற்காக உதவத் துவங்கப்பட்ட ஸ்டார்ட் அப் இது. உலகில் ஏழ்மையை நீக்கும் உன்னத முயற்சியில் ஈடுபட்டிருக்கும் இக்கம்பெனியில் முதலீடு செய்தவர்களில் முக்கியமானவர் 'பில் கேட்ஸ்'!

இதுபோல் இன்னொரு ஸ்டார்ட் அப் இஸ்ரேல் நாட்டைச் சேர்ந்த ஹெல்தி.ஐஓ. இதன் ஐடியா படு சுவாரசியமானது. ஸ்மார்ட் ஃபோன் மூலம் அவரவரே தங்கள் சிறுநீர் சாம்பிளை டெஸ்ட் செய்து ரிசல்டை தங்கள் மருத்துவருடன் பகிர்ந்து அலுபிமின் போன்ற வஸ்த்துக்கள் இருக்கிறதா, கிட்னி பாதிக்கப் பட்டிருக்கிறதா என்பதைத் தெரிந்துகொள்ள உதவும் ஆப் ஒன்றை உருவாக்கியிருக்கிறது. செல்ஃபோன் மூலம் உயிர் நண்பர்களுக்கு டெக்ஸ்ட் மட்டுமல்ல உயிர் காக்கும் டெஸ்ட்கூட செய்யலாம் என்று கிளம்பியிருக்கும் ஸ்டார்ட் அப்!

வெள்ளைப் பணம் கொள்ளை லாபம் என்பதையும் தாண்டி ஊர் உருப்பட, நம் வாழ்வு வளம் பெற உதவுகின்றன இது போன்ற ஸ்டாட் அப்ஸ். புதுமைகளின் ஊற்றுகள் ஸ்டார்ட் அப்ஸ். இவை நம் வாழ்க்கையை வளமாக்கி அதோடு தானும் கொஞ்சம் பணம் சம்பாதித்துவிட்டுத்தான் போகட்டுமே. என்ன குறைந்துவிடப் போகிறது?

3. ஸ்டார்ட்டிங் பாயிண்ட்

இந்தியாவில் வருடத்திற்கு ஆயிரமாயிரம் தொழில்கள் துவங்கப் படுகின்றன. அவை எல்லாவற்றையும் ஸ்டார்ட் அப்ஸ் லிஸ்டில் சேர்க்கமுடியாது. ஒரு சின்ன தெருவில் சின்ன சலூன் திறந்து அப்பகுதி மக்களை மட்டும் வாடிக்கையாளர்களாகப் பெற்று வருவது சின்ன தொழில். நல்ல தொழிலும்கூட. ஆனால் அதை விரிவாக்காமல், அது வளர்ச்சியடையாமல் இருக்கும் பட்சத்தில் அதை ஸ்டார்ட் அப் என்பதற்கில்லை.

ஆனால் அதே சலூனை பிராண்ட் செய்து, வித்தியாசப்படுத்தி, சிஸ்டங்களை நேர்படுத்தி, ஃப்ரான்சைசிங் மூலம் நூற்றுக் கணக்கான இடங்களில் கிளை திறந்து அதைவிட அதிகமாக பணியாளர்களை அமர்த்தி விஸ்தாரமாய் வளரும் 'சலூன் டிலைட்' போன்ற கம்பெனிகள்தான் ஸ்டார்ட் அப்.

சக்சஸ்ஃபுல் ஸ்டார்ட் அப் துவங்க மூன்று விஷயங்கள் முக்கியம். மக்களுக்குத் தேவையான பொருளைத் தேடிப்பிடித்துத் தயாரிப்பது, ஸ்மார்ட்டாக உழைக்கும் ஊழியர்கள் பெறுவது, தேவையான முதலீடு மட்டுமே செய்து தோதான செலவுகள் மட்டுமே செய்வது. வெற்றி பெறும் ஸ்டார்ட் அப்ஸ் இந்த மூன்றையும்தான் செவ்வனே செய்கின்றன. பல ஸ்டார்ட் அப்

தோல்வியடையக் காரணம் இம்மூன்றில் ஏதாவது ஒன்றைக் கோட்டைவிடுவதால்.

அமரர் சுஜாதா பாணியில் கூறவேண்டுமென்றால் இம்மூன்றையும் செய்வது அப்படியொன்றும் பெரிய கம்பசூத்திரம் அல்ல. செய்ய சற்று பிரம்மப் பிரயத்தனம் வேண்டும். ஆனால் செய்ய முடியும். பலர் செய்திருக்கிறார்கள். வெற்றிப் பெற்று நமக்கு முன்மாதிரியாக இருக்கிறார்கள். செய்யாமல் தோற்றவர்கள், செய்ய முடியாமல் தவிப்பவர்கள் நமக்குப் பாடமாகியிருக்கிறார்கள்!

ஸ்டார்ட் அப் துவங்க ஐன்ஸ்டீனின் புத்திசாலித்தனம் தேவை இல்லை. மக்களின் சாதாரணத் தேவையைத் தெளிவாகப் புரிந்துகொண்டு அதற்கு ஸ்மார்ட்டான தீர்வு கண்டால் போதும். இல்லை, இருக்கும் தீர்வைவிட கொஞ்சம் பெட்டரான தீர்வு கண்டால் எதேஷ்டம். உலகின் சிறந்த ஸ்டார்ட் அப்ஸ் இதைத்தான் செய்தன. செய்கின்றன. இதைச் செய்தால் போதுமானது.

ஓர் உதாரணம் தருகிறேன். எதற்கு செய்வது என்று தெரியாமல், புரிந்தோ புரியாமலோ எல்லாரும் கூறுகிறார்கள் என்று திருமணம் செய்துகொள்கிறோம். கண்ணும் கண்ணும் கலந்து, காதல் வயப்பட்டு கருத்தொருமித்து கல்யாணம் செய்துகொள்ளும் கதையெல்லாம் மற்றவர்களுக்குத்தான் நடந்து தொலைக்கிறது. பலருக்கு அப்பாக்கியம் வாய்ப்பதில்லை. சுயம்வரம் சென்று சுமாரான ஜட்டமாவது பெறும் வழியும் இருப்பதில்லை. அதனால்தான் கல்யாண ப்ரோக்கர்களைத் தேடி அலைகிறோம். பாதி வாழ்க்கையை துணை தேடுவதிலேயே கழிக்கிறோம்.

பேப்பரில் விளம்பரம் தந்து விதிவிட்ட வழி என்று வாழ்ந்த காலத்தில் விடியலாகப் பிறந்து நமக்கு வழிகாட்டிய 'பாரத் மேட்ரிமனி' ஒரு சக்சஸ் ஸ்டார்ட் அப். வாழ்க்கைத் துணையை இணையம் மூலம் இணைக்க இந்தக் கம்பெனி செய்தது அப்படியொன்றும் பெரிய தொழில்நுட்பச் சாதனை இல்லை. வெப்ஸைட் திறந்து நம்மைப் பற்றிய தகவல்களை அதில் பதிய வைத்து, பலரையும் பார்க்க வைத்து அதில் பிடித்தவற்றை தேடிப் பிடித்து கரம் பிடிக்க ஓர் ஈசியான வழியைக் காட்டியது. காசு பண்ணியது. பண்ணுகிறது. பண்ணப் போகிறது!

அதோடு நின்றதா இக்கம்பெனி. பத்மாகப் பிறந்து, விதமாக வளர்ந்து இன்று ஸ்டேட் வாரியாக, மதம் வாரியாக, ஜாதி வாரியாகப் பிரிந்து, சீமைவரை விரிந்து அதுவும் போதாதென்று 'மேட்ரிமொனி பஜார்', 'மேட்ரிமொனி மண்டபங்கள்',

'மேட்ரிமோனி ஃபோட்டோ கிராஃபி', என்று திருமணம் சம்பந்தப்பட்ட புதுத் தொழில்கள் துவங்கி தான் நடத்தி வைத்த திருமணங்கள் வெற்றி பெறுகிறதோ இல்லையோ அது படு சௌக்கியமாக வெற்றி பெற்றிருக்கிறது. ஸ்டார்ட் அப்ஸ் மகத்துவம் இதுவே!

ஸ்டார்ட் அப் ஐடியா கிடைக்க பெரியதாக எதுவும் செய்ய வேண்டாம். மக்களைப் பாருங்கள். அவர்கள் வாழ்க்கையைப் புரிந்து கொள்ளுங்கள். அவர்கள் தேவையை அறிந்து கொள்ளுங்கள். அதைத் தீர்க்கும் வழியைத் தெரிந்துகொள்ளுங்கள். இதை சாமர்த்தியமாக செய்தால் ஸ்டார்ட் அப்தான். சக்சஸ்தான்.

ஸ்டார்ட் அப்ஸ்பற்றி, தொழில் துவங்குவதுபற்றி கட்டுரைகள் அல்லது புத்தகங்கள் படித்தால் போதுமா என்று சிலர் கேட்கிறார்கள். கதைப் புத்தகங்கள் படிப்பதால் மட்டுமே கதை எழுத வராது. டீவியில் மாட்ச் பார்ப்பதால் மட்டுமே கிரிக்கெட் ஆட முடியாது. உங்களுக்குள் ஒரு தீ கொழுந்துவிட்டு எரிய வேண்டும். இப்புத்தகம் என்றில்லை, எதுவுமே உங்களுக்கு வெற்றி ஃபார்முலா தராது. அதை நீங்கள்தான் தேடவேண்டும். உங்கள் தேடலை இவை எளிதாக்கலாம். அவ்வளவே. அதைத்தான் இப்புத்தகம் செய்ய நினைக்கிறது!

வெளியிலிருந்து பார்க்கும்போது ஸ்டார்ட் அப்ஸ் உங்களுக்குப் பெரிய அப்பாடக்கராகத் தோன்றும். தொழிலதிபர்களின் வெற்றி புரியாத மர்மமாகக்கூடத் திகழும். இப்படியெல்லாம் நமக்கு பிசினஸ் செய்ய வருமா என்று சற்று பயமாகக்கூட இருக்கும். நமக்கு இதெல்லாம் சாத்தியப்படுமா என்று ஒருவித விரக்திகூட வரும். மீண்டும் சொல்கிறேன். ஸ்டார்ட் அப் ஒரு பெரிய மேட்டரே இல்லை. மக்களுக்குத் தேவையான ஒரு பொருளைச் செய்து, அதை அவர்களிடமே நல்ல விலையில் விற்று, பிசினஸை பரப்பி பரவலாக்கி, வரவைவிட செலவைக் குறைத்தால் போதும்.

இதைக்கூட உங்களால் செய்ய முடியாதா என்ன?!

4. நீங்க ரெடியா?

'செய்துவிட்டு வேண்டுமானால் வருத்தப்படுவேனே ஒழிய ஒன்றைச் செய்யாமல் விட்டோமே என்று எதற்கும் வருந்த மாட்டேன்' என்றார் பழம்பெரும் அமெரிக்க நடிகை லூசில் பால்'.

பலருக்கு தொழில் துவங்கவேண்டும் என்று ஆசை இருக்க அதை முயற்சி செய்து பார்த்துவிடுவது என்று இறங்குபவர்கள் சிலர் மட்டுமே. அந்தச் சிலரில் நீங்கள் ஒருவர் எனில், ஸ்டார்ட் அப் துவங்க நீங்கள் ரெடியா என்று தெரிந்துகொள்ள உதவும் ஒரு சில விஷயங்கள் பற்றிப் பேசுவோம்.

நீங்கள் ஒரு கம்பெனியில் வேலை செய்பவர் எனில் வேலைப் பளு, பணி மன அழுத்தம், முசுடு மேலதிகாரி போன்ற காரணங்களுக்கு வேலையை ரிசைன் செய்து ஸ்டார்ட் அப் துவங்கப்போகிறேன் என்றால் அது அநியாயத்திற்குத் தப்பாட்டம்.

ஸ்டார்ட் அப் துவங்கத் தேவை அசாத்திய Passion. உங்கள் பாதாதிகேசமும் அது தீபமாகப் பிறந்து தீயாக வளர்ந்து தீவட்டியாகப் பற்றிக்கொண்டு சொக்கப்பனைபோல் எரிய வேண்டும். மனதை ஒரு பிசினஸ் ஐடியா போட்டு வாட்டு வாட்டென்று வாட்டவேண்டும். இருக்கும் வேலையின்மீது கொண்ட வெறுப்பு மட்டுமே ஸ்டார்ட் அப் துவங்க காரணமாக இருக்கக்கூடாது.

யாரும் மேற்பார்வையிடாமல் உங்களால் வேலை செய்ய முடியுமா? 'எப்படிச் செய்வது என்று சொல்லித் தந்தால் அந்த வேலையைப் பிரமாதமாகச் செய்வேன்' என்பவர்கள் ஸ்டார்ட் அப் பக்கம் தலைவைத்துப் படுக்காமல் இருப்பது நலம்.

இன்னொருவருக்கு கைகட்டிச் சேவகம் செய்யும்போது அது சரியில்லை, எப்படிச் செய்வது தெரியவில்லை, இதற்குப் பணமில்லை என்று ஆயிரம் குறை சொல்லலாம். ஸ்டார்ட் அப் துவங்குபவர் ஸெல்ஃப் ஸ்டார்டராக இருக்கவேண்டும். எதைச் செய்வது, எப்படிச் செய்வது என்று சுய ஊக்கம் சுயம்புவாகக் கிளம்புவர் மட்டுமே ஆடவேண்டிய ஆட்டம் ஸ்டார்ட் அப்.

ஸ்டார்ட் அப் துவங்க தியாகம் செய்யத் தயாராக இரு என்பார்கள். உறவிலிருந்து உறக்கம்வரை வாழ்க்கையின் சகல விஷயங் களையும் சௌக்கியங்களையும் சப்ஜாடாய் இழக்கத் தயாராக இருக்கவேண்டும்.

அதோடு எல்லாவற்றுக்கும் தயார் செய்துகொண்டு பிறகு தொழிலில் இறங்கு என்பார்கள். இது சாத்தியப்படாதது மட்டுமல்ல, அவசியமில்லாததும் கூட. எல்லாவற்றுக்கும் தயார் செய்துகொண்டு தொழில் செய்ய வரமுடியாது.

ஸ்டார்ட் அப் என்பது இருட்டு அறையில் முரட்டு குத்து. எங்கிருந்து எது வரும், எப்பொழுது வரும், எவ்வாறு வரும் என்று யாராலும் நூறு சதவிகிதம் அனுமானிக்க முடியாது. அதற்கு தன்னைத் தயார்படுத்திக் கொள்ளவும் முடியாது. எல்லாவற்றையும் கற்றுக் கொண்டு, அனைத்தையும் தெரிந்துகொண்டு ஸ்டார்ட் அப் துவங்குவதற்கு பதில் கடல் அலை ஓய காத்திருந்து குளிக்கலாம்.

எல்லாவற்றையும் எல்லாராலும் கற்றுக்கொண்டுதான் தொழிலில் இறங்கவேண்டும் என்பதில்லை. தொழிலில் வெற்றி பெற்றவர்கள் தங்களைத் தயார்படுத்திக்கொண்டு தொழிலில் இறங்கவில்லை. மலையிலிருந்து குதித்துக் கீழே விழும்போது பறக்கக் கற்றுக் கொண்டார்கள்!

ஸ்டார்ட் அப் செய்ய பேஷன் வேண்டும் என்று பார்த்தோம். ஆனால் அது மட்டும் பத்தாது. உங்களுக்கு விற்கத் தெரிந்திருக்க வேண்டும். கடை கடையாகச் சென்று உங்கள் பொருளை விற்பதுபற்றிச் சொல்லவில்லை. அதுவும் தெரிந்திருக்கவேண்டும். ஸ்டார்ட் அப் துவங்கப்போவதை விளக்கி உங்கள் குடும்பத்தாரின் சம்மதத்தை சப்போர்ட்டை பெறும் அளவிற்கு அவர்களிடம் பேசி

கன்வின்ஸ் செய்யத் தெரியவேண்டும். முதலீட்டாளர்களிடம் உங்கள் ஐடியாவை விற்று முதலீடு பெறத் தெரியவேண்டும். கரடுமுரடான பிசினஸ் பாதையை உங்களோடு தோளோடு தோள் சேர்ந்து பயணிக்கத் தயாராக இருக்கும் ஊழியர்களை சேர்க்கத் தெரியவேண்டும். விற்பனைத் திறன் அபரிமிதமாக இருப்பவர் களுக்கு மட்டுமே சாத்தியப்படும் சமாச்சாரம் ஸ்டார்ட் அப்.

ஸ்டார்ட் அப் துவங்க முதலீடு கிடைப்பது ஒருபுறம் இருக்கட்டும். ஜீவனம் நடத்தத் தேவையான பணம் இருக்கிறதா உங்களிடம்?

ஒரு கம்பெனியில் முழு நேர வேலை செய்கிறேன். வரும் சம்பளத்தில் ஜீவிதம் நடத்தி பார்ட் டைமில் ஸ்டார்ட் அப் துவங்கலாம் என்பது பேச நன்றாக இருக்கும். ப்ராக்டிகலாக ஒத்து வராது. ஸ்டார்ட் அப் ஒரு முழு நேர வேலை. நாட்களை மொத்தமாகத் தின்று இரவுகளை முழுவதுமாகக் குடிக்கும் ராட்சச பசி கொண்ட பகாசுரன். அங்கு கொஞ்சம் இங்கு கொஞ்சம் என்று இரண்டு பெண்டாட்டிக்காரன் கதை அரங்கேறாத அரங்கம் ஸ்டார்ட் அப். அடுத்த மாத செலவைப்பற்றி கவலையோடு கவனிக்க வேண்டிய கலையல்ல ஸ்டார்ட் அப்.

ஏகப்பட்ட ஈகோ உள்ளவரா நீங்கள்? வாழ்க்கையில் இருந்து விட்டுப் போங்கள். வியாபாரத்தில் ஈகோ வேலைக்கு ஆகாது. எப்பொழுதும் எதையும் கற்றுக்கொள்ளும் மனப்பக்குவம் வேண்டும். எல்லாம் எனக்குத் தெரியும் என்ற ஈகோ இருந்தால் அதை யூ கோ என்று முதலில் மனத்திலிருந்து துரத்தவும்.

ஸ்டார்ட் அப் உங்களைத் தாழ்மைப்படுத்தும் அனுபவம். நீங்கள் ஹோட்டல் நடத்துபவராக இருந்தால் கல்லாவில்தான் அமர்வேன் என்று அடம் பிடிக்காமல் டேபிளைத் துடைக்கத் தெரியவேண்டும். தேவைப்பட்டால் பாத்ரூம் அலம்பவும் தயாராக இருக்கவேண்டும். அய்யே என்பவர்கள் திண்டுக்கல் சென்று பூட்டு வாங்கிக்கொண்டு ஸ்டார்ட் அப் துவங்குவது உசிதம்!

எல்லாவற்றையும் விட முக்கியமான ஒன்று. தம் கட்டி ஓட முடியுமா உங்களால். ஸ்டார்ட் அப் என்பது நூறு மீட்டர் ரேஸ் அல்ல. ஓடிச் சென்று ரிப்பன் தொட்டு மூச்சு வாங்க. அது முடிவே இல்லாத மாரத்தான். மூச்சு உள்ளவரை ஓடவேண்டும். ஸ்டார்ட் அப்புக்கு துவக்கம் உண்டு. முடிவென்று ஒன்று இல்லை!

5. உள்ளுணர்வும் உள்குத்தும்

ஸ்டார்ட் அப் துவங்கவேண்டும் என்ற ஆசை வந்திருக்கிறதா? வெரி குட்! பிள்ளையார் பிடிக்கத் தயாராகிவிட்டீர்கள். அது குரங்காய் மாறாமல் இருக்க ஸ்டார்ட் அப் துவங்கப் போட வேண்டிய பிள்ளையார் சுழிபற்றிப் பேசுவோம்.

ஸ்டார்ட் அப் ஈசி என்றாயே, எதற்கு இந்த பில்ட் அப் என்று நீங்கள் கேட்கலாம். அந்த ஈசியில்தான் கொஞ்சம் கஷ்டம் இருக்கிறது. உங்கள் உள்ளுணர்வு கூறுவதைக் கேட்டு அப்படியே நடக்க முடியாத விஷயம் ஸ்டார்ட் அப்.

'Startups are counterintuitive' என்கிறார் வெற்றிகரமான பல தொழில்கள் துவங்கி பல ஸ்டார்ட் அப் கம்பெனிகளில் முதலீடு செய்யும் 'பால் கிரஹாம்'. உள்ளுணர்வு முக்கியம்தான், அது சொல்வதைக் கேட்பது உத்தமம்தான் என்றாலும் உள்ளுணர்வே சமயத்தில் சறுக்க வைக்கும். குறிப்பாக ஸ்டார்ட் அப்ஸ் துவங்கும் போது என்கிறார் கிரஹாம்.

தொழில் என்று வரும்போது தமிழர் உள்ளுணர்வு கொஞ்சம் இழுபறியே. உடனே எழும் தமிழ் கோபத்தைத் தணியுங்கள். ஸ்டார்ட் அப் நம் கலாச்சாரத்தில் அதிகம் ஊறாத ஒரு விஷயம். போதும் என்ற மனமே பொன்செய் மருந்து என்று வாழ்க்கைக்கு கற்றுத் தந்ததை வியாபாரத்தில் பின்பற்றி அத்தி பூத்தாற்போல்

துவங்கும் தொழிலையும் அதிகம் வளரவிடாமல் போதும் என்று சுருக்கி வைக்க பழகிவிட்டோம். அதனாலேயே ஸ்டார்ட் அப் என்று வரும்போது உள்ளுணர்வு உபாதைகள் உண்டு.

கிரிக்கெட் மாட்சில் பவுலிங் நன்றாக இருந்து அதை அடிக்க முடியாமல் திணறும் பேட்ஸ்மேனின் உள்ளுணர்வு அவரிடம் கண்ணை மூடி, பேட்டை சுழற்றி கரகம் ஆடு, சிக்ஸர் பறக்கும் என்கிறது. அவரும் அப்படிச் செய்து அவுட் ஆவதை பார்த்திருப்பீர்கள். அந்நேரம் உள்ளுணர்வு கூறுவதை ஒதுக்கி பவுலிங்கிற்கு ஏற்றவாறு ஆடுவதுதான் சமயோஜிதம். உள்ளுணர்வைக் கேட்பது தப்பில்லை. தொழில் செய்து பழக்கம் இல்லாதபோது உள்ளுணர்வே உள்குத்து வேலை செய்யும் என்கிறார் கிரஹாம்.

ஸ்டார்ட் அப் துவங்க பிசினஸ் தெரிந்திருக்கவேண்டும் என்று உள்ளுணர்வு கூறும். தெரிந்தால் நல்லதுதான். ஆனால் அவசியமில்லை. வெற்றிக்கு வழி தொழில் தெரிந்திருப்பதில் அல்ல, வாடிக்கையாளரை அறிந்திருப்பதில். அவர்கள் தேவையைப் புரிந்திருப்பதில்.

'ஃபேஸ்புக்' கம்பெனியை துவங்கும்போது 'மார்க் ஸகர்பர்க்' காலேஜ் ஸ்டுடண்ட். மீசை கூட முளைக்கவில்லை. பிசினஸ் தெரியாத வயது. ஆனால் மாணவர்களை இணையத்தில் இணைத்தால் தாங்களும் சேர்ந்து, தங்கள் இஷ்டமித்ர பந்துக் களையும் ஏனைய ஐந்துக்களையும் கூடச் சேர்த்து ஃபேஸ்புக்கில் அரட்டையடித்து, ஆடிப்பாடி அங்கேயே குடியிருப்பார்கள் என்று உணர்ந்தார். மாணவராய் அவர் ஆரம்பித்த சைட் மடுவாய் மாறி மலையாக வளர்ந்து உலகெங்கும் வியாபித்து 2019ல் அதன் விளம்பர வருவாய் ஐம்பத்தி ஐந்து பில்லியன் டாலர்கள். மக்கள் தேவையை முதலில் உணர்ந்தார் ஸகர்பர்க். தொழில் துவங்கினார். படிப் படியாகத்தான் அதைப்பற்றி தெரிந்துகொண்டார்!

அதே போல் முதலீடு விஷயங்கள்பற்றி முழுவதும் தெரியாமல் தொழில் செய்யாதே என்று உள்ளுணர்வு கூறும். இதுவும், தெரிந்திருந்தால் நல்லது. தெரியாத பட்சத்தில் பெரிய பாதகம் இல்லை. கம்ப்யூட்டர் கற்றுக்கொண்டா பிறக்கிறோம். பார்த்துப் பழகி கற்கவில்லையா? அதுபோல் முதலீடு, ஃபைனான்ஸ் விஷயங்கள் பெரிய பிரமாதம் அல்ல. தொழில் துவங்கி கற்கலாம். தேவையென்றால் ஆலோசகராக அமர்த்தலாம். பாஸ்புக்பற்றித் தெரியாமல் ஸகர்பர்க் ஃபேஸ்புக் துவங்கி வெற்றி பெற்றதைப் போல!

உள்ளுணர்வு இன்னொன்றும் சொல்லும். 'ஸ்டார்ட் அப் துவங்க நல்ல ஸ்டார்ட் அப் ஐடியா தேடு' என்று. ஐடியா தேவைதான். ஆனால் ஐடியாவை மெனெக்கெட்டு தேடினால் அது கிடைக்காது. வீட்டில் கரண்ட் போகும்போது வத்திப்பெட்டி தேடினால் அது கண்ணில் படாமல் அழிச்சாட்டியும் செய்வதைப்போல. ஆனால் தேவையில்லாதபோது எங்கு திரும்பினாலும் வத்திப்பெட்டி கண்ணில் படும்.

ஸ்டார்ட் அப் ஐடியா எங்கே என்று தேடாதீர்கள். சுற்றி உள்ளவர்களைப் பாருங்கள். அவர்கள் பிரச்னையைப் புரிந்து கொள்ளுங்கள். அனுதின வாழ்க்கையை அசைபோடுங்கள். ஆயிரம் பிரச்னை தெரியும். அதற்குத் தீர்வு தேடுங்கள். அது சிம்பிளாய் இருந்தால் விசேஷம். ஏனெனில் அதுதான் உங்கள் ஸ்டார்ட் அப் ஐடியா.

'ஊருக்குப் போக பஸ்ல டிக்கெட் கிடைக்கல' என்று பலர் புலம்புவதை கேட்டிருப்போம். அப்பிரச்னையை ஆன்லைன் டிக்கெட் புக்கிங் மூலம் தீர்க்கப் பிறந்த 'ரெட்பஸ்' உங்களைச் சுற்றியே இருந்த ஒரு சாதாரண ஸ்டார்ட் அப் ஐடியாதானே!

பொதுவாகவே ஸ்டார்ட் அப் ஐடியா உலகை வெல்லும் வெற்றி ஐடியாவாக முதலில் தெரிவதில்லை. பெரிய ஐடியா என்று எண்ணி ஸகர்பர்க் ஃபேஸ்புக் துவங்கவில்லை. தன் கல்லூரி நண்பர்களை இணைப்பதற்கு மட்டும் துவங்கினார். அது பின்பு வளர்ந்து விரிந்து விஸ்வரூபமெடுத்து உலகையே கட்டிப்போட்டு வெற்றி பெற்றிருக்கிறது!

வெற்றிகரமான ஸ்டார்ட் அப் ஐடியா உங்கள் கண்ணில் மட்டும்தான் படுவேன் என்று காத்திருக்குமா? உங்களுக்கு முன் எத்தனை பேர் அதைக் கவனித்துத் தொழில் துவங்கியிருப்பார்கள்? அதனால்தான் ஸ்டார்ட் அப் ஐடியா எங்கு கிடைக்கும் என்று பெட்ரோமேக்ஸை தூக்கிக்கொண்டு கிளம்பாதீர்கள். சுற்றி இருப்பவர் வாழ்க்கையைப் பாருங்கள். ஸ்டார்ட் அப் ஐடியா வத்திப்பெட்டிபோல் சுயம்புவாய் எழுந்தருளும்!

6. தேடுங்கள் கிடைக்கும்

'ஸ்டார்ட் அப் துவங்கலாம் என்றிருக்கிறேன், நல்ல ஐடியா கிடைக்கமாட்டேங்குது' என்பவரா நீங்கள். சாரி, குதிரைக்கு முன் வண்டியைக் கட்டுகிறீர்கள். வண்டி நகராது. குதிரையே உங்களைப் பார்த்து சிரிக்கும்!

மணமகள் தேவைபோல் ஸ்டார்ட் அப் ஐடியாவை எங்கும் போய் தேடமுடியாது. தேடவும் கூடாது. வாழ்க்கையில் நீங்கள் சந்திக்கும் சின்னப் பிரச்னைகளுக்கும், அடுத்தவர் ப்ராப்ளம் பார்க்கும்போது அதற்கு சிம்பிள் தீர்வு ஒன்று தோன்றும் பாருங்கள், அதுதான் ஸ்டார்ட் அப் ஐடியா.

உங்களிடமிருந்து தள்ளி நின்று உங்களைப் பாருங்கள். உங்கள் ப்ராப்ளமும் தெரியும், அதற்கான தீர்வும் புரியும். அவசரத்திற்கு வெளியே செல்ல டாக்ஸி ஆட்டோ பிடிப்பது பலருக்கு பிரச்னையாயிருக்க, அவர்களிடம் இருந்த ஸ்மார்ட்ஃபோனையும் கூகுள் மேப்பையும் டாக்ஸி, ஆட்டோக்களோடு ஆப் மூலம் இணைத்து வீட்டிலிருந்தே ஆர்டர் செய்து வாசலில் வந்து நிற்க வைத்த 'ஓலா'வின் ஐடியாவை அடுத்தமுறை புக் செய்யும்போது நினையுங்கள். நான் சொல்வது புரியும்!

நாம் சந்திக்கும் சின்னப் பிரச்னைகளைக் கண்டுகொள்ளாமல் இருக்கிறோம். அல்லது இதற்கெல்லாம் தீர்வு இல்லை என்று

விட்டேத்தியாக விடுகிறோம். அதனால்தான் தீர்வு நமக்குத் தெரிவதில்லை. 'நம்பிக்கையற்றவனுக்கு வாய்ப்புக்களில் இருக்கும் பிரச்னை மட்டுமே தெரிகிறது. நம்பிக்கையுள்ளவனுக்கு பிரச்னையில் உள்ள வாய்ப்பு புரிகிறது' என்றார் 'வின்ஸ்டன் சர்சில்'.

ஸ்டார்ட் அப் ஐடியாவை நீங்கள் எங்கும் தேடவேண்டாம். கண், காது, மனம் மூன்றையும் திறந்து வையுங்கள். அதுவே அட்ரஸ் விசாரித்துக்கொண்டு உங்கள் வீடு தேடி வரும். வரும்போது கெட்டியாகப் பிடித்துக்கொள்ளுங்கள். அதைக்கொண்டு தொழில் துவங்குங்கள்.

'சிறந்த ஸ்டார்ட் அப் ஐடியாக்களில் மூன்று தன்மைகள் இருப்பதைக் காண்கிறேன்' என்கிறார் 'பால் கிரஹாம்'. தொழில் துவங்கியவர்களுக்கு அவர்கள் கண்டுபிடிப்பு தேவைப் பட்டிருக்கும். அவர்களே அதை தயாரிக்க முடிந்ததாய் இருக்கும். அவர்கள் கண்டுபிடிப்பின் மதிப்பு மற்றவர்களுக்கு எளிதில் புரியாமல் இருக்கும்.

'ஆப்பிள்', 'கூகுள்', 'மைக்ரோசாஃப்ட்', 'யாஹூ', 'ஃபேஸ்புக்' என்று பல வெற்றி ஸ்டார்ட் அப்ஸ் துவங்கியது இப்படித்தான் என்று பட்டியலிடுகிறார் கிரஹாம்.

வரும் வருடம் யாராவது ஒருவர் உங்களுக்குத் தேவையான ஒரு புதிய பொருளை அல்லது சேவையைக் கண்டுபிடித்து விற்கத்தான் போகிறார். நீங்களும் அதை வாங்கும்போது 'சே, இந்த ஐடியா எப்படி எனக்குத் தோணாம போச்சு?' என்று அலுத்துக் கொள்ளத்தான் போகிறீர்கள்.

நம் பிரச்னை, இல்லை மற்றவர் பிரச்னையிலிருந்து ஏன் துவங்குவது?

தொழில் துவங்கி, புதிய பொருளை அறிமுகப்படுத்தி, தீர்த்து வைக்க ஒரு பிரச்னை இருக்கிறது என்பதை உறுதி செய்து கொள்ளத்தான். உங்கள் ஸ்டார்ட் அப் ஐடியா ஒரு பிரச்னைக்குத் தீர்வாக இருக்கவேண்டும். அப்பொழுதுதான் உங்கள் பொருளுக்கு மார்க்கெட் இருக்கிறது என்று அர்த்தம். யாருக்கும் இல்லாத பிரச்னையை தீர்க்கக் கிளம்புவதால்தான் பல ஸ்டார்ட் அப் தோல்வியடைகின்றன.

'ஓர் ஐடியாவின் மதிப்பு அதன் உபயோகத்தில் இருக்கிறது' என்றார் 'தாமஸ் ஆல்வா எடிசன்'. இது தெரிந்தும் ஏன் எதற்கும் தீர்வு தராத தொழில் துவங்குகிறார்கள்?

ஏனெனில் அவர்கள் ஸ்டார்ட் அப் துவங்கவேண்டும் என்று முடிவு செய்து அதற்காக மெனெக்கெட்டு ஐடியா தேடுகிறார்கள். அதனாலேயே கிடைக்கும் ஐடியா கொண்டு அல்லது இருக்கும் தொழில் நுட்பம் கொண்டு ஸ்டார்ட் அப் துவங்குகிறார்கள். ஆளே இல்லாத கடைக்கு டீ ஆற்றுகிறார்கள். கடைசியில் விற்க முடியாமல் ஷட்டரை மூடி எஸ்கேப் ஆகிறார்கள்.

ஸ்டார்ட் அப் துவங்க ஓர் ஐடியா கிடைத்தால் உங்களை நீங்களே சில கேள்விகள் கேளுங்கள். இப்புதிய பொருள் யாருக்கு வேண்டும்? யாருக்கு இதன் பயன் பெரியதாகத் தெரியும்? நீங்கள் அளிப்பது சுமாரான தீர்வாக இருந்தாலும் அதைக் காசு கொடுத்து வாங்கும் அளவிற்கு வாடிக்கையாளர்கள் இருக்கிறார்களா?

எல்லா கேள்விகளுக்கும் விடை 'இல்லை' என்றால் அது ஸ்டார்ட் அப் ஐடியாவே இல்லை. முதல் காரியமாக அந்த ஐடியாவை தலையைச் சுற்றி தூர எறியுங்கள். அக்கேள்விகளுக்கு 'ஆம்' என்று விடை பெற்றதால் துவங்கப்பட்ட ஸ்டார்ட் அப்ஸ் தான் வெற்றி பெற்றன. பெறுகின்றன!

வெற்றி பெற்ற தொழில் நிறுவனர்கள் தங்கள் மனதை ஸ்டார்ட் அப் ஐடியாவிற்கு தயாராக வைத்திருந்தார்கள். மண் தயாராக இருந்தால் மட்டுமே அதில் விழும் விதை விருட்சமாக வளரும்.

ஸ்டார்ட் அப் ஐடியாவை ரூம் போட்டு யோசிக்காதீர்கள். உங்களைச் சுற்றிப் பாருங்கள். தீர்வுகளைத் தேடி பிரச்னைகள் பல காத்திருப்பதைப் பார்ப்பீர்கள். துணி தோய்த்து அயர்ன் செய்ய நேரமில்லாதபோது 'யாராவது இந்தக் கர்மத்தை எடுத்துட்டுப் போய் நல்லா தோய்ச்சு அயர்ன் பண்ணித் தந்தா எவ்வளவு சௌகரியமா இருக்கும்' என்று அலுத்துக்கொண்டது ஞாபகம் இருக்கிறதா? சரியான App ஒன்றைச் செய்து வாடிக்கையாளரை அதன் மூலம் ஆர்டர் செய்ய வைத்து நீங்களே அதை ஒரு தொழிலாகச் செய்தால் அடுத்த 'ஓலா' நீங்கள்தானே!

'இனிமே தானா இவனுக்கு எவளாவது பிறந்து வரப் போறா? எங்கேயோ பிறந்திருக்கா, அவளைத் தேடிப் பிடிக்கணும்'. நமக்கு பெண் தேடும்போது வீட்டிலுள்ளவர்கள் யாராவது இதைச் சொல்லக் கேட்டிருப்பீர்கள். உங்களை அடுத்த 'பில் கேட்ஸ்' ஆக்கும் ஸ்டார்ட் அப் ஐடியா அதுபோல் உங்களைச் சுற்றித்தான் இருக்கிறது.

கர்ம சிரத்தையாகத் தேடுங்கள். கண்டிப்பாகக் கிடைப்பாள்!

7. எங்கே ஐடியா?

ஸ்டார்ட் அப் ஐடியாபற்றி பேசிக்கொண்டிந்தோமே எதாவது கிடைத்ததா? கிடைத்தது என்றால் எதற்கு இதைப் படித்துக் கொண்டு? போய் தொழில் துவங்கும் வேலையைப் பாருங்கள். மற்றவர்கள் மட்டும் இருங்கள். ஐடியா கிடைக்கும் வழிபற்றிப் பேசுவோம்.

உங்களை தினசரி வெறுப்பேற்றும் விஷயம் ஏதாவது இருக்கிறதா? அதற்குத் தீர்வு தேடினீர்களா? ஏன் மெனெக்கெடுகிறீர்கள். நானே அப்படி ஒரு தினப்படி மேட்டரை நினைவுபடுத்துகிறேன்.

காலை உங்களை அலாரம் அலறி எழுப்பும்போது இன்னும் அஞ்சு நிமிஷம் தூங்கலாம் என்று அதை அணைத்துவிட்டு லேட்டாக எழுந்து தொலைத்து, 'சே, நாளைலேருந்தாவது சீக்கிரம் எழுந்துக்கனும்' என்று கங்கனம் கட்டி அடுத்த நாளும் அதே அலாரம், அதே அஞ்சு நிமிஷம், அதே லேட்டாய் எழுந்து கடுப்பாகிறவரா நீங்கள்?

ஒன்று சொல்வேன், தவறாக நினைக்கக்கூடாது. இரவில் மொடா குடி குடித்துவிட்டு மறுநாள் காலை மண்டையை உடையும் தலைவலியோடு எழுந்து, 'இனிமே சத்தியமா குடிக்க மாட்டேன்' என்று முடிவு செய்து அன்று இரவே குடிப்பவருக்கும் உங்களுக்கும் ஆறு வித்தியாசங்கள் கூற முடியமா?

சரி, அதை விடுங்கள். அந்த அலாரம் விஷயம் உங்களுக்கு பிரச்னையாகத் தெரியவில்லையா?

உங்களுக்குத் தெரியாமல் இருக்கலாம். ஆனால் தெரிந்தது அமெரிக்க கல்லூரியில் படித்துக்கொண்டிருந்த 'கெளரி நந்தா' என்ற இந்திய பெண்ணிற்கு. நீங்களும் நானும் சும்மா இருந்தோம். ஆனால் அவர் தீர்வு தேடினார். அதன் விளைவாகப் பிறந்தது 'க்ளாக்கி' என்ற சின்ன அலாரம்.

அல்ப அலாரம்தானே என்று நினைக்காதீர்கள். எமகாதக எந்திரம் அது. அலாரம்தான். அலறும். இன்னும் ஐந்து நிமிடம் தூங்குவோம் என்று அதன் பட்டனை அழுத்த நினைத்தால் டேபிளிலிருந்து குதித்து ஓடும். அதுவும் அலறிக்கொண்டே ஓடும். அச்சத்தம் பொறுக்கமுடியாமல் அதைத் துரத்திக்கொண்டு ஓடினால் உங்கள் கையில் அகப்படாமல் ரூம் முழுவதும் அலறிக்கொண்டு ஓடும். ஒளிந்துகொள்ளும். அதைத் தேடிப்பிடித்து அணைப்பதற்குள் தூக்கம் கலைந்துவிடும்.

சரி, அடுத்த நாள் காலை அது ஓடும் திசை தெரிந்து தூக்கம் கலைவதற்குள் அதைப் பிடித்து அணைக்கலாம் என்று மனப்பால் குடிக்காதீர்கள். ஒவ்வொரு நாளும் வெவ்வேறு திசை, வெவ்வேறு ஸ்பீடில் ஓடும்படி அதனுள் ஒரு மைக்ரோ ப்ராசஸர் வைத்திருக் கிறார்கள். லேட்டாக எழலாம் என்று நினைப்பவர் ஆசையில் பாலை ஊற்ற. தினம் சீக்கிரம் எழு வைத்து உங்கள் வயிற்றில் பாலை வார்க்க!

யோசித்துப் பாருங்கள். தினம் சந்திக்கும் ஒரு சின்ன பிரச்னை. அதற்கு தீர்வைக் கண்டுபிடித்து ஒரு ஸ்டார்ட் அப் துவங்கி சுமார் ஒன்றரை மில்லியன் டாலர்வரை விற்பனை செய்து காட்டி இருக்கிறார் ஒரு மாணவி. நீங்கள் என்னடா என்றால், ஐடியா கிடைக்கவில்லை என்று அலாரம் வைத்து தினம் எழுந்து யோசிக்கிறீர்கள்!

கையில் ஒரு புத்தகம் வைத்துக்கொண்டு இதுபோல் தினம் உங்களை கடுப்பேற்றும் விஷயங்களைக் குறித்துக்கொள்ளுங்கள். நண்டு சிண்டாய் உள்ள விஷயங்களைத் தீர்க்கும் முயற்சிகள்தான் ஸ்டார்ட் அப் ஆகி உலகம் முழுவதும் பரவி வெற்றி பெற்றிருக்கின்றன என்பதை உணருங்கள். முடிந்தால் 'ஊபர்', 'ஏர்பிஎன்பி', 'ரூம்பா' போன்ற ஸ்டார்ட் அப் வெற்றி கதைகளை நெட்டில் படியுங்கள்.

நெட் என்றதும் ஞாபகம் வருகிறது. உங்களுக்கு ஐடியா தோன்றவில்லை என்றாலும் மற்ற நாடுகளில் துவங்கப்பட்டு

வெற்றி பெற்ற ஸ்டார்ட் அப் கதைகளைத் தேடிப் பிடியுங்கள். அவர்கள் வெற்ற பெற்ற விதங்களை ஆழப் படியுங்கள். அந்த ஐடியாக்களில் நம்மூருக்கு ஏற்றபடி இருக்கும் ஒன்றை செலக்ட் செய்து அதை இங்கு துவக்கும் சாத்தியக்கூறை ஆராயுங்கள்.

'என்னது, காப்பியடிக்கச் சொல்கிறாயா' என்று கோபப்படாதீர்கள். காப்பி என்று ஏன் கொச்சைப்படுத்துகிறீர்கள். அப்படிக் கூறாமல் அதற்கு உத்வேகம், இன்ஸ்பிரேஷன் என்று பெயர் வைத்து அதையே தொழிலாகச் செய்யும் நம்மூர் சினிமாக்காரர்கள் சிலரை நினைத்துப் பாருங்கள். உங்களுக்கு தைரியம் வரும். அவர்களாவது தங்கள் பிழைப்புக்கு காப்பியடிப்பதைத் தொழிலாகச் செய்கிறார்கள். நீங்கள் மக்கள் பிரச்னை தீர்க்கச் செய்கிறீர்கள் என்று நினைத்துக்கொள்ளுங்களேன்!

இதெல்லாம்கூட வேண்டாம் சார். உங்களுக்கு பிடித்த விஷயம் ஏதாவது இருக்கிறதா? அதை ஓர் ஐடியா ஆக்கி ஸ்டார்ட் அப் துவக்கமுடியுமா என்று ஆராயுங்கள்.

'ஹானா மையர்ஸ்' என்ற இங்கிலாந்து பெண்ணிற்கு மலைகளில் சைக்கிள் ஓட்டிப் பழகப் பிடிக்கும். அந்நேரங்களில் அணிவதற்கான பிரத்யேக உடை ஆண்களுக்காக மட்டுமே இருப்பதும், பெண்களுக்கென பிரத்யேகமாக இல்லாததையும் உணர்ந்தார். கிடைத்த உடையை வாங்கி அணிவதற்கு மிகவும் சிரமப்பட்டார். பார்த்தார் அந்தப் பெண்மணி. தனக்கென்று பிரத்யேகமாக உடையை வடிவமைத்தார். அநியாயத்திற்கு சௌகரியமாக இருப்பதை உணர்ந்து பெண்களுக்காக அவ்வகை உடையைச் செய்வதைத் தொழிலாக்கினார். ஒரு சில மலைகளையே காசு கொடுத்து வாங்கும் அளவிற்கு இன்று வளர்ந்து வசதியாகிவிட்டார்!

உலகை வெல்லும் ஸ்டார்ட் அப் ஐடியாக்கள் ஐன்ஸ்டீன், நியூட்டன், எடிசன் போன்ற மேதைகளுக்குத்தான் கிடைக்கும் என்று நினைக்காதீர்கள். சுமாரான ஆட்கள்கூட சிம்பிளாகச் சிந்தித்தால் சல்லிசாகக் கிடைப்பவை. ஒன்றும் வேண்டாம். உங்களுக்கு நாய், பூனை வளர்க்க ஆசையா? ஆம் என்றால் அதையே பிசினஸாக்கி ஆர்கனைஸ்டாக செய்து ஊரெல்லாம் pet store செயின் ஒன்றைத் திறக்க முடியுமா என்று பாருங்களேன். பிடித்தமான விஷயமாகவும் ஆயிற்று. செய்வதற்கு தொழிலாகவும் ஆயிற்று. இன்றைய நிலையில் அபரிமிதமான வளர்ச்சி கண்டு வரும் மார்க்கெட் அது.

நாய் விற்ற காசு குறைக்காதாமே!

8. வாடிக்கையாளரிடம் கேட்காதீர்கள்

ஸ்டார்ட் அப் ஐடியா கிடைக்க எதற்கு இத்தனை மெனெக்கெட்டுக் கொண்டு இருக்கவேண்டும்? நேராக வாடிக்கையாளரிடமே சென்று அவருக்கு என்னவேண்டும், எப்படிவேண்டும் என்று கேட்டுவிட்டால் போயிற்று என்று தோன்றுகிறதா?

என்ன இருந்தாலும் நம் பொருளை வாங்கப்போவது அவர்தானே. அவரிடம் கேட்பதுதான் புத்திசாலித்தனம் என்றுகூடத் தோன்றும். சாரி, அநியாயத்திற்கு இது தப்பாட்டம்.

ஓர் உதாரணம் கொண்டு இதை விளக்குகிறேன். சாலீஸ்வரம் அனுக்ரஹம் உள்ளவர்கள் பேப்பர், லெட்டர் போன்றவற்றை தெளிவாகப் பார்த்துப் படிக்கத் திணறுவார்கள். காரணம் வெள்ளெழுத்து. நாற்பது வயதானால் எழுத்து மங்கலாகத் தெரிய ஆரம்பிக்கும். அதனால்தான் இதை சாலீஸ்வரம் என்கிறார்கள். சமஸ்கிருதத்தில் சாலீஸ் என்பதற்கு நாற்பது என்று அர்த்தம்!

அப்பேற்பட்டவர்கள் தங்கள் செல்ஃபோனில் உள்ள எழுத்துக்களை படிக்கக்கூட ரீடிங் க்ளாஸ் தேவை. மற்ற நேரங்களில் கண்ணாடி தேவையில்லை என்பதால் இவர்கள் சமயத்தில் வெளியே செல்லும் போது கண்ணாடி எடுத்துக்கொண்டு செல்ல மறப்பார்கள். அந்நேரம் பார்த்துத்தான் செல்லில் மெசேஜ்

வரும், அல்லது செல்லில் ஒரு பெயரைத் தேடி ஃபோன் செய்ய வேண்டியிருக்கும். அதுபோன்ற நேரங்களில் படிக்க முடியாமல் சாலீஸ்வரம் சனீஸ்வர ரேஞ்சிற்கு அவர்களை பாடாய் படுத்தும்.

அவர்கள் மறதிக்கு என்ன செய்வது? அவர்களிடமே சென்று என்ன வேண்டுமென்று கேட்டால் அவர்கள்தான் என்ன பதில் சொல்வார்கள்?

அவர்களிடம் கேட்டால் கிடைக்காத தீர்வை அவர்கள் படும் கஷ்டத்தைப் பார்த்துப் புரிந்துகொண்டது 'Thin Optics' என்ற கம்பெனி. எதை வேண்டுமானாலும் மக்கள் மறந்துவிட்டு செல்வார்களே தவிர செல்ஃபோனை ஞாபகமாக எடுத்துக் கொண்டு செல்வார்கள் என்பதை அக்கம்பெனி உணர்ந்தது. மூக்கின் மீது மட்டும் அமரும் சின்ன சைஸ் ரீடிங் க்ளாஸ் செய்து அதை ஒரு சின்ன லெதர் பைக்குள் வைத்து அதை செல்ஃபோன் பின்புறம் ஒட்டும்படி தயாரித்தது. செல்ஃபோன் செல்லும் இடமெல்லாம் அந்த ரீடிங் க்ளாஸ் கட்டாயம் செல்லும். மெசேஜ் படிக்கவோ ஃபோன் செய்யவோ செல்ஃபோன் பின்புறம் உள்ள பையிலிருந்து கண்ணாடியை எடுத்து பாஷா படத்தில் ரஜினிகாந்த் மூக்கின்மீது இருக்கும் கண்ணாடிபோல ஒட்ட வைத்து, படித்து முடித்த பின் மீண்டும் அதை எடுத்து செல்ஃபோன் பின்புற பையில் வைக்கும் வசதி. சாலீஸ்வர தோஷத்திற்கு பரிகாரமாக விளங்கும் இவ்வகைக் கண்ணாடிகள் இன்று உலகெங்கும் சக்கைப் போடு போடுகிறது!

அந்த ஐடியாவை வாடிக்கையாளர் கம்பெனிக்குத் தரவில்லை என்பதைக் கவனியுங்கள். அவர்கள் படும் அவஸ்தையைக் கவனித்து கம்பெனியே கண்ணாடி போடாமல் பார்த்துத் தெரிந்து கொண்டது என்பதுதான் இதில் விசேஷம்!

தங்களுக்கு என்ன தேவை என்பது வாடிக்கையாளருக்குத் தெரியாது. தெரியாததை அவர்களிடம் கேட்டால் என்ன கூறப்போகிறார்கள்? தெரியாது என்று சொல்ல வராது. கேட்ட பாவத்திற்கு சொல்லவேண்டுமே என்று விலை குறைத்து கொடுக்க முடியுமா என்று வேண்டுமானால் கேட்பார்கள். அவர்களுக்குத் தெரிந்தது அவ்வளவுதான்.

என்ன வேண்டும் என்று கேட்கும்போது வாடிக்கையாளரால் அப்பொழுது அவர்கள் அறிவிற்கும், அனுபவத்துக்கும் உட்பட்டுத் தான் விடையளிக்க முடிகிறது. தங்கள் தேவையை உணர்ந்து அதற்கான தீர்வை கற்பனை செய்து அதை விளக்கிக் கூறும் திறன்

அவர்களிடம் இல்லை. அதைத் தெளிவாக உணர்ந்து அதற்கேற்ற தீர்வை ஒரு பொருளாக்கி அவர்களிடம் தரும்போது, 'ஆஹா, எத்தனை சௌகரியமாக இருக்கிறது. இதைத்தான் எதிர் பார்த்திருந்தேன்' என்று அப்பொருளை க்யூ கட்டி வாங்குவார்கள்.

'நாம் அனைவரும் நம் அனுபவங்களால் கட்டுண்ட கைதிகள்' என்கிறார் அமெரிக்க பத்திரிக்கையாளர் 'எட்வர்ட்மர்ரோ'. வாடிக்கை யாளருக்கு என்ன தெரியுமோ, எதை நம்புகிறாராரோ என்ன அனுபவப்பட்டாரோ அதன் கைதியாகிறார். அதனாலேயே தான் பயன்படுத்தும் பொருள் இப்படித்தான் இருக்கமுடியும், இதைத்தான் செய்யமுடியும், இப்படி மட்டுமே செய்யமுடியும் என்று முடிவு செய்து அந்த வட்டத்திற்குள் மட்டுமே தன் எண்ணங்களையும் எதிர்பார்ப்புக்களையும் சுருக்கிக்கொள்கிறார். தன் தேவையைப் பூர்த்தி செய்யக்கூடிய பொருள் வேறு என்ன இருக்கலாம், எப்படி இருக்கலாம், அது வேறெப்படி பயன்படலாம் என்று கற்பனைசெய்து பார்க்க அவரால் முடிவதில்லை. நீங்கள் என்னடா என்றால் அவரிடம் போய் புதிய பொருளுக்கு ஐடியா கேட்பேன் என்கிறீர்கள். நடக்கிற காரியமா இது!

வாடிக்கையாளர் தேவையை பூர்த்தி செய்து உலகெங்கும் வெற்றி பெற்ற ஸ்டார்ட் அப் ஐடியாக்கள் எதுவும் அவர்கள் வாய்விட்டுக் கேட்டு வந்ததில்லை.

'சின்ன வயதில் ஸ்ரீராமநவமி அன்று என் பாட்டி சுவையான பானகம் செய்வார் பாருங்கள். அதுபோல் குடித்து எத்தனை வருஷங்கள் ஆகிறது. இன்று யாருக்கு அப்படி செய்யத் தெரிகிறது' என்று அங்கலாயப்பதோடு நிறுத்திக்கொள்ளத்தான் மக்களால் முடிகிறதே ஒழிய தன் தேவையை மார்க்கெட்டரிடம் கூறி டெட்ராபாக் மாதிரியான ஒரு பேக்கில் ராமநவமி சமயத்தில் பானகத்தை ஊற்றித் தாருங்களேன் என்று கேட்கத் தோன்றுவதில்லை. ஆனால் அவர்கள் ஏக்கத்தைப் புரிந்துகொண்ட 'ஹெக்டர் பெவெரேஜஸ்' என்ற ஸ்டார்ட் அப் 'பேப்பர் போட்' என்ற பிராண்டை அறிமுகப்படுத்தி பானகம் முதல் நம் பழங்கால பதார்த்தங்களான 'ஜல் ஜீரா', 'நீர் மோர்' என்று விதவிதமாக அறிமுகப்படுத்தியது. மடமடவென்று விற்கிறது.

வாடிக்கையாளரிடம்சென்றுகேட்க ஸ்டார்ட் அப் ஐடியா ஒன்றும் கைமாத்து அல்ல. அவரைக் கவனித்து, அவர் தேவையை அவருக்கு முன் புரிந்துகொண்டு அதைத் தீர்க்கும் வைத்தியம்!

9. சந்தைப் போக்கு

ஸ்டார்ட் அப் துவங்க வாடிக்கையாளர் தேவையை தேடுவது ஒரு வழியென்றால், இன்னொரு வழி சந்தைப் போக்கை சப்ஜாடாய் ஸ்டடி செய்வது.

சந்தைப்போக்கு என்பது தீர்க்கமான திசையை நோக்கி நகரும் வாடிக்கையாளர்களின் மனப்பாங்கு. நம் எண்ணங்களில் மாற்றத்தை ஏற்படுத்தி வாழும்முறையை மாற்றி, நாம் வாங்கும் பொருள்களில் மாற்றங்கள் கொண்டுவரும் சக்திகொண்டவை சந்தைப் போக்குகள்.

ஓர் உதாரணம் கொண்டு இதைப் பார்ப்போம். சமீப காலமாக ந்யூகிளியர் குடும்பங்கள் பெருகி வருகிறது. அதோடு பெண்கள் வேலைக்குச் செல்வதும் அதிகரித்திருக்கிறது. இவை இரண்டுமே வெவ்வேறு சந்தைப் போக்குகள். இதனால் மக்கள் வாழும் முறைகளிலும் அவர்கள் பொருள் வாங்கும் விதங்களிலும் பெரிய மாற்றங்கள் நடந்து வருகிறது. காலை எழுந்து ஃபில்டர் காப்பி போட நேரமில்லை. போட்டு ரெடியாக வைக்க பாட்டிகளும் இல்லை. இதனால் பிறந்தது இன்ஸ்டெண்ட் காப்பி. டக்கென்று போட்டு பட்டென்று குடிக்க.

ஆனால் ஃபில்டர் காப்பி மீதிருந்த மக்கள் ஆசையை, அதைப் போட நேரம் இல்லையே என்ற ஆதங்கத்தைத் தீர்க்கப் பிறந்திருக்கின்றன

ரெடிமேட் டிகாக்ஷன் பிராண்டுகள். சின்ன பாட்டிலில் டிகாக்ஷனை அடைத்து ஒரு வாரம் பத்து நாள்வரை கெடாமல் தயாரித்து அதைக் கடைகளில் விற்று, காலையில் நம்மை எழுப்பி கூடவே காசும் பண்ணுகின்றன சாமர்த்தியமான ஸ்டார்ட் அப்ஸ். அதாவது சந்தைப் போக்கைக் கவனித்து அதற்கேற்ப சமயோஜிதமாகச் சிந்தித்துச் சிறப்புற்றிருக்கும் ஸ்டார்ட் அப்ஸ்!

சந்தைப் போக்குகள் நாளுக்குநாள் மாறுபவை அல்ல. மக்கள் மனதில் மெதுவாகப் பிறந்து பதமாக வளர்ந்து வெகு காலம் நின்றுநிலைக்கும் தன்மை உள்ளவை. மேலும் சந்தைப் போக்குகள் ஒரு குறிப்பிட்ட பொருள் பிரிவை மட்டுமே பாதிக்காமல் பல பொருள் பிரிவுகளையும் அதன் பயன்பாட்டையும் பாதிக்கும்.

பெண்கள் வேலைக்குப் போவதால் வளர்ந்தது இன்ஸ்டண்ட் டிகாக்ஷன் மட்டுமல்ல. ஆபீஸ் செல்லும் அவசரத்திற்கு அவர்களுக்கு சமையலறையில் ஈடுகொடுக்கும் 'எம்டிஆர்' ரெடி டு குக் ஐட்டம் முதல் யாரையும் நம்பாமல் நினைத்த இடத்திற்குப் போய் வர உதவும் 'ஸ்கூட்டி' வரை பல பொருள் பிரிவுகளும் பிராண்டுகளும் பிறந்து வளர்ந்து இன்று மார்க்கெட்டில் பின்னிப் பெடலெடுக்கின்றன. எல்லாம் சந்தைப் போக்கின் தயவால்!

சந்தைப் போக்குகள் பெரும்பான்மையான மக்கள் வாழ்க்கையை வாழும் முறையை மாற்றி அமைக்கும் சக்தி கொண்டவை. சந்தைப் போக்கு இந்த நேரம் வருவேன் என்று கூறவும் கூறாது. இன்னார் சொன்னார் என்பதற்காக வந்தும் நிற்காது. அது ஒரு சுயம்பு லிங்கம். சமுதாய, கலாச்சார மாற்றங்களால் தானாகப் பிறந்து அதுவாக வளர்ந்து மெதுவாக மக்களை ஆட்கொள்ளும். மற்றவருக்கு முன் அதைக் கண்டுபிடித்து தரிசிப்பவர்களுக்கு மட்டும் இருள் நீக்கி அருள் பாலிக்கும்.

சந்தைப் போக்கு நீண்டகாலம் நிலைத்து நிற்பவை. நேற்றுப் பெய்த மழையில் இன்று முளைக்கும் காளான் அல்ல. அவை அரச மரங்கள். மெதுவாய் சத்தமில்லாமல் தோன்றி வேறூன்றி விருட்சமாகி பல காலம் நிலைத்து நிற்பவை.

சமீப காலமாக சுற்றுப்புறச் சூழல்மீது சிறுவர்களுக்கும் இளைஞர் களுக்கும் ஓர் ஈர்ப்பு வளர்ந்து வருவதைக் கவனித்திருப்பீர்கள். சுற்றுச் சூழலை மாசுபடுத்துகிறது என்று பட்டாசு கொளுத்துவதைக் குறையுங்கள் என்று பல பள்ளிச் சிறுவர்கள் கையில் போர்டு தூக்கித் திரிவதைப் பார்த்திருப்பீர்கள். ப்ளாஸ்டிக் பைகளில் பொருள்களை பேக் செய்து தரும் கடைகளைப் புறக்கணியுங்கள் என்று

பார்ப்பவர்களிடம் கூறுவதைக் கேட்டிருப்பீர்கள். இதுவும் ஒரு சந்தைப் போக்கே. இன்று சிறிய அளவில் இருந்தாலும் இது வளர்ந்து பிற்காலத்தில் பெரிய சந்தைப் போக்காக வளர்ந்து பல பொருள் பிரிவுகளை பிராண்டுகளை பாதிக்கப்போகும் அறிகுறி இப்பொழுதே தெரிகிறது. இந்த சந்தைப் போக்கில் புதைத்து கிடக்கும் ஸ்டார்ட் அப் ஐடியாக்கள் உங்களுக்குத் தெரிகிறதா!

பொருள்களை பாதிப்பவை அல்ல சந்தைப் போக்குகள். வாடிக்கை யாளர்களின் சிந்தனைகளை, வாழ்க்கைமுறைகளை பாதிப்பவை. வாழும் முறையை, வாங்கும் பொருள்களை பாதிப்பவை.

முன்பு கூடு சைசில் வீடு இருந்தாலும் ஊருக்கு நடுவில் குடியிருக்கத் தான் விரும்பினார்கள் வசதி படைத்தவர்கள். ஆனால் இன்று நகரின் சத்தம், சஞ்சலம் பிடிக்காமல் ஊருக்கு வெளியே குடியிருக்க விரும்புகிறார்கள். இதனால்தான் சென்னை இன்று செங்கல்பட்டு வரை பரவி மாமல்லபுரம்வரை விரிந்திருக்கிறது. இச்சந்தைப் போக்கால் எத்தனை மாற்றங்கள், எத்தனை பொருள் பிரிவுகள் பாதிக்கப்பட்டிருக்கின்றன பாருங்கள். ஊரின் பிரபலமான பள்ளிகள் முதல் மருத்துவமனைகள் வரை, சூப்பர் மார்கெட்கள் முதல் மால்கள் வரை இன்று ஊருக்கு வெளியே கிளை திறக்கவேண்டியிருப்பதைக் கவனியுங்கள்.

இது ஒரு பக்கம் இருக்க, இச்சந்தைப் போக்கு எத்தனை புதிய பொருள்களுக்கு வழி வகுத்திருக்கிறது என்று சிந்தித்தால் ஸ்டார்ட் அப் ஐடியா சரமாரியாகக் கொட்டும். ஊருக்கு வெளியிலிருந்து நகருக்குள் ஆபீஸ் செல்ல தினம் காரில் வருபவர்களில் பெரும் பாலானவர்கள் காலை டிஃபன் சாப்பிடுவதில்லை என்கிறது ஓர் ஆய்வு. அவர்களுக்கு வரும் வழியில் ரெடிமேடாய், ஈசியாக, காரிலேயே சாப்பிடும்வகையில் டிஃபன் பேக் செய்து விற்க முயன்றால் எத்தனை செளகரியம் என்று கணக்கிடுங்கள். நம்மூரைப் போலவே அமெரிக்காவில் ஊருக்கு வெளியே கடை திறந்து இன்று கடல் கடந்து வளர்ந்திருக்கும் 'டன்கின் டோனட்ஸ்' போன்ற கம்பெனிகளின் கதையைப் படியுங்கள்.

உங்களுக்கே கபகபவென்று ஸ்டார்ட் அப் பசியெடுக்கத் துவங்கும்!

10. விலகுதல் கோட்பாடு

ஸ்டார்ட் அப் துவங்க புதிய பொருளுக்கு ஐடியா பெறும் வழிகள் பற்றிப் பார்த்தோம். புதிய பொருள் கொண்டுவருவதைவிடச் சிறந்த வழி ஒன்று உண்டு. புதிய பொருள் பிரிவையே படைப்பது!

புதிய பொருளை அறிமுகப்படுத்தினால் உங்களுக்குத்தான் அது புதிய பொருள். அப்பொருள் பிரிவில் ஏற்கெனவே இருக்கும் பல பொருள்களில் அதுவும் ஒன்று, அவ்வளவே. அக்கூட்டத்தில் காட்டுக் கத்தல் கத்தினாலும் கஸ்டமர் காதில் விழுவது கடினம்.

அதற்கு பதில் புதிய பொருள் பிரிவை அறிமுகப்படுத்தும்போது நீங்கள் தான் முதல் ஆள். போட்டி இல்லை. கத்தத் தேவையில்லை. நீங்கள் தான் தனிக்காட்டு ராஜா.

ஷாம்பு மார்க்கெட்டில் புதிய பிராண்டுகள் வருகின்றன. பத்தோடு பதினொன்றாக படாத பாடு படுகின்றன. ஆனால் அதே மார்க்கெட்டில் புதிய வடிவில் வந்த 'மீரா' தான் முதல் சீயக்காய் பேஸ்ட். ஒரு புதிய பொருள் பிரிவைப் படைத்தது. அன்றிலிருந்து இன்றுவரை அந்த மார்க்கெட்டின் நிரந்தர முதல்வர் அவளே!

புதிய பொருள் பிரிவுகள் பிறக்கும் விதம்பற்றி பல நூறு ஆண்டு களுக்கு முன்னேயே விளக்கிவிட்டுப் போயிருக்கிறார் 'சார்ல்ஸ் டார்வின்'. இனங்களில் புதிய பிரிவுகள் உருவாகும் ரகசியத்தைக்

கூறியவர். அவர் அளித்த பரிணாம வளர்ச்சித் தத்துவம் அதிகம் பேசப் பட்டாலும் அதற்கு ஆதாரமாக அவர் கூறியது விலகுதல் கோட்பாடு (Divergence). இனங்கள் விலகி அதிலிருந்து புதிய அவதாரங்கள் பிறந்தன என்றார். விலகுதல் கோட்பாடுதான் பரிணாம வளர்ச்சிக்கு வித்திட்டது.

பாந்தேரா என்ற மிருகம்தான் காலப்போக்கில் விலகி சிங்கம், புலி, ஜாகுவார், சிறுத்தை என்று புதிய இனங்களாகப் பிறந்து பரிணாம வளர்ச்சி பெற்றது. குரங்கு இனத்திலிருந்து விலகி காலப்போக்கில் வளர்ந்தவைதான் ஏப், கொரில்லா, சிம்பன்சி, ஒரங்குட்டான், கிப்பன் இன்ன பிற.

அந்த விலகுதல் கோட்பாடுதான் மார்க்கெட்டில் புதிய பொருள் பிரிவுகளைப் படைக்கிறது என்கிறார்கள் 'ஆல் ரீஸ்' மற்றும் அவர் மகள் 'லாரா ரீஸ்'. இவர்கள் எழுதிய சுவையான புத்தகம் *The Origin of Brands'*.

சோப் என்ற பொருள் பிரிவுதான் பிற்காலத்தில் நம் சௌகரியத்திற்கேற்ப லிக்விட் சோப், ஹாண்ட் வாஷ், சானிடைசர் என்று விலகியது.

பால் என்ற பொருள் பிரிவு பிரிந்து கண்டென்ஸ்ட் மில்க், டோண்ட் மில்க், ஸ்டாண்டர்டைஸ்ட் மில்க் என்று பிரிந்து அதுவும் பத்தாமல் ஏ1, ஏ2 என்று பாயிண்ட் டு பாயிண்ட் பஸ் நம்பர்போல் விலகியிருக்கிறது!

மார்க்கெட்டிங் என்பது பொருள்களுக்குள் நடக்கும் போட்டியல்ல. பொருள் பிரிவுகளிடையே நடக்கும் யுத்தம். புதிய பொருள் பிரிவை உருவாக்கும் பிராண்டுகள் பெரும்பாலும் வெற்றியடைகின்றன.

இருக்கும் பொருள் பிரிவில் புதிய பிராண்டாக நுழையும்போது வாடிக்கையாளர்கள் உங்கள் பிராண்டை மற்ற பிராண்டுகளோடு ஒப்பிட்டுப் பார்க்க முடிகிறது. ஆனால் புதிய புதிய பொருள் பிரிவை உருவாக்கி அதில் புதிய பிராண்டை அறிமுகப்படுத்தும்போது ஒப்பீடு செய்ய அப்பிரிவில் வேறு பிராண்டே இல்லையே. அதனாலேயே முதல் பிராண்டாய் நுழையும்போது அதற்கு அங்கீகாரமும் அரவணைப்பும் கிடைக்கிறது!

இயற்கையில் சுற்றுச் சூழலால் ஏற்படும் மாற்றங்கள்தான் இனங்கள் விலகக் காரணம் என்றால் தொழில் நுட்பம் மற்றும் மக்களின் சமூக கலாச்சார மாற்றங்கள்தான் பொருள்கள் விலகி புதிய பொருள் பிரிவுகள் பிறக்கக் காரணமாகின்றன.

தினம் குடிக்கும் 'காபி' விலகி ஃபில்டர் காபி, இன்ஸ்டண்ட் காபி, ஐஸ் காபி, காஃபீன் ஃப்ரீ காபி, கோல்ட் காபி என்று விலகியது நம் கலாச்சார மாற்றங்களினால்தானே. பெண்கள் வேலைக்குப் போவது அதிகரிக்க, வீட்டில் பெரியவர்கள் இல்லாத ந்யூக்ளியர் குடும்பங்கள் பெருகியதால் பிறந்தவைதானே மற்ற காபி சமாச்சாரங்கள் எல்லாம்!

பொருள் விலகி, அதிலிருந்து புதிய பொருள் பிரிவுகள் பிறக்கும் விதம், ஸ்டார்ட் அப் துவங்க நினைப்பவர்களுக்கு புதிய ஐடியாக்கள் தரும். இருக்கும் பொருள் பிரிவுகளைப் பிரித்து மேய்ந்து, வாடிக்கையாளர் தேவைகளை அது பூர்த்தி செய்யும் விதங்களை ஆராயும்போது புதிய பொருள் பிரிவிற்கான ஐடியா பிறக்கும். அப்படிப் புதிய பொருள் பிரிவைப் படைத்து அதில் முதல் பிராண்டாய் நுழைவதே வெற்றிக்கு வழி.

விலகுதல் கோட்பாட்டை கண்ணால் எளிதாகப் பார்க்க முடிவதில்லை. அதனாலேயே இதன் சக்தி நமக்குப் புரிவதில்லை. தோட்டத்திலுள்ள மரத்தில் புதிய கிளைகள் பிறப்பது நம் கண்ணிற்குத் தெரிகிறதா? ஆனால் பலநாள் கழித்து அதே மரத்தைப் பார்க்கும்போது 'எப்படி இந்த மரம் பெரிசாச்சு. புதுக் கிளைகள் எங்கிருந்து வந்தது' என்று ஆச்சரியப்பட வைக்கிறது!

புதிய பிராண்ட் என்பது ஒரு புதிய இனம் போல. சிங்கம் என்பது பிராண்ட் என்றால், புதிய பிராண்டை உருவாக்க சிங்கத்தையா மேம்படுத்துவீர்கள்? சிங்கத்தை எவ்வளவு மேம்படுத்தினாலும் கடைசிவரை சிங்கம்தானே. புதிய பிராண்ட் வேண்டுமென்றால் சிங்கம் பிரிந்து புலிஆனதுபோல், இருக்கும் பொருள் பிரிவைப் பிரித்து புதியதை அறிமுகப்படுத்தும் வழியைத் தேடுங்கள் என்பதே இயற்கை நமக்குக் கற்றுத்தரும் வழி. மீரா சீயக்காய் ஷாம்பு நமக்கு சொல்லித் தரும் பாடம்!

ஏகப்பட்ட பொருள் பிரிவுகள் இருக்க, எதில் எப்படி நுழைவது என்று குழம்பியிருக்கும் ஸ்டார்ட் அப் அபிமானிகளே, பல புதிய பொருள் பிரிவுகள் இன்னும் விலகாமல் காத்திருக்கின்றன.

உங்கள் வரவுக்கு தான் அவை வெயிட்டிங்!

11. தேவை, வாடிக்கையாளர் தேவை

திறமையாக மார்க்கெட்டிங் செய்தால் மக்கள் மனதில் தேவையை உருவாக்கி எந்தப் பொருளையும் அவர்களை வாங்கச் செய்ய முடியும் என்று பலர் நம்புகிறார்கள். வித்தியாசமான ஸ்டார்ட் அப் ஐடியா வாய்த்து, பெரிய முதலீடு செய்து, விளம்பரத்தைக் கூட்டினால் வாடிக்கையாளர் மனதில் தேவையை உருவாக்கலாம் என்பது பலர் வாதம்.

அந்த நினைப்பு உங்களுக்கும் இருந்தால் முதல் காரியமாக அதை தலையைச் சுற்றி தூர எறிந்து, அந்த எண்ணத்திற்கு எள்ளும் தண்ணீரும் விட்டு, முடிந்தால் கங்கை சென்று தலைமுழுகி பாவமன்னிப்பு பெறமுடியுமா என்று பாருங்கள். வாடிக்கையாளர் மனதில் தேவையை எந்த கொம்பனாலும் உருவாக்க முடியாது.

ஸ்டார்ட் அப் என்றால் என்ன?

மக்கள் தேவையைப் புரிந்து அதற்கான தீர்வை அறிந்து அதை மற்றவர்களைவிட சிறந்ததாகத் தரும் முயற்சி. இதன் ஆதாரமே மக்கள் தேவைதானே. அதுவே உங்கள் பிசினஸ் முயற்சியின் பிள்ளையார் சுழி.

தேவையில்லாததை யார் வாங்குவார்கள்? முதலில் நீங்கள் வாங்குவீர்களா?

'ஆடுறா ராமா' என்று விளம்பரக் குச்சியை ஆட்ட மார்க்கெட்டர் என்ற குரங்காட்டி தயாராக இருந்தாலும் அவர் சொன்னபடி ஆட வாடிக்கையாளர் குரங்கும் இல்லை. 'வா இந்தப் பக்கம்' என்று தாயத்து விற்பவன்போல் ஸ்டார்ட் அப் துவங்குபவர் அழைத்தால் 'வந்தேன்' என்று குரல் கொடுக்க வாடிக்கையாளர் போர்த்திப் படுத்திருக்கும் இளிச்சவாயனும் இல்லை!

சிறந்த ஒலிபரப்பு, சூப்பர் சேனல்கள், விளம்பரமே இல்லாத ரேடியோ ஒலிபரப்பு என்று துவங்கிய 'வர்ல்ட்ஸ்பேஸ்' சாடிலைட் ரேடியோ என்ற கம்பெனி மக்களை காசு கொடுத்து ரேடியோ கேட்க வைக்கும் வகையில் வாடிக்கையாளர் மனதில் தேவையை உருவாக்க முடியும் என்று நம்பி மார்க்கெட்டிற்குள் நுழைந்தது. போடும் ஓட்டுக்கே காசு வாங்கும் மக்களா கேட்கும் ரேடியோவிற்கு காசு கொடுக்கப் போகிறார்கள். ஒலியோடு பிறந்த கம்பெனி ஒரு சில வருடங்களிலேயே வலியோடு விலகியது!

தேவையை உருவாக்குவது என்பதை பலர் இன்னும் சரியாகப் புரிந்துகொள்ளவில்லை. விலையுர்ந்த கார் வாங்குபவர்களை உதாரணம் காட்டி 'அதோ பார், இத்தனை விலையுர்ந்த கார் அவர்களுக்குத் தேவையா. கார் கம்பெனிகள் விளம்பரப் படுத்துவதால் தானே வாங்குகிறார்கள்' என்கிறார்கள்.

உங்களுக்குத் தேவையில்லாமல் இருக்கலாம். ஆனால் மற்றவர்கள் முன் பந்தா காட்டவேண்டும் என்ற தேவை அவர்களுக்கு இருப்பதால் கடன் வாங்கியாவது அத்தகைய காரை வாங்கு கிறார்கள். ஆக, தேவை இருக்கிறது. வாங்குகிறார்கள். அவர்கள் மனதில் தேவை உருவாக்கப்படவில்லை. அந்தத் தேவையை பூர்த்தி செய்யும் வழியும் வடிகாலும் மட்டுமே உருவாக்கப்பட்டது.

வாடிக்கையாளர் பொருள் வாங்க அடித்தளம் அமைப்பது அவர் தேவை. வாடிக்கையாளர் மனதில் தேவையை உருவாக்க முடியுமென்றால் ஏன் இத்தனை புதிய பொருள்கள் தோல்வி அடைகின்றன. விளம்பரம், விற்பனை மேம்பாடு மூலம் வாடிக்கையாளர் மனதில் தேவையை உருவாக்கியிருக்க வேண்டுமே. முடியவில்லை என்பதால்தான் அத்தகைய பிராண்டுகள் முக்காடு போட்டு மூடிக்கொண்டு முனகுகின்றன.

பல நேரங்களில் தங்கள் தேவையை மக்கள் உணராமல் இருக்கலாம். அதை அவர்களுக்கு முன்னேயே உணர்ந்து அதற்கு தீர்வு தரும் வகையில் பொருளை அறிமுகப்படுத்தும்போது அப்பொருள் மார்க்கெட்டில் வெற்றியடைகிறது. அதற்காக

அப்பொருள் மக்கள் மனதில் தேவையை உருவாக்கியது என்று அர்த்தமல்ல.

'ஸ்விக்கி', 'ஸொமேட்டோ', 'ஃபுட் பாண்டா' போன்ற ஸ்டார்ட் அப்புக்கள் பிறந்ததால்தான் நாம் ஹோட்டலில் சாப்பிடத் துவங்கினோமா? இல்லை, அதுவரை ஹோட்டலிலிருந்து ஆர்டர் செய்ததே இல்லையா?

பறக்கும் உலகம், அவசர வாழ்க்கை, வேலைக்குச் செல்லும் மனைவி, ந்யூக்ளியர் குடும்பங்கள் என்ற இல்லறத்தில் எப்பொழுது வீட்டிற்கு வந்து என்ன சமைத்து எதைத் தின்பது என்ற குழப்பத்தால் ஹோட்டலுக்குச் சென்றோம். பின் அங்கு சென்று சாப்பிட நேரம் கிடைக்காமல் ஹோட்டலிலிருந்து ஆர்டர் செய்து சாப்பிடத் துவங்கினோம். சமையல், சர்வர் என்பதில் செலுத்திய கவனத்தை ஹோட்டல்கள் டெலிவரியில் சரிவர செலுத்தாததால் டெலிவரிகள் அநியாயத்திற்கு தாமதமாகி மதிய உணவு மாலை டிபன் நேரத்திற்கு வர ஹோட்டலுக்கும் வாடிக்கையாளர்களுக்கும் வாக்குவாதம் வலுத்தது. இத்தேவையை பார்த்த ஸ்டார்ட் அப்ஸ் 'அட, டெலிவரியையே தொழிலாகச் செய்தால் என்ன' என்று யூனிஃபார்ம் போட்ட படையோடு ஸ்கூட்டரில் இறங்கியது. நாமும் அவர்களை அன்னபூரணி ரேஞ்சிற்கு ஆராதித்து செல்ஃபோனில் ஆப்பை டவுன்லோடு செய்து அனுதினமும் ஆராதிக்கிறோம்.

ஆக, ஸ்விக்கி வகையறா நம் மனதில் தேவையை உருவாக்க வில்லை. இருந்த தேவையை பூர்த்தி செய்ய மார்க்கெட்டில் இறங்கினார்கள். பலர் இதைத்தான் தவறாகப் பார்த்து எது காரணம் எது விளைவு என்பதை சரியாகப் புரிந்துகொள்ளத் தவறுகின்றனர்.

பெரிய கம்பெனிமுதல் ஸ்டார்ட் அப்வரை தொழிலின் துவக்கம் வாடிக்கையாளர் தேவை. அது அவர் மனதில்தான் எழும். அதை மற்றவர் அவருக்காக எழுப்ப முடியாது. எழுப்ப நினைப்பவர்கள் தாங்களே கீழே விழவேண்டியிருக்கும்!

12. விற்குமா? விற்காதா?

ஒரு விஷயம் தவறிப் போனால் 'முன்னமே தெரியாம போச்சே' என்று புலம்புகிறோம். கிடைக்கவேண்டியது கிடைக்காமல் போனால் 'எனக்கென்ன ஜோசியமா தெரியும், கிடைக்காதுன்னு' என்று ஆதங்கப்படுகிறோம். நடப்பதை கவனிக்கலாம், ஆனால் நடக்க இருப்பதை கணிக்க முடியுமா? அதுவும் துவங்க இருக்கும் ஸ்டார்ட் அப்பில்.

தொழில் துவங்கப் பிடித்த ஐடியா சரிதான். அறிமுகப்படுத்தும் பொருளுக்கு மார்க்கெட்டும் உண்டு. சரி, செய்யப்போகும் தொழில் தழைக்குமா என்று கேட்டால் அதைக் காட்டும் மாயக் கண்ணாடியும் இல்லை. அதை கணித்துக் கூறும் மகாஜோசியரும் இல்லை. அப்படி எதேனும் யாராவது இருந்தால் சொல்லி அனுப்புகிறேன். அதுவரை அந்த வேலையை நீங்கள்தான் செய்ய வேண்டும். அதை எப்படிச் செய்வது என்பதைப்பற்றிய விவாதம்தான் இந்த அத்தியாய டாபிக்!

விற்க முடியாமல் மூடப்பட்ட சுமார் நூறு ஸ்டார்ட் அப்களை போஸ்ட் மார்ட்டம் செய்த அமெரிக்க ஆய்வு ஒன்று தோல்விக்கான முதல் காரணம் விற்க முயன்ற பொருளுக்கு வாடிக்கையாளர் டிமாண்ட் இல்லாததே என்கிறது. நாற்பத்தி இரண்டு சதவிகித ஸ்டார்ட் அப்ஸ் தோல்வியை தழுவுவது இதனாலாம்.

பணமில்லாமல் பூட்ட கேஸ் ஆனவை முப்பது சதவிகிதமே. தொழில்கள் வீழ்வது போட்டி நெருக்கடியால் இருக்குமோ என்று பார்த்தால் அப்படி ஃபனாலானவை இருபது சதவிகிதத்திற்கும் குறைவு.

நீங்கள் துவங்க நினைக்கும் ஸ்டார்ட் அப் போஸ்ட் மார்ட்டம் லிஸ்ட்டில் சேராமல் தப்பிக்க, உங்கள் ஐடியா சரியானதா என்று பார்ப்பது அத்தியாவசியமாகிறது.

முதல் காரியமாக போட்டி அதிகமிருக்கும் பொருள் பிரிவில் நுழையக்கூடாது என்று நினைக்காதீர்கள். முதல் ஆளாக ஒரு பொருள் பிரிவில் நுழைவது முதன்மைதான். ஆனால் எல்லாருக்கும் அந்த வாய்ப்பு அமைவதில்லை. அதனால் போட்டி இருக்கிறதே என்று நுழையாமல் இருக்காதீர்கள். ஏற்கெனவே பல போட்டியாளர்கள் இருந்தால் அந்தப் பொருள் பிரிவில் டிமாண்ட் இருக்கிறது என்று அர்த்தமாகிறது. அவர்கள் அளிக்கத் தவறிய பயன் ஏதேனும் உண்டா, அதை உங்கள் புதிய பொருளில் தந்து மக்களைக் கவரும் வழியை ஆராயுங்கள். 'கூகுள்' பிறந்தது இப்படித்தான்.

நீங்கள் நுழைய நினைக்கும் பொருள் பிரிவில் போட்டி அதிகம் இருந்தால் இன்னொரு பயனும் உண்டு. பலர் போட்டி போட்டுக் கத்துவதால் அப்பொருள் பிரிவு பற்றிய விழிப்புணர்வு மக்கள் மத்தியில் அதிகரிக்கும். அதன் விற்பனை கூடும். செல்ஃபோன், டிடிஎச் என்று பல பொருள் பிரிவுகள் வளர்ந்தது அதில் போட்டி அதிகரித்த பின் தான்.

நீங்கள் விற்க நினைக்கும் பொருள் பிரிவுபற்றியோ அது தீர்க்க நினைக்கும் தேவைபற்றியோ மக்கள் இணையத்தில் தேடுகிறார்களா என்று ஆராயுங்கள். தங்களுக்குத் தெரியாததை, உணர்ந்த தேவைகளை, பல கேள்விக்கான விடையை 'கூகுள்' செய்து தேடிப் பெருவது பெருகி வருகிறது. மாதா பிதா கூகுள் தெய்வம் என்று குரு கூகுளாய் மாறியிருக்கும் காலம் இது. உங்களுக்கு தேடத் தெரியவில்லை என்றால் தேர்ந்தவர் உதவியோடு இணையத்தில் keyword research செய்யுங்கள். அப்படி ஆராய்வதன் மூலம் மக்களுக்கு எந்த பிரச்னை பிரதானமாக இருக்கிறது, எந்த தேவைக்கு தீர்வு தேடுகிறார்கள் என்பது புரியும். உங்கள் ஐடியா வர்க்அவுட் ஆகுமா என்பதும் தெரியும்!

இன்னொன்றும் செய்யலாம். விற்க முயலும் பொருள்பற்றி நீங்கள் டார்கெட் செய்யும் வாடிக்கையாளர்களிடம் கான்செப்ட்

டெஸ்ட்டிங் செய்து பாருங்கள். மக்கள் பொருள் வாங்குவதில்லை. மார்கெட்டரின் வாக்குறுதியைத்தான் வாங்குகிறார்கள். சிந்தித்துப் பாருங்கள். புதிய பொருள்பற்றி கேள்விப்படுகிறீர்கள். இன்னின்ன பயன் தரும் என்று அவர்கள் கூறுவதைக் கேட்டு அது பிடித்திருந்தால் வாங்குகிறீர்கள். ஆக வாக்குறுதியை நம்பி வாங்குகிறீர்களே தவிர அப்பொருளை வாங்கிப் பயன்படுத்திப் பார்க்கும்வரை அப்பொருள் பற்றிய உண்மை உங்களுக்கு தெரிவதில்லை.

ஆக, உங்கள் ஐடியாவை பொருளாய் தயாரித்து அதன் பின்தான் அதை மக்களிடம் விசாரிக்கவேண்டும் என்றில்லை. விற்க முயலும் பொருள் பற்றிய விவரங்களை வாடிக்கையாளர்களிடம் எழுத்து மூலமாகவோ அல்லது நேரில் விளக்கியோ அப்பொருள் பற்றி அவர்கள் கருத்துக்களை அறியலாம்.

அதாவது உங்கள் ஐடியாவை ஒரு கான்செப்டாக்கி அதை வாடிக்கையாளர்களிடம் காட்டி ஃபீட்பேக் பெறுவது. இதை நீங்களே செய்யாமல் தேர்ந்த மார்கெட் ஆய்வாளர் மூலம் செய்தால் துவங்க நினைக்கும் ஐடியா போனியாகுமா, மக்கள் வாங்குவார்களா என்று தெரிந்துகொள்ள முடியும்.

இதையெல்லாம் செய்தால் ஐடியா சரி என்று முன்கூட்டியே தெரியும், வெற்றி நிச்சயம் என்று எந்த காரண்டியும் கிடையாது.

பிசினஸ் பல காரணங்களுக்கு தோற்கலாம். அதில் முக்கியமான ஒன்று உங்கள் ஐடியாவிற்கு டிமாண்ட் இல்லாமல் இருப்பது. ஆரம்பத்தில் குறிப்பிட்ட ஆய்வுபடி நாற்பத்தி இரண்டு சதவிகித ஸ்டார்ட் அப்ஸ் தோல்வியை தழுவுவது அதன் பொருளுக்கு டிமாண்ட் இல்லாத காரணத்தால்தான் என்பதை மீண்டும் ஒருமுறை நினைத்துப் கொள்ளுங்கள்.

ஒரளவேனும் டிமாண்ட் இருக்கிறதா என்று சீர்தூக்கிப் பார்க்க இந்த வழிகள் உங்களுக்கு உதவும். தோல்வியடைந்த அந்த நாற்பத்தி இரண்டு சதவிகித ஸ்டார்ட் அப்ஸ் டிமாண்ட் இருக்கிறதா என்று முன்னாலேயே ஆய்வு செய்திருந்தால் ஒரு வேளை தோற்காமல் இருந்திருக்கலாம். நீங்கள் அந்த லிஸ்ட்டில் சேராமல் இருக்க உங்கள் ஐடியாவை ஒருமுறைக்கு இருமுறை செக் செய்யுங்கள்.

செல்லவேண்டிய இடத்திற்கு ஒன்றுக்கு இருமுறை வழி விசாரித்துக்கொண்டு செல்வது தப்பில்லையே!

13. பூஜ்யத்தின் பவர்!

ஸ்டார்ட் அப் ஐடியா கிடைத்தவுடன் பலர் முதல் வேலையாக அந்த ஐடியாவிற்கு ஏற்கெனவே மார்க்கெட் இருக்கிறதா என்று தேடுகிறார்கள். கேட்டால் சுவர் இருந்தால்தான் சித்திரம் வரைய முடியும் என்கிறார்கள். போதாக் குறைக்கு சட்டியில் இருந்தால் தானே அகப்பையில் வரும் என்று பழமொழியை வேறு தங்கள் துணைக்கு அழைப்பார்கள்.

இப்பழமொழிகள் வாழ்க்கைக்கு வேண்டுமானால் பொருந்தும், வியாபாரத்திற்கு அல்ல. தொழிலில் சித்திரம் வரைய வரையத்தான் சுவர் எழும்பும். அகப்பையில் அள்ள அள்ளத்தான் சட்டி அஷ்யபாத்திரமாக மாறும்!

தமக்காகத் தோன்றாவிட்டாலும் மற்றவர் புதிய பொருளுக்கு ஐடியா கூறினால் 'இதற்கு மார்க்கெட் உண்டா? எத்தனை பெரிசு? எத்தனை வாடிக்கையாளர்கள் இருப்பார்கள்' என்று அவரிடமே கேட்டுக் குடைந்து இவரிடம் எதற்கு வேலை மெனெக்கெட்டு ஐடியா தந்தோம் என்றாகிவிடும் கூறியவருக்கு.

ஏற்கெனவே உள்ள பொருள் பிரிவில் நுழைய நினைத்தால் அதன் மார்க்கெட் சைஸ் கிடைக்கும். நீங்கள் அறிமுகப்படுத்த நினைப்பது புதிய பொருள் மட்டுமே என்பதால். ஆனால் புதிய பொருள் பிரிவு ஒன்றை உருவாக்கும்வகையில் ஐடியா கிடைத்தால் அதற்கு

மார்க்கெட் தேடினால் எப்படி கிடைக்கும். அது புதிய பொருள் பிரிவாயிற்றே. இனிமேல்தானே மார்க்கெட்டையே உருவாக்க வேண்டும். உருவாக்குவது புதிய பொருள் பிரிவு எனில் அதுவரை அதுபோன்ற பொருள் மார்க்கெட்டில் இல்லை எனும்போது நீங்கள்தான் முதல் பிராண்ட். நீங்கள் உருவாக்கப் போவதுதான் மார்க்கெட். இல்லாத மார்க்கெட்டின் அளவைத் தேடி அது இல்லை என்று நுழையாமல் இருப்பது சர்வலட்சணங்கள் கொண்ட மடத்தனம் அல்லவா!

மார்க்கெட்டில் இன்று கலக்கி கல்லா கட்டும் பல ஸ்டார்ட் அப்ஸ் செய்தது சாட்சாத் இதைத்தான். இல்லாத மார்க்கெட்டில் நுழைந்தார்கள். புதிய பொருள் பிரிவை உருவாக்கினார்கள். தங்கள் பொருள் பிரிவின் நம்பர் ஒன்னாகத் திகழ்கிறார்கள்.

'அமேஸான்' என்ற ஐடியா துவங்கப்பட்டபோது ஆன்லைன் மார்க்கெட் அளவு என்ன? பூஜ்யம். அதில் log in செய்து அமேஸான் ஒரு மார்க்கெட்டையே உருவாக்கியது.

'ஓலா' உருவாக்கப்பட்டபோது அதன் மார்க்கெட் சைஸ் என்ன? சைபர். அதில் ஓலா ஓடி ஓடி ஒரு சாம்ராஜ்யத்தையே நிறுவியது.

'பைஜூ' ஆரம்பிக்கப்பட்டபோது ஆன்லைன் கோச்சிங் மார்க்கெட்டின் மதிப்பு என்ன? ஸீரோ. பைஜூ படித்துப் படித்து ஒரு புதிய பொருள் பிரிவையே படைத்தது!

வெற்றிபெற்ற ஸ்டார்ட் அப்ஸை பட்டியலிடுங்கள். அவர்கள் கையில் டேப்பை வைத்துக்கொண்டு இருக்கும் மார்க்கெட் அளவை அளந்துகொண்டு நிற்கவில்லை என்பது புரியும். வாடிக்கையாளர் தேவையைத் தெரிந்துகொண்டு, அவர்கள் உபயோகிக்கும் பொருளை மேம்படுத்தும் வழியைப் புரிந்துகொண்டு அதற்கு தீர்வாகப் புதிய பொருள் ஒன்றை அறிமுகப்படுத்தி ஒரு புதிய பொருள் பிரிவை உருவாக்கினார்கள். தங்கள் பிராண்டோடு பொருள் பிரிவையும் சேர்த்து விரிவாக்கிக்கினார்கள். வெற்றி பெற்றார்கள்!

ஸ்டார்ட் அப்புக்கு அடிப்படைத் தேவை மார்க்கெட் அல்ல, வாடிக்கையாளர் மனம். அந்த மனம் குளிரும்வகையில் அவர் தேவையைப் பூர்த்தி செய்யும் பொருளை அவருக்கு விற்றால் மார்க்கெட் தானாக உருவாகும்.

'க்ளோஸ் அப்' என்ற பிராண்ட், ஜெல் என்ற பொருள் பிரிவைத் தேடிச் செல்லவில்லை. ஏனெனில், அந்த பிராண்ட் நுழைந்தபோது

ஜெல் என்ற மார்க்கெட்டே இல்லையே. க்ளோஸ் அப் முதல் ஆளாய் நுழைந்து புத்துணர்ச்சி ஜெல் என்ற மார்க்கெட்டை உருவாக்கியது. அதில் தனி ஆவர்த்தனம் ஆரம்பித்து இன்றுவரை தனிக் காட்டு ராஜாவாய் பவனி வருகிறது!

இதை உணராதவர்கள்தான் கிடைக்கும் வாய்ப்பை மார்க்கெட் சைஸ் கொண்டு அளக்கிறார்கள். மனதையும் மனதில் உள்ள தேவையின் அளவையும் அளக்க மறக்கிறார்கள். பெரிய கம்பெனிகள் பெரிய மார்க்கெட் எங்கே என்று தேடுவதில்தான் கவனம் செலுத்துகிறார்கள். இங்குதான் ஸ்டார்ட் அப்ஸ் தன் சித்து வேலையைக் காட்டமுடியும். பெரிய கம்பெனிகள் பார்க்காத, பயணிக்காத புதிய திசையில் சென்று புதிய பொருள் பிரிவுகளை உருவாக்கி பெரிய கம்பெனிகளையே உருத் தெரியாமல் உருக்குலைக்கமுடியும்.

உங்கள் ஸ்டார்ட் அப்பின் ஐடியாவை ஆராயுங்கள். புதிய ஐடியா தீர்க்க முயலும் தேவை பெருவாரியான வாடிக்கையாளர் மனதில் இருக்கிறதா என்று தேடுங்கள். அந்தத் தேவையைப் பூர்த்தி செய்யும் புதிய பொருளை உருவாக்கி அழகான பிராண்டாக்கி அதை மார்க்கெட்டில் அறிமுகப்படுத்துங்கள்.

இப்படிச் சொல்வதால் வாடிக்கையாளர் மனதில் தேவையை உருவாக்கலாம் என்று சொல்லவில்லை. இதைப்பற்றி ஏற்கெனவே நாம் பேசியதை நினைவில்கொள்ளுங்கள். நீங்கள் அறிமுகப்படுத்த நினைக்கும் பொருளுக்கு மார்க்கெட் இல்லை என்றாலும் வாடிக்கை யாளர் மனதில் தேவை இருக்கவேண்டும் என்பதை மறக்காதீர்கள். தேவை இருக்கும் பட்சத்தில் உங்கள் புதிய பொருளை தைரியமாக மார்க்கெட்டில் இறக்குங்கள். மார்க்கெட் தானாக உருவாகும். உங்கள் பொருள் ஜோராக விற்கும். சுவர் இல்லாமல் சித்திரம் வரைய முடியும்!

ஸ்டார்ட் அப் துவங்கி வெற்றிபெற விரும்புவர்கள் புதிய பொருள் ஒன்றை அறிமுகப்படுத்தி படிக்கட்டில் கூட்டத்தோடு கூட்டமாக ஏற முயற்சிக்கலாம். அல்லது புதிய பொருள் பிரிவை ஒன்றை உருவாக்கி தனி ஆளாய் லிம்ப்ட்டில் பயணித்து இலக்கை அடையலாம்.

சாய்ஸ் இஸ் யுவர்ஸ்!

14. பிசினஸ் மாடல்

ஸ்டார்ட் அப்புக்கு ஐடியா கிடைத்ததா? குட்!

தொழில் துவங்க ரெடியா? பலே!

எப்படிப் பணம் பண்ண உத்தேசம்? இதென்ன கேள்வி, பொருளை விற்றுத்தான் என்பீர்கள்.

அது அத்தனை சுலபமில்லை. அதற்கு முன் உங்களுக்குத் தேவை ஒரு மாடல். விளம்பரத்திற்கு அல்ல, உங்கள் வியாபாரத்திற்கு. அதன் பெயர் பிசினஸ் மாடல். அது இல்லாமல் தொழில் துவங்குவது அஸ்திவாரம் இல்லாமல் வீடு கட்டுவதுபோல. பேஷாய் கட்டலாம். என்ன, மொட்டை மாடி சரிந்து சீக்கிரமே பேஸ்மெண்ட் ஆகும். ஓகேவா!

ஸ்டார்ட் அப்புக்கும் ஆதாரமாக அமைவது பிசினஸ் மாடல். யார் வாடிக்கையாளர், அவருக்கு என்ன விற்கப் போகிறீர்கள், அவரிடமிருந்து என்ன, எப்படி, எப்பொழுது பணம் பெறத்திட்டம், வருவாய்க்கு வேறென்ன வழிகள் போன்ற கேள்விகளுக்கான விடை தான் பிசினஸ் மாடல்.

சுருக்கமாகச் சொன்னால் பிசினஸ் மாடல்தான் உங்கள் ஸ்டார்ட் அப் பணம் பண்ணும் ப்ளான். விற்றோம் பெற்றோம் என்பதல்ல தொழில். வாடிக்கையாளரின் தேவையைச் சிந்தித்து, அவர்களிடம்

எப்படி விற்பது, எந்தெந்த வழிகளில் விற்பது, போட்டியாளர்களை விட எவ்வாறு வித்தியாசப்படுவது போன்றவற்றின் ஒட்டுமொத்த விடைதான் பிசினஸ் மாடல்.

பல காலமாக சானிடர் நாப்கின் இந்நாட்டில் விற்கப்பட்டாலும் இந்திய பெண்களில் இரண்டு சதவிகிதத்தினர் மட்டுமே அதை பயன்படுத்தினர். அத்தியாவசியமான பொருளை ஏன் இவ்வளவு குறைவானவர்கள் மட்டுமே வாங்கினர்?

ஏனெனில் நாப்கின் பிராண்டுகளின் விலை அதிகம். அந்த விலை தந்து மாதாமாதம் வாங்கும் வசதி பலருக்கு இல்லை. விலை குறைவாக விற்றால்தான் பெருவாரியான பெண்களை வாங்க வைக்க முடியும் என்பதை மற்றவருக்கு முன் உணர்ந்தார் 'அருணாசலம் முருகானந்தம்' என்பவர்.

குறைந்த விலையில் அப்பொருளை விற்க அதை முதலில் குறைந்த செலவில் தயாரிக்கவேண்டும். விநியோகஸ்தர்கள், கடைக் காரர்களுக்குத் தரப்படும் கமிஷனைக் குறைக்கவேண்டும். விளம்பரச் செலவுகள் இல்லாமல் கீழ்தட்டு மக்களிடம்கூட சென்று சானிடரி நாப்கின் முக்கியத்துவத்தைக் விளக்கி அவர்களை வாங்க வைக்கவேண்டும்.

இத்தனை 'வேண்டும்' இருக்க எதையும் பெரிய கம்பெனிகள் கண்டு கொள்ளவில்லை. பணம் இருக்கும் பெண்கள் வாங்குகிறார்கள், விற்றவரை போதும், வந்த வரை லாபம் என்று சானிடரி நாப்கின் மார்க்கெட்டை வளர்க்க எந்த முயற்சியையும் எடுக்காமல் இருந்தனர்.

அடித்தட்டுப் பெண்களையும் வாங்கவைக்கவேண்டும் என்றால் சானிடரி நாப்கின் பிசினஸ் மாடலை மொத்தமாக மாற்றவேண்டும் என்பதை உணர்ந்தார் அருணாசலம். பொருளைத் தயாரிக்கும் விதத்திலிருந்து அதை பெண்களிடம் விற்கும் வரையிலான செயல்முறையை மாற்றியமைக்கும் வழிகளைத் தேடினார். அவர் முயற்சியின் விளைவு, உழைப்பின் பிரதிபலிப்புதான் 'ஜெயஷ்ரீ' என்ற ஸ்டார்ட் அப்!

மற்ற கம்பெனிகள் விலையுர்ந்த இயந்திரங்கள் மூலம் சானிடரி நாப்கினைத் தயாரிப்பதுதான் உற்பத்தி செலவு அதிகமாவதற்குக் காரணம் என்பதை உணர்ந்தார் அருணாசலம். அக்குறையை நீக்க குறைந்த விலையில் நாப்கின் தயாரிக்கும் இயந்திரத்தை கண்டுபிடித்தார்.

மற்ற கம்பெனிகள் ஓர் ஊரில் தொழிற்சாலை நிறுவி அங்கு மொத்த நாப்கினையும் தயாரித்து நாடு முழுவதும் வினியோகம் செய்து வந்தனர். அதனால் அதன் வினியோக செலவு கூடுவதை உணர்ந்தார். அதற்கு மாற்றாக தன் விலை குறைவான இயந்திரத்தை நாடு முழுவதும் உள்ள அரசு சாரா அமைப்புகள், சுய உதவிக் குழுக்கள், பெண் தொழில் முனைவோர்களுக்குக் கொடுத்து அவர்களை தங்கள் வீடுகளில் தயாரிக்கும்படிச் செய்தார். இதனால் தயாரிப்பு செலவு கணிசமாகக் குறைந்தது.

ஆயிரக்கணக்கான பெண்கள் தங்கள் வீடுகளில் நாப்கின் தயாரித்து தங்கள் பகுதியில் வசிக்கும் பெண்களிடம் நேரடியாகச் சென்று அதன் அவசியத்தைப்பற்றி, ஆரோக்கிய சுகாதாரம்பற்றி, அதன் பயன்பாட்டைப்பற்றி வாய் வழி மார்கெட்டிங் செய்ய வைத்தார். இதனால் விளம்பர கோடிகள் இல்லாமல் பொருள்பற்றிய விழிப்புணர்வு பல லட்சம் பெண்களுக்குக் கிடைத்தது.

ஆக மொத்தம், சானிடரி நாப்கின் என்ற பொருளின் தயாரிப்புமுதல் விளம்பரம்வரை ஆண்கள் ஆதிக்கத்திலிருந்து முழுவதுமாக மாற்றி மொத்த வினியோக முறையை பெண்களின் கட்டுப்பாட்டில் வரும்படி தன் பிசினஸ் மாடலை மாற்றியமைத்தார். இப்பொருள் பிரிவு அதுவரை பார்த்திராத பிசினஸ் மாடல் அவருடையது.

அந்த பிசினஸ் மாடலின்படி விற்ற சானிடரி நாப்கின் விலை கணிசமாகக் குறைய, பெருவாரியான பெண்களுக்கு பொருள் பற்றிய விழிப்புணர்வு வளர அதிக எண்ணிக்கையில் பெண்கள் சானிடரி நாப்கின் வாங்கிப் பயன்படுத்தத் துவங்க இன்று அதை உபயோகிப்பவர் எண்ணிக்கை பத்து சதவிகிதமாக உயர்ந்திருக்கிறது. இதை நூறு சதவிகிதமாக்குவதே தன் கனவு என்கிறார் அருணாசலம்.

தொழில் நுட்ப, மார்க்கெட்டிங் திறனைத் தாண்டி திறமையான பிசினஸ் மாடல் வடிவமைத்ததால் பெற்ற சூப்பர் வெற்றி இது!

ஐடியாவுடன் மாடலைச் சேர்த்து ஸ்டார்ட் அப் செய்வது நலம்!

15. மாடலின் மகிமை

உங்கள் ஸ்டார்ட் அப் லாபம் ஈட்டும் முறையை திட்டமிடும் முயற்சி தான் பிசினஸ் மாடல். டார்கெட் செய்திருக்கும் வாடிக்கையாளர், விற்க நினைக்கும் பொருள், பெற நினைக்கும் வருவாய், எடுக்க நினைக்கும் ரிஸ்க், எதிர்பார்க்கும் செலவுகளை இனம்காணும் திட்டம் இது. உங்கள் தொழிலின் முக்கிய முடிவுகளின் தொகுப்பு. வாடிக்கையாளர்களுக்கு எதைத் தருவது, எந்த முடிவுகளை யார், ஏன், எப்பொழுது எடுப்பதுபோன்ற கேள்விகளுக்கான விடை. இக்கேள்விகளுக்கான தெளிவான விடைகள் மூலம் சிறந்த ஸ்டார்ட் அப்புகள் தங்கள் வருவாய், செலவு, ரிஸ்க் ஆகியவைகளின் கலவையை மாற்றியமைக்க முடியும்.

பிசினஸ் மாடலை தெளிவாகப் புரிந்து முறையாக அணுகும்போது ஸ்டார்ட் அப் துவங்குவோர் தங்கள் தொழிலை முன்னூற்றி அறுபது டிகிரியில் முழுவதுமாகப் பார்த்து புரிந்துகொள்ள முடிகிறது. பிசினஸ் ப்ளான் ஒரு திட்டமிடும் கருவி. தொழிலின் ஒவ்வொரு பிரிவும் சேர்ந்து எப்படிப் பொருந்துகிறது என்பதை உணர்த்துகிறது.

பிசினஸ் மாடலை உருவாக்கும்போது ஸ்டார்ட் அப்புகள் மூன்று தேர்வுகள் செய்கின்றன. முதலாவது, கொள்கை ரீதியான

தேர்வுகள். கம்பெனிக்குத் தேவையான அனைத்து நடவடிக்கைகளைச் சார்ந்த தேர்வுகள். தொழிற்சாலையை எங்கு நிர்மாணிப்பது, முழுநேர ஊழியர்களைத் தேர்ந்தெடுப்பதா, பார்ட் டைம் ஊழியர்களை வைத்துக்கொள்வதா போன்ற முடிவுகள். இரண்டாவது, சொத்து சார்ந்த தேர்வுகள். ஃபாக்டரியை நிர்மாணிப்பதா இல்லை அவுட்சோர்சிங் முறையைப் பயன் படுத்துவதா போன்ற விஷயங்கள். மூன்றாவது நிர்வாக ரீதியான தேர்வுகள்.

சமீப காலமாக பிசினஸ் மாடலை முடிவு செய்துவிட்டு தொழில் துவங்கவேண்டியதன் அவசியம் உணரப்படுகிறது. இதற்கு முதல் காரணம் வேகமாக மாறும் உலகப் பொருளாதாரம். தாராளமய மாக்கம், ப்ரைவடைசேஷன், மாறி வரும் மக்களின் தேவைகள் போன்றவைகளால் ஒருவித அவசரத்தை அந்த அவசரத்திலுள்ள ஆபத்தை அறியவேண்டிய அவசியத்தை அதிகரித்திருக்கிறது. அதோடு இனம் காண முடியாத இடங்களிலிருந்து பெருகி வரும் போட்டியும் எங்கிருந்து தாக்குதல் வருகிறது என்று அறியமுடியாத போட்டியாளர்கள் பெருகி வருவதும் கூட ஒரு காரணம்.

ஒன்றும் வேண்டாம், உங்கள் கையிலிருக்கும் ஸ்மார்ட்ஃபோன் வெறும் தொலைபேசி மட்டுமல்ல. தினம் உங்களை எழுப்பும் அலாரம், இருட்டில் பார்க்க உதவும் டார்ச்லைட், நேரம் காட்டும் வாட்ச், நீங்கள் ரசித்துக் கேட்கும் எஃப்.எம் ரேடியோ, பார்த்து மகிழும் டீவி என்று அஷ்டாவதானி ஆகியிருக்கிறது. அலாரம் முதல் டார்ச்லைட்வரை, ரேடியோமுதல் டீவிவரை எத்தனை வெவ்வேறு தொழில்களை மொத்தமாக கபளீகரம் செய்துவிட்டு ஒன்றுமே தெரியாததுபோல் உங்கள் பையில் தேமே என்று அமர்ந்திருக்கிறது பாருங்கள்!

சிறந்த பிசினஸ் மாடல், போட்டியாளர்களிடமிருந்து உங்களை வித்தியாசப்படுத்திக் காட்டும். அதோடு உங்கள் பிராண்டுக்கு மவுசு கூட்டி டிமாண்டை அதிகப்படுத்தும். 'ஜெயஷ்ரீ' சானிடரி நாப்கின் கதையை மீண்டும் நினைத்துப் பாருங்கள்.

பிசினஸ் மாடல் என்பது கல்லில் வடிக்கும் சிலையல்ல. ஒருமுறை செதுக்கிவிட்டு அதை அப்படியே பல காலம் பின்பற்ற. தொழில் இருக்கும் நிலை, மார்க்கெட் செல்லும் வழி, தொழில் நுட்பம் மாறும் போக்கு போன்றவற்றுக்கு ஈடுகொடுக்கும் வகையில் பாதி வழியில் கூட மாற்றங்கள் செய்யவேண்டிய நெகிழ்வுத்தன்மை கொண்டதாக பிசினஸ் ப்ளானை வடிவமைக்கவேண்டும்.

'புக் மை ஷோ' என்ற ஸ்டார்ட் அப் துவங்கிய புதிதில் தியேட்டர்களிடமிருந்து டிக்கெட்டுகளை வாங்கி அதைத் தன் சைட்டிற்கு வருபவர்களிடம் விற்று வந்த ஒரு ஸ்டார்ட் அப். டிமாண்ட் இல்லாத நேரங்களில் வாங்கி வைத்திருக்கும் டிக்கெட்டுகளை விற்கமுடியாத நிலையை மாற்ற தன் பிசினஸ் மாடலில் மாற்றம் செய்தது. தியேட்டர்களிடம் ஒப்பந்தம் செய்து வாடிக்கையாளர்கள் தன் மூலமாக வாங்கும் டிக்கெட்டுகளுக்கு மட்டும் தியேட்டரிடமிருந்து கமிஷன் வசூலிக்கிறது. அதோடு சினிமாவை மட்டுமே நம்பியிருந்தால் வேலைக்கு ஆகாது என்று கலை மற்றும் விளையாட்டு நிகழ்ச்சி அமைப்பாளர்களோடு ஒப்பந்தம் செய்துகொண்டு அந்த டிக்கெட்டுக்களை விற்று கமிஷன் பெறும் வகையில் தன் பிசினஸ் மாடலில் மாற்றிக் கொண்டிருக்கிறது.

இப்படிக் கூறுவதால் தொழிலின் உத்தியைத்தான் பிசினஸ் ப்ளான் என்கிறார்கள் என்று நினைக்காதீர்கள். உங்கள் ஸ்டார்ட் அப்பின் மொத்த கலவையாக, தொழிலின் ஒவ்வொரு அங்கமும் எப்படி ஒன்றோடு ஒன்று பொருந்துகிறது என்பதன் ப்ளூப்ரிண்ட்தான் பிசினஸ் ப்ளான் என்றாலும், அதன் செயல்திறனை பாதிக்கும் ஒரு முக்கிய அம்சமான போட்டியை, தாக்கும் போட்டியாளர்களை அது கணக்கிடுவதில்லை. அப்போட்டியாளர்களை சமாளிக்கும் சாகஸம் தான் உத்தி. இந்த இரண்டிற்குமுள்ள வித்தியாசத்தை உணர்வது முக்கியம்.

பல ஸ்டார்ட் அப்ஸ் தோல்வியடையும் காரணங்களில் ஒன்று தெளிவான பிசினஸ் ப்ளானை வடிவமைக்காமல் இருப்பதால். பணம் தர வென்ச்சர் காபிடலிஸ்ட், உதவ முதலீட்டாளர்கள் இருக்க மற்றவற்றை மேலே இருக்கிறவன் பார்த்துக்கொள்வான் என்று ஸ்டார்ட் அப் துவங்குவோர் மேலோட்டமாக இருப்பதால் தான் பெற்ற முதலீடு செலவழிக்கவேண்டிய பணமாக கண்ணிற்குத் தெரிய, தயாரிப்பு செலவைக்கூட மீறாத விற்பனை வருவாய் மனதை மயக்க, இருக்கும் பணம் கரைந்து கல்லாவும் பாங்க் பேலன்ஸ்ஸும் மறையும் போது 'ஆஹா' என்ற ஆரம்பிக்கும் ஸ்டார்ட் அப் 'அடடா' என்று சரிந்து சீக்கிரமே 'அய்யோ' என்று அதல பாதாளத்தில் முடிகிறது.

அந்த அபாயத்திலிருந்து உங்களை பாதுகாக்கும் பாரபட வால்தான் பிசினஸ் ப்ளான்!

16. மாடலின் மாடல்

பிசினஸ் மாடலைப்பற்றி பேசிக்கொண்டிருக்கிறோம். பிசினஸ் ப்ளான் என்பது ஸ்டார்ட் அப்பை லாபத்துடன் நடத்த வகை செய்யும் உயர் நிலை திட்டம். அது இரண்டு பகுதிகள் கொண்டது.

முதல் பகுதி உங்கள் ஸ்டார்ட் அப் விற்க நினைக்கும் பொருள் தயாரிப்பு, வடிவமைப்பு, தேவையான மூலப் பொருள்கள் வாங்குவது, தயாரிப்பு செலவு போன்றவைகளைக் குறிக்கும். இரண்டாம் பகுதி அப்பொருளின் விற்பனை, வாடிக்கையாளர் களுக்கு பொருளையும் பொருள்பற்றிய செய்தியையும் சேர்க்கும் விதம், வினியோகம், டெலிவரி போன்றவைகளைக் குறிக்கும்.

ஆக மொத்தம் பணம் செலவாகும் அனைத்து விதங்கள் முதல் வருவாய் வரும் அனைத்து வழிகள்வரை சப்ஜாடாய் கணக்கிடும் முயற்சிதான் பிசினஸ் ப்ளான்.

ஸ்டார்ட் அப் துவங்குபவர்களில் பலர் ஒன்று பிசினஸ் ப்ளான் போடாமல் தொழில் துவங்குகிறார்கள் அல்லது பாசிடிவாய் பிசினஸ் செய்கிறேன் பேர்வழி என்று, முதலீடு மற்றும் செலவுகளைக் குறைத்து மதிப்பிட்டு வருவாயை வரம்புக்கு மீறிக் கணக்கிட்டு பாதிக் கிணறு தாண்டுவதற்குள் கால் தடுக்கிக் குப்புற விழுந்து எத்தைத் தின்றால் பித்தம் தெளியும் என்று திணறுகிறார்கள்.

பிசினஸ் ப்ளானில் தெளிவு பெற ஏதாவது வரைமுறை இருக்கிறதா? என் ஸ்டார்ட் அப்புக்கு அப்படியே அதை காப்பியடிக்க முடியுமா என்று கேட்பவர்களுக்கு. பிசினஸ் ப்ளான் ஒவ்வொரு தொழிலுக்கும் ஏற்ப மாறுபடும். மாறுபடவேண்டும். எத்தனை தொழில்கள் உண்டோ அத்தனை பிசினஸ் ப்ளான் உண்டு. போட்டியாளர் பிசினஸ் ப்ளான் போலவே உங்களுடையது இருந்தால் நீங்கள் எப்படி அவரை வெல்வீர்கள்?

ஒவ்வொரு பிசினஸ் ப்ளானும் தனித்துவமாக இருப்பதோடு மார்க்கெட் தடைகளை மீறுவதாக இருக்கவேண்டும். 'ஜில்லெட்' பிசினஸ் ப்ளானை எடுத்துக்கொள்ளுங்கள். 'மேக் 3' ரேஸரை அக்கம்பெனி தன் தயாரிப்புச் செலவை விட குறைவான விலையில் விற்கிறது. எதற்கு இந்தத் தலையெழுத்து அவர்களுக்கு? ஒன்றும் இல்லை. அந்த ரேஸரில் பொருந்தும் நவீன ப்ளேடுகளை அதிக விலைக்கு விற்கிறது. சின்ன மீனைப் போட்டு பெரிய மீனை பிடிக்கிறது.

அப்படி என்ன அந்த ப்ளேடுகளில். வழுவழுப்பான ஷேவ். பலமுறை ஷேவிங் செய்யும் வசதியோடு நீங்களே வெட்டிக்கொள்ளவேண்டும் என்று நேர்த்திக் கடனோடு ஷேவிங் செய்தாலும் முகத்தை சேதாரம் செய்யாத சூப்பர் தொழில் நுட்பம்கொண்டு தயாரிக்கப்படும் ப்ளேடுகள் அவை. அதனாலேயே அதில் ஷேவ் செய்தவர்கள் பென்சில் சீவக்கூட மற்ற ப்ளேடுகளை வாங்கமாட்டார்கள்.

ஆக, ரேஸரில் கொஞ்சம் பணம் இழந்து ப்ளேடுகளில் லாபத்தை வழித்தெடுக்கும்வகையில் தன் பிசினஸ் ப்ளானை வடிவமைத் திருக்கிறது ஜில்லெட்!

ஒரு தொழிலின் பிசினஸ் மாடலை எடைபோட சிறந்த வழி அக்கம்பெனியின் மொத்த லாபத்தை கணக்கிடுவது. கம்பெனி வருவாயிலிருந்து அதன் தயாரிப்புச் செலவை கழிக்கும் போது கிடைப்பதுதான் மொத்த லாபம். ஒரு கம்பெனியின் மொத்த லாபத்தை அதன் போட்டியாளர்களோடு ஒப்பிட்டுப் பார்க்கும் போது அதன் பிசினஸ் மாடலின் திறன் தெளிவாகத் தெரியும். ஒரு கம்பெனியின் மொத்த லாபம் அதிகமாக இருக்கும் பட்சத்தில் அதன் பிசினஸ் ப்ளான் சரியாக அமைந்திருக்கிறது என்று கொள்ளலாம். ஒரு கம்பெனியின் பிசினஸ் மாடல் சிறப்பானதாக இருந்தால் அதுவே அந்தத் தொழிலை வழிநடத்திச்சென்றுவிடும் என்பார்கள்.

மொத்த லாப கணக்கை மட்டுமே பார்ப்பது சமயத்தில் தவறான முடிவெடுக்க வைக்கலாம். அதனால்தான் ஆய்வாளர்கள் கேஷ்

ஃப்ளோ, அதாவது நிகர வருமான கணக்கையும் சேர்த்துப் பார்ப்பார்கள். அதாவது மொத்த லாபத்திலிருந்து இயக்கச் செலவுகளை கழித்துப் பார்ப்பது. இப்படி கணக்கிடும்போது கம்பெனி உண்மையாகவே லாபம் ஈட்டுகிறதா என்பது சரியாகத் தெரிந்துவிடும்.

வெற்றி பெறும் தொழில்களைப் பார்த்து பலர் அவர்களைப் போலவே வருவோம், வளர்வோம் என்று அவர்கள் பிசினஸ் மாடலைப் போலவே தங்கள் பிசினஸை வடிவமைத்து அவர்களைவிட தங்களை வித்தியாசமாகக் காட்டாமல் எந்த மார்க்கெட்டில் இறங்குவது, எந்த வாடிக்கையாளர் பிரிவைக் குறி வைப்பது, அவர்களுக்கு எந்தப் பொருள்களை விற்பது, என்ன வேல்யூ தருவது என்று புரியாமல் குழம்பித் தவிக்கின்றனர். யாரோ ஒருவர் முதலீடு போட ரெடி என்று அவசர கதியில் ஸ்டார்ட் அப் துவங்க, ஆஹா அதுபோன்ற கம்பெனிகளுக்கு மதிப்பு இருக்கிறது போலிருக்கிறது என்று இன்னும் பத்து பேர் அதே பிசினஸ் அதே பிசினஸ் மாடலோடு களம் இறங்கி கரையேற முடியாமல் கதவைச் சாத்தி கடனில் மூழ்குகின்றனர்.

அமெரிக்காவில் பல கம்ப்யூட்டர் கம்பெனிகள் கடைகள் மூலம் விற்று வந்தன. அப்படிச் செய்ததால் சில மாடல்கள் மட்டுமே விற்க முடிந்தது. இந்நேரத்தில் களமிறங்கினார் கல்லூரியில் படித்துக்கொண்டிருந்த 'மைக்கேல் டெல்' என்பவர். கம்ப்யூட்டர் கம்பெனிகள் தரும் மாடல்களுக்கு ஏற்ப மட்டுமே மக்கள் வாங்க வேண்டிய தலையெழுத்தை மாற்ற முடிவு செய்தார். மக்களுக்கு என்னவகையில் கம்ப்யூட்டர் வேண்டுமோ அதை தன்னிடம் நேராகக் கூறச் செய்து அதன்படி அவர்களுக்கேற்பத் தயாரித்து அதைக் கடைகள் மூலம் விற்காமல் நேரடியாக தன் கம்பெனியில் இருந்தே டெலிவரி செய்யும்வகையில் தன் பிசினஸ் ப்ளானை வடிவமைத்தார். 'டெல்' என்ற அந்த பிராண்ட் படிப்படியாக வளர்ந்து பரலோகம்வரை பரந்து விரிந்து இன்று பட்டொளி வீசிப் பறக்கும் பரவச நிலையை அடையச் செய்தார்!

எந்த ஸ்டார்ட் அப்பும் லாபமுடன் இயங்கும் வழியைக் காட்டும் முறை பிசினஸ் மாடல். அதை எத்தனை புதுமையாகச் செய்கிறீர்களோ அத்தனை வித்தியாசம். எத்தனை வித்தியாசமாக இருக்கிறதோ அத்தனை லாபம். எத்தனை லாபம் பெறுகிறீர்களோ......

இதைத் தனியாக வேறு சொல்லி முடிக்க வேண்டுமா என்ன!

17. பிசினஸ் மாடல் கேன்வாஸ்

ஸ்டார்ட் அப் துவங்க ஐடியாவை முடிவு செய்துவிட்டீர்கள். அது வாடிக்கையாளரின் ஏதோ ஒரு தேவையை தெளிவாகப் புரிந்து சரியாகத் தீர்த்து பயன் தரும் சூட்சுமத்தை நிர்ணயித்துவிட்டீர்கள். அந்தப் பயனை போட்டியாளர் யாரும் தராமல் இருப்பதை உறுதிசெய்துவிட்டீர்கள். புதிய பொருளை எப்படித் தயாரிப்பது, எப்படி வினியோகம் செய்வது, யாரிடம், எப்படி விற்பது போன்ற விஷயங்களை அறுதியிட்டுவிட்டீர்கள். பிசினஸ் மாடலையும் மடமடவென்று வடித்துவிட்டீர்கள். பலே, கையைக் கொடுங்கள். கங்க்ராஜுᴗலேஷன்ஸ்.

இப்பொழுது காதைடு கொடுங்கள். அடுத்த வேலை ஒன்று இருக்கிறது. ஆபீஸுᴗக்கு அட்வான்ஸ் தந்து ஃபாக்டரிக்கு இடம் தேடி, கொடவுன் எங்கு வைப்பது என்று அலைவதற்கு முன் உங்கள் ஸ்டார்ட் அப்புக்கு கோனார் நோட்ஸ் ஒன்றைத் தயாரிக்கவேண்டும். உங்கள் தொழில் கட்டமைப்பை மேப் போட்டு, படம் வரைந்து, பாகங்களைக் குறிக்கவேண்டும். அதைப் பேசுவோம். காதை கேட்டேனே, ரெடியா!

வீடு கட்ட ப்ளூப்ரிண்ட் எத்தனை முக்கியமோ அதுபோல் ஸ்டார்ட் அப் துவங்க ஒரு ப்ளூப்ரிண்ட் முக்கியம்!

'என் அப்பாவும் தாத்தாவும் ப்ளூப்ரிண்ட் வரைந்தா அந்தக் காலத்தில் வீடு கட்டினார்கள், அது இத்தனை நாள் நிலைக்கலையா' என்று நீங்கள் கேட்கலாம்.

திட்டமிடாமல் ப்ளூப்ரிண்ட் இல்லாமல் நீங்களும் பேஷாய் ஸ்டார்ட் அப் துவங்கலாம். உங்கள் முன்னோர் வீடுபோல் அதுவும் ஒரு வேளை நின்று நிலைத்து தழைக்கலாம். ரிஸ்க் எடுத்து, ஒரு சான்ஸ் பார்த்து, தெய்வத்தின்மீது பாரத்தைப்போட்டு ப்ளான் இல்லாமல் வீடு கட்டும் தைரியம் இருப்பவர்கள் தாராளமாக ப்ளூப்ரிண்ட் இல்லாமல் ஸ்டார்ட் அப் துவங்கலாம். எதற்கு ரிஸ்க், சரியானமுறையில் ஏற்கெனவே தொழிலில் இறங்கி வென்றவர்கள் தொழில் துவங்க திட்டமிட்ட பாங்கிலேயே நானும் துவங்குகிறேன் என்பவர்கள் தொடர்ந்து படிக்கவும்.

என்னிடம் ஸ்டார்ட் அப்புக்கு சூப்பர் ஐடியா இருக்கிறது என்று சொன்னால் மட்டும் பத்தாது. அந்த ஐடியாவை மொத்தமாகச் செயல்படுத்தும் திட்டம் ரெடியாக இருக்கிறது என்று கூறும் தன்மையும் அதை கண்ணை மூடி நம்பும் தைரியமும் அவசியம்.

அப்படிப்பட்ட செயல் திட்டம்தான் 'பிசினஸ் மாடல் கேன்வாஸ்'. 2010ல் 'அலெக்ஸாண்டர் ஆஸ்டர்வால்டர்' என்ற ஸ்விஸ் நாட்டு பிசினஸ் எழுத்தாளர் மற்றும் தொழிலதிபர் படைத்த சித்தாந்தம்.

இது ஒரு காட்சி விளக்கப்பட அமைப்பு (visual chart). தொழில் முனைவோர்களை பொருள் சார்ந்த பார்வையோடு மட்டும் தொழிலை அணுகாமல் வியாபாரம் சார்ந்த பார்வையோடு அணுகச் செய்யும் வழி.

பிசினஸ் மாடல் கேன்வாஸ் ஒன்பது பாகங்கள்கொண்ட ஒரு சார்ட். உங்கள் தொழில்பற்றிய யூகங்களை முறைப்படுத்தி, தொழிலுக்குத் தேவையான முக்கிய விஷயங்கள், வெற்றி தோல்வியை நிர்ணயிக்கும் அம்சங்கள் ஏதேனும் விட்டுவிட்டீர்களா, சரியாக திட்டமிடாமல் இருந்துவிட்டீர்களா என்று அறிவுறுத்தும் அலாரம். தொழில் செய்ய தேவையான ஒன்பது அம்சங்களை ஒருமுகப் படுத்தி ஒன்றோடு ஒன்று சரிவர சேர்ந்து செயல்படும் விதத்தை நேர்படுத்த உதவும் கைட்.

பிசினஸ் மாடல் என்று ஒன்றைச் சொன்னாயே, இது என்ன கான்வாஸ் என்று யோசிப்பவர்களுக்கு. பிசினஸ் மாடல் என்பது செலவுகளையும் வரவுகளையும் இனங்கண்டு கணக்கெடுத்து லாபம் ஈட்டும் வழியை நிர்ணயிக்கும் செயல். பிசினஸ் மாடல்

கேன்வாஸ் என்பது தொழிலின் முக்கிய அங்கங்கள் ஒவ்வொன்றும் ஒன்றோடு ஒன்று கோர்வையாக அமைந்திருக்கிறதா என்று வரைந்து தெரிந்துகொள்ளும் வழி.

கைக்காசை போட்டுத் தொழில் துவங்கி பாதி வழியில் அதிலுள்ள தவறுகளை அடையாளம் கண்டு அவஸ்தைப்படுவதற்குப் பதில் தொழில் துவங்கும் முன்பே அதை மொத்தமாக ஸ்கெட்ச் போட்டுப் பார்த்து அதிலுள்ள தவறுகளைப் புரிந்துகொள்வது புத்திசாலித்தனம் அல்லவா. அதைச் செய்யத் தேவை பிசினஸ் மாடல் கேன்வாஸ்.

ஒன்பது பாகங்கள் கொண்ட அந்த நவக்ரஹங்கள் இவை:

- முக்கிய பார்ட்னர்கள் (முதலீடு செய்யும் பார்ட்னர் அல்ல, இது வேறு).

- முக்கிய நடவடிக்கைகள்.

- தேவையான முக்கிய வளங்கள்.

- வாடிக்கையாளருக்கான நன்மைகள்.

- வாடிக்கையாளருடனான உறவு.

- வினியோக சேனல்கள்.

- வாடிக்கையாளர் வகைகள்.

- செலவு கட்டமைப்பு.

- வருவாய்க்கான வழிகள்.

முக்கிய பார்ட்னர்கள்	முக்கிய நடவடிக்கைகள்	வாடிக்கை யாளருக்கான நன்மைகள்	வாடிக்கை யாளருடனான உறவு	வாடிக்கை யாளர் வகைகள்
	தேவையான முக்கிய வளங்கள்		வினியோக சேனல்கள்.	

செலவு கட்டமைப்பு	வருவாய்க்கான வழிகள்

இதை விலாவாரியாக அடுத்த அத்தியாயத்தில் விவாதிப்போம். இப்போதைக்கு பிசினஸ் மாடல் கேன்வாஸின் முக்கியத்துவத்தை முதலில் புரிந்துகொள்வோம்.

செய்ய நினைக்கும் தொழில்பற்றி நீங்கள் மனதில் ஆயிரம் விஷயங்கள் நினைத்து வைத்திருக்கலாம். உள்ளத்திலேயே அதற்கு உருவம்கூட தந்திருக்கலாம். ஆனால் அதிலுள்ள குறைகளை, வில்லங்களை அறிய அதை முறையாக அதற்கான வடிவத்தில் எழுதிப்பார்ப்பது புத்திசாலித்தனம். அப்படிச் செய்யும்போதுதான் அதில் உள்ள ஓட்டைகள் ஒளிவுமறைவில்லாமல் தெரியும். அதை அடைக்கும் வழி புரியும்.

மனதிலுள்ள ஐடியாவை, அதைச் செயல்படுத்தத் தேவையான வழியை, விஷயங்களை முறைப்படி எழுதவேண்டும். அதற்கு உதவவே பிசினஸ் மாடல் கேன்வாஸ். அதன்படி உங்கள் எண்ணங்களையும் திட்டங்களையும் எழுதிப் பார்க்கும்போது ஆயிரம் கேள்வி எழும். நூறு விஷயங்களைக் கவனிக்காமல் இருந்து விட்டது புரியும். இதை அணுகும் வழியை, எழுதும்முறையை ஆழமாகப் பார்க்கவேண்டியிருக்கிறது. கிட்டத்தட்ட நவக்ரஹ ஹோமம் ஒன்றையே செய்யவேண்டியிருக்கிறது. சிரமேற் கொண்டு, பயபக்தியுடன், கர்ம சிரத்தையாக அடுத்த அத்தியாயத்தில் செய்வோம்!

18. கேன்வாஸின் கட்டமைப்பு

ஸ்டார்ட் அப் ஐடியா கிடைத்த கையோடு படத்திற்குப் பூஜை போட்டு ஷூட்டிங் துவங்கக்கூடாது என்பதைச் சென்ற அத்தியாயத்தில் பார்த்தோம். உங்கள் ஐடியாவுக்கு திரைக்கதை வசனம் எழுதி கடைசி பக்கத்தில் 'சுபம்' போட்டுவிட்டுத்தான் லொகேஷனே தேடவேண்டும். திட்டமிட்டுச் செயல் படாததால்தான் நம்மூர் படங்கள் பல திரைக்கு வரவே திண்டாடி, தப்பித் தவறி ரிலீஸ் ஆனாலும் போட்ட பணத்தை எடுக்கப் போராடி இரண்டு வாரத்திலேயே இந்தியத் தொலைக்காட்சியில் முதல் முறையாக டீவியில் ஒளிபரப்பாகிறது!

ஹாலிவுட் படங்களிலும் சிலது குப்பை என்றாலும் திட்டமிடாமல் அவர்கள் 'ரோல் கேமரா, ஆக்ஷன்' சொல்வதில்லை. ஒருமுறை ஹாலிவுட் இயக்குனர் 'ஸ்டீவன் ஸ்பீல்பர்க்'கிடம் ஒருவர் 'உங்கள் அடுத்த படம் எத்தனை தூரத்தில் இருக்கிறது' என்று கேட்க, ஸ்பீல்பர்க் 'தொண்ணூறு சதவிகித வேலை ஓவர், ஷூட்டிங் மட்டும்தான் பாக்கி' என்றாராம்.

சினிமாமுதல் ஸ்டார்ட் அப் வரை வெற்றிக்குப் பிரதான வழி திட்டமிட்டுச் செயல்படுவது. ஸ்டார்ட் அப்புக்குத் தேவையான தொண்ணூறு சதவிகித திட்டமிடும் பணிதான் பிசினஸ் மாடல்

கேன்வாஸ். ஒன்பது அம்சங்கள் கொண்ட நவக்ரஹத்தின் ஒவ்வொரு முகத்தையும் முழுவதுமாக இன்று தரிசிப்போம்.

வாடிக்கையாளர் பிரிவுகள்

தொழிலுக்கு ஆதாரம் அதன் வாடிக்கையாளர். அதன் வளர்ச்சிக்கு ஆகாரம் அவரே. மக்கள் அனைவருமே வாடிக்கையாளர்கள் என்றாலும் உங்கள் பொருள் யாருடைய தேவையைப் பூர்த்தி செய்கிறது என்பதைப் பார்த்து மக்களை வகைப்படுத்தி உங்கள் வாடிக்கையாளர் யார் என்பதை சரியாக அறுதியிட வேண்டும். அவர் தேவை தெளிவாகத் தெரிந்தால்தான் அத்தேவையைப் பூர்த்தி செய்ய தரவேண்டிய பயன் என்ன என்று புரிந்துகொள்ளமுடியும்.

வாடிக்கையாளர் பயன்கள்

உங்கள் வாடிக்கையாளர் தேவையைப் பூர்த்தி செய்ய நீங்கள் தரும் பயன்களின் கலவைக்கு மார்க்கெட்டிங்கில் வேல்யூ ப்ராபசிஷன் என்று அழைப்பார்கள். நீங்கள் அளிக்கும் பயன் அவர் கஷ்டத்தை போக்குவதாக இருக்கலாம். அவர் உணர்வுக்கு ஊக்கம் அளிப்பதாக இருக்கலாம். எது உண்டோ இல்லையோ உங்கள் வாடிக்கை யாளருக்கு நீங்கள் அளிக்கும் பயன் வேறு யாரும் அளிக்காததாக இருக்கவேண்டும். அப்பொழுதுதான் உங்கள் பொருள் வித்தியாசமாகத் தெரியும். வாடிக்கையாளரைக் கவரும்.

வினியோக முறை

உங்கள் பொருளை வாடிக்கையாளர் உங்கள் ஃபாக்டரிக்கே வந்து வாங்கிக்கொண்டால் சௌகரியம். அதை எதிர்பார்ப்பது கொஞ்சம் ஓவர் என்பதால் அவர்களுக்கு பொருளை எப்படிக் கொண்டு சேர்ப்பது, எப்பேற்பட்ட வினியோகமுறை உசிதம், எவ்வழியில் கொண்டு சேர்ப்பது எளிதானது, சீப்பானது என்பதை அலசி ஆராய்ந்து புதுமையான வினியோக முறையை முடிவுசெய்ய வேண்டும்.

வாடிக்கையாளருடனான உறவு

தொழில் துவங்கியிருக்கிறீர்களாமே, வாங்கலாம் என்று வந்தேன் என்று யாரும் உங்களைத் தேடி வரப்போவதில்லை. அவர்களை தேடிப் பிடித்து, மயக்கி, பொருளை வாங்க வைக்கும் வழிகளை நிர்ணயிக்கவேண்டும். வாங்க வைத்தால் மட்டும் பத்தாது, அவர்களை உங்களோடு தக்கவழிக்கும் முறைகளையும் உங்களிடமிருந்து மேலும் பொருள்களை வாங்கச் செய்யும் சூட்சுமங்களையும் நிர்ணயிக்கவேண்டும்.

வருவாய்க்கான வழிகள்

வருவாய்க்கு வழிவகுக்கும் பிசினஸ் மாடல்பற்றி முன் அத்தியாயத்திலேயே நாம் பேசியது நல்ல உள்ளங்களுக்கு நினைவிருக்கும். வாடிக்கையாளருக்கு எதை, எப்படி விற்று அவரிடமிருந்து எப்படி, எப்பொழுது பணம் பெறத் திட்டம், வருவாய்க்கு வேறென்ன வழிகள் போன்ற கேள்விகளுக்கான விடை தான் பிசினஸ் மாடல். அதோடு உங்கள் பொருளுக்கு என்ன உத்தி கொண்டு விலையை நிர்ணயிக்கப் போகிறீர்கள் என்பதையும் முடிவுசெய்யவேண்டும்.

முக்கிய நடவடிக்கைகள்

வாடிக்கையாளர்களுக்கு தர முடிவு செய்த பயன்களை எப்படி தருவதாக உத்தேசம் என்பதை விளக்கும் பிரிவு இது. என்னென்ன வளங்களை உபயோகிப்பது, எப்பொழுது, எதை, எவ்வாறு பிரயோகிப்பது, எப்படி வினியோகிப்பது போன்ற அனைத்து முக்கிய நடவடிக்கைகளைப் பட்டியலிட்டு அதைப் பிரயோகிக்கும் வழிகளை முடிவுசெய்யவேண்டும்.

தேவையான வளங்கள்

ஸ்டார்ட் அப் துவங்க சில வளங்கள் தேவை. பணம் போட மாமனார் ரெடியாக இருக்கிறார் என்பவர்கள் கொடுத்து வைத்தவர்கள். அத்தகைய கொடுப்பினை இல்லாதவர்களுக்கு பணத்தோடு சேர்ந்து நான்குவித வளங்கள் தேவைப்படலாம். பொருள் தயாரிக்கத் தேவையான ஃபாக்டரி முதல் வினியோகம் செய்யத் தேவையான லாரிகள்வரை, தேவையான பணியாட்கள் முதல் அவர்களுக்குத் தேவையான திறன்கள்வரை பட்டியல் இட்டு அதைப் பிரயோகிக்க தேவையான திட்டத்தையும் திட்டவேண்டும்.

முக்கிய பார்ட்னர்கள்

பணம் போட்டு உங்களோடு பக்கத்துச் சேரில் உட்காரும் பார்ட்னர்களைச் சொல்லவில்லை. நீங்கள் முடிவு செய்திருக்கும் முக்கிய நடவடிக்கைகளை, தரவேண்டிய பயன்களை தரத் தேவையான சப்ளையர்கள்போன்ற வெளிப்புற பார்ட்னர்கள் இவர்கள். உங்கள் ஒருவரால் மட்டுமே வாடிக்கையாளர்களின் தேவையைப் பூர்த்தி செய்யமுடியாதபோது உங்களுக்கு உதவக் கூடியவர்களை அடையாளம் கண்டுகொள்ளவேண்டும்.

செலவு கட்டமைப்பு

உங்கள் தொழிலை நடத்த, நிர்வகிக்கத் தேவையான செலவுகளை ஒன்றுவிடாமல் முடிவு செய்யும் பகுதி இது. இவைகளையும் ஏற்கெனவே பிசினஸ் ப்ளான் எழுதும்போதே நீங்கள் முடிவு செய்துவைத்திருப்பீர்கள். உங்கள் தொழிலுக்கான சில்லரை செலவுகள் முதல் சீரியஸ் முதலீடுவரை சப்ஜாடாய் கணக்கெடுத்து குறித்துக்கொள்ளவேண்டும்.

மேலோட்டமாகத்தான் கேன்வாஸ் எழுதும் முறைபற்றி இங்கு பேசியிருக்கிறோம். இப்படியெல்லாம் முக்கியமான மேட்டர் ஏகப்பட்டது இருக்கிறது. அதையெல்லாம் முதலில் புரிந்து கொள்ளாமல் எடுத்தோம் கவிழ்த்தோம் என்று ஸ்டார்ட் அப்புக்கு ஐடியா கிடைத்த மாத்திரம் தொழில் துவங்க ஓடாதீர்கள் என்று எச்சரிக்கவே இந்த பிசினஸ் மாடல் கேன்வாஸ் பற்றிய அறிமுகம்.

இன்னும்கூட இதைப்பற்றித் தெரிந்துகொள்ளும் ஆசை உங்களுக்கு இருந்தால் சீரியஸாகவே தொழில் துவங்கும் வெறி உங்களுக்குள் குடிகொண்டிருக்கிறது என்று அர்த்தம். இணையத்தில் பிசினஸ் மாடல் கேன்வாஸ் என்று தேடுங்கள். அடுக்கு மாடி கட்டடம் முழுக்க அடுக்கி வைக்கும் அளவிற்கு அங்கு மேட்டர் அடங்கியிருக்கிறது. படித்துப் பயன் பெறுங்கள்.

அதற்கு முன், பிசினஸ் மாடல் கேன்வாஸ் எழுதத் தேவையான சில டிப்ஸ் தரலாம் என்றிருக்கிறேன். அது அடுத்த அத்தியாயத்தில்.

19. கேன்வாஸ் டிப்ஸ்

விட்ட இடத்திலிருந்து பிசினஸ் மாடல் கேன்வாஸ்பற்றித் தொடர்வோம்.

தொழிலுக்குத் தேவை நல்ல ஐடியா. அது கிடைத்துவிட்டால் பிள்ளையார் சுழி போட்டு வேகமெடுத்துப் பயணிக்காமல் எதற்கு இத்தனை ஸ்பீட் ப்ரேக்கர் என்பவர்களுக்கு... உங்கள் ஸ்டார்ட் அப் என்ற வண்டி சரியான கண்டிஷனில் இருக்கிறதா, போகும் இடத்திற்கு வழி தெளிவாகத் தெரியுமா, வண்டியில் பெட்ரோல் முதல் டயரில் காற்றுவரை எல்லாம் சரியாக இருக்கிறதா, ப்ரேக் பிடிக்கிறதா இல்லை எதையாவது அல்லது யாரையாவது இடித்தால்தான் வண்டி நிற்குமா என்று செக் செய்யாமல் வண்டியை பேஷாய் ஓட்டிச் செல்லலாம். யார் வேண்டாம் என்றார்கள்.

போய் சேர்ந்தால் போதும் என்பவர்களுக்கும் நினைத்த இடத்திற்கு போகவேண்டும் என்பவர்களுக்குமுள்ள வித்தியாசம்தான் பிசினஸ் மாடல் கேன்வாஸ்!

என் தொழில்பற்றி எனக்கு அத்துபடி, எனக்கெதற்கு கேன்வாஸ்? அதை எழுதும் நேரத்தில் தொழில் துவங்கி லாபத்தை ஈட்டத் துவங்குவேன் என்று கேன்வாஸ் எழுதாமல் காரியத்தில் இறங்கி எதிர்பாராத சிக்கல்களைச் சந்தித்து, எதிர்பார்த்த விஷயங்கள்

நடக்காமல்போய் ஸ்டார்ட் அப்புக்கே காரியம் செய்த கதைகள் ஏராளம். அந்த லிஸ்ட்டில் சேர உத்தேசம் இல்லாதவர்கள் கேன்வாஸ் க்ளப்பில் சேர்வது உசிதம்.

பிசினஸ் மாடல் கேன்வாஸ் என்று மட்டுமல்ல, எந்த ஒரு விஷயத்தையுமே ஆர அமர ஆழமாக சிந்தித்து எழுதிப் பார்க்கும் போதுதான் அதைப்பற்றி நமக்கு மொத்தமாகப் புரிகிறது. என்ன செய்ய உத்தேசம் அதை எப்படிச் செய்ய உத்தேசம் என்பதில் தெளிவு பிறக்கிறது.

ஒரு விஷயத்தைப்பற்றி மனதில் நினைக்கும்போது பொத்தாம் பொதுவாக மேலோட்டமாகத்தான் சிந்திக்க முடிகிறது. அதை அமர்ந்து அதன் விதிகளுக்குகேற்ப எழுதிப்பார்க்கும்போதுதான் அதிலுள்ள சின்ன விஷயங்கள்கூட பார்ட் பார்ட்டாகக் கழண்டு கண்களுக்குப் பளிச்சென்று தெரிகிறது. சின்ன கேப்புகள்கூட ஆம்புலன்ஸ் ரெட் லைட்போல் படீரென்று கண்களில் அடிக்கிறது. அந்த கேப்பை அடைக்கும் வழிகளும் ஐடியாக்களையும் ஆராய வைக்கிறது. தவறுகளைத் திருத்திக்கொள்ள முடிகிறது.

பிசினஸ் மாடல் கேன்வாஸ் என்பது ஒரு வாழும் ஆவணம். It's a living document. உங்கள் தொழிலோடு அதுவும் சேர்ந்து வளரும். வளரவேண்டும். நீங்கள் அதை வளர்க்கவேண்டும். மாறும் தொழில் சூழலுக்கேற்ப, வளரும் உங்கள் தொழிலுக்கேற்ப கேன்வாஸை நீங்கள் மாற்றியமைத்து அதை வளர்த்து வந்தால் உங்கள் தொழில் வளரும், தழைக்கும்.

ஆக, கேன்வாஸ் என்பது சிறந்த வருங்காலத்திற்கான திட்டமிடும் கருவி. அதிலிருந்து கிடைப்பது வெறும் டேட்டா அல்ல, insight. அதாவது நுண்ணறிவு என்பதைப் புரிந்துகொள்ளுங்கள்.

ஸ்டார்ட் அப் என்று மட்டுமல்ல, பெரிய கம்பெனிகள்கூட புதியதாக ஒரு பிராண்டை அறிமுகப்படுத்தும்போது அல்லது தனியாக இன்னொரு பிரிவைத் துவங்கும்போது அதற்கு தனியாக பிசினஸ் மாடல் கேன்வாஸ் எழுதி அதன்படிச் செயல்படுவார்கள். உலகின் தலைசிறந்த பன்னாட்டுக் கம்பெனிகளான பிஅண்ட்ஜி, நெஸ்லே, ஜிஇ போன்றவைகளே கேன்வாஸ் எழுதாமல் அடுத்த பணி பார்க்க மாட்டார்கள் எனும்போது நீங்களும் நானும் அதைச்செய்யாமல் தொழில் துவங்குவது பாவமில்லையா!

பிசினஸ் கேன்வாஸை எழுதவேண்டும், அதைப் படிப்பவர் பார்த்துப் பாராட்டவேண்டும் என்று எழுதுவது பஞ்ச மாபாதகம்.

உங்கள் தொழிலில் பணம் போடுவதா வேண்டாமா என்று முடிவு செய்ய நீங்கள் எழுதும் பிசினஸ் கேன்வாஸை முதலீட்டாளர்கள் படிப்பார்கள் என்பதால் அவர்களுக்காக மட்டும் கடனே என்று எழுதாதீர்கள்.

உங்கள் ஸ்டார்ட் அப் பற்றி ஒவ்வொரு அங்குலத்தையும் அறிந்து கொள்ளவும் எதைப்பற்றித் தெரியும், எவையெல்லாம் இன்னும் தெரிந்துகொள்ளவேண்டும் என்ற பட்டியல் அது என்பதைப் புரிந்துகொண்டு எழுதினால் உங்களுக்கும் உங்கள் ஸ்டார்ட் அப்புக்கும் புண்ணியமாகப் போகும்.

திட்டமிட்டால் போதுமா அதை சரியாகச் செயல்படுத்துவதில்தான் வெற்றி அடங்கியிருக்கிறது என்றாலும் செயல்படுத்துவதில் உள்ள சிக்கல்களை, சமாச்சாரங்களை முதலிலேயே தெரிந்துகொண்டு செயல்படுத்தத் துவங்குவது சிறந்தது இல்லையா.

தவறு செய்வதாக இருந்தால் தொழில் துவங்க வடிவமைத்த திட்டத்தில் செய்து அதை அப்பொழுதே கண்டுபிடித்து திருத்திக் கொள்ள வாய்ப்பு கிடைப்பது பெட்டரா, அல்லது பணத்தைப் போட்டுவிட்டு தொழில் சரிந்து போகும் நிலையில் தலையில் துண்டு போட்ட பிறகு, செய்த தவறு உங்களுக்குத் தெரிவது பெட்டரா?

இந்த கேன்வாஸ் சமாச்சாரம் எல்லாம் 'அமரர் சுஜாதா' ஸ்டைலில் சொல்வதென்றால் 'கொஞ்சம் குன்ஸாகத்தான் புரிகிறது'. மொத்தமாகத் தெரிந்துகொள்ள, முழுசாக அறிந்துகொள்ள இதை கற்றுத் தரும் வகுப்புக்கள் இருக்கிறதா என்று கேட்கும் உங்கள் மைண்ட் வாய்ஸ் எனக்கும் கேட்கிறது.

கவலை வேண்டாம், நான் போன அத்தியாயத்தில் கூறியதுபோல் இருக்கவே இருக்கிறது இண்டர்னெட். கையைப் பிடித்து எழுதச் சொல்லித் தரும் ரேஞ்சுக்கு ஏகப்பட்ட வெப்சைட்டுகள் அங்கு கொட்டிக் கிடக்கின்றன.

கேன்வாஸை இன்னமும்கூட தெரிந்துகொள்ள விரும்புவர்கள் 'இளம் தொழில்முனைவோர் மையம்' (Young Entrepreneur School) போன்ற தொழில் அமைப்புகளில் சேரலாம். சிறு மற்றும் நடுத்தரத் தொழிலதிபர்களின் வளர்ச்சிக்காகத் துவங்கப்பட்ட அமைப்பு இது. தமிழகமெங்கும் கிளை பரப்பி இளம் தொழிலதிபர்களுக்கு பிசினஸ் அறிவை வளர்த்து அவர்கள் வளர்ச்சிக்கு வழிகாட்டி

வரும் அமைப்பு. இதுபோன்ற அமைப்புகளில் சேர்வது ஊக்கம், உத்வேகம், உசிதம்.

பள்ளிக்கூடப் பருவத்தில் பி.டி பீரியடில் வேகமாக ஓடி ஆடி விளையாட காலில் கேன்வாஸ் ஷூ அணிந்தது ஞாபகம் இருக்கிறதா? நீங்கள் துவங்க நினைக்கும் ஸ்டார்ட் அப் என்ற ரேஸில் ஸ்பீட் எடுத்து வேகமாக ஓடி அனைவரையும் ஓவர்டேக் செய்து வெற்றி இலக்கை அடைய உங்களுக்கு தேவை இன்னொரு கேன்வாஸ்.

பிசினஸ் மாடல் கேன்வாஸ்!

20. பார்ட்னர் தேவையா?

எல்லாரும் சொல்கிறார்கள் என்று கல்யாணம் செய்து கொள்கிறோம். அதனால்தானோ என்னவோ ஸ்டார்ட் அப் துவங்கும்போது எல்லாரும் செய்கிறார்கள் என்று தொழிலுக்கு பார்ட்னர்கள் தேடுகிறோம். திருமணம் தேவையா இல்லையா என்பதைப் பட்டிமன்ற தலைப்பாக்கலாம் அல்லது அவரவர் தலையெழுத்து என்று விட்டுவிடலாம். தொழில் துவங்க பிசினஸ் பார்ட்னர் வேண்டுமா?

ஸ்டார்ட் அப் என்பது பார்க்காத உலகம், செய்யாத விஷயம், போகாத ஊர், பார்க்காத பணி. தனியாகப் பயணித்தால் வழி தெரியுமா, தெரிந்தாலும் புது ஊரில் பிழைக்க முடியுமா என்ற பீதி பீறிட்டடித்து பாதாதிகேசமும் படரும்.

தொழில் துவங்க நினைப்பதே தனிக்காட்டு ராஜாவாக இருக்கத்தான். எதற்கு பார்ட்னர், துணை என்று கூடவே அடப்பங்கள். அதையும் சுமந்துகொண்டு பயணிக்கவேண்டும் என்று சிலர் நினைக்கலாம்.

அதையே வேறு கோணத்தில் பார்க்கும்போது பார்ட்னர் தேவை என்பதுபோல் தெரியும். தனி ஆளாய் தரணி ஆள முடியுமா? ஒத்தாசைக்கு கைவசம் பார்ட்னர் இருந்தால் பெட்டரோ என்று சபலம் தட்டும்.

என்ன செய்யலாம்? ஸ்டார்ட் அப் என்ற தேர்தலில் பார்ட்னர் என்ற கூட்டணி அமைத்துப் போட்டியிடுவதா அல்லது சுயேச்சையாக நின்று ஆனது ஆகட்டும் என்று ஒரு கை பார்ப்பதா?

பார்ட்னர் இல்லாமல் தனி ஆளாகப் பயணிப்பதில் சில சௌகரியங்கள் உண்டு. தொழிலில் உங்களுக்கென்று நீங்கள் நிர்ணயித்திருக்கும் இலக்கை யாருக்காகவும் காம்ப்ரமைஸ் செய்யவேண்டாம். தொழில் துவங்க நினைப்பதே உங்கள் இலக்கை அடையத்தானே.

பார்ட்னரை கூட வைத்துக்கொள்கிறோம், ஓகே. இன்று உங்களோடு இலக்கை நோக்கிப் பயணிப்பவர் நாளை தன் இலக்கை மாற்றித் தொலைத்தால் பிரச்னை பிறக்கும். வாக்குவாதம் வளரும். பிரிவுரை போகலாம். தனியாகச் சென்றால் சூப்பர்ஸ்டார்போல் நம் வழி தனி வழி!

தனியாக பிசினஸ் செய்தால் எதையும் யாரையும் கேட்டுச் செய்ய வேண்டாம். எடுக்கவேண்டிய முடிவுகளை ஓட்டுப்போட்டு தேர்ந்தெடுக்கவேண்டாம். இதனால் வேலை சீக்கிரம் நடக்கும். உங்கள் பணித் திறன் அதிகரிக்கும். நேரம் மிச்சமாகும். தனியாகச் சென்றால் வேறு யாரையும் நம்பவும்வேண்டாம். உங்கள் மீது உங்களுக்கு நம்பிக்கை இருந்தால் எதேஷ்டம். கூடமாட ஓட, ஒத்துழைக்க ஆட்களை நியமித்தால் போதும். முடிவெடுக்கும் பொறுப்பு உங்களுடையதே. பிசினஸ் ராஜ்யத்தில் நீங்களே ராஜா, மந்திரி, தளபதி இன்ன பிற!

தனியாகத் தொழில் செய்தால் உங்கள் நேரம் உங்களுடையது. யாருக்கும் காத்திருக்கத் தேவையில்லை. நெகிழ்வுத் தன்மை (Flexibility) இருக்கும். வியாபாரம் ஓஹோ என்று சென்று பணம் கொட்டோ கொட்டு என்று கொட்டினால் அதைப் பங்குபோட பார்ட்னர் இருக்கமாட்டார். பணத்தைத் தனி ஆளாக கோணிப் பையில் கட்டோ கட்டென்று கட்டலாம். இழுக்க இழுக்க இன்பம் என்ற பழைய 'சிசசர்ஸ்' சிகரெட் விளம்பரம்போல் முழுக்க முழுக்க வெற்றி உங்களுடையதே. வெற்றிப் புகை சூழ ஸ்மோக் எஃபெக்ட்டோடு கனவு வாழ்க்கை வாழலாம்!

பார்ட்னர் இல்லையெனில் பிரச்னைகளும் உண்டு. முதலீட்டை மொத்தமாக நீங்கள் ஒருவரே போடவேண்டும். டப்பு இருந்தால் ஓகே. இல்லாதவர்கள் இருப்பவர்களைத் தேடவேண்டும். பிசினஸ் தழைத்தால் தேவலை. இளைத்தால் ரிஸ்கை பங்குபோட பார்ட்னர் இருப்பது பெட்டர். பள்ளிக் காலத்தில் பாடத்தில் ஃபெயில் ஆகும்

போது பக்கத்தில் இருப்பவனும் ஃபெயிலானால் ஓர் அல்ப திருப்தி இருக்குமே, அதுபோல!

கை தர, தோள் கொடுக்க பார்ட்னர் சைக்காலஜிகல் சப்போர்ட். பலருக்கு இருட்டில் நடக்கவே பயமாயிருக்க, புரியாத பிசினஸ் பாதையில் பயணிக்க பார்ட்னர்கள் இருந்தால் அட்லீஸ்ட் பேச்சுத் துணை இருக்கும். அவர் உதவினால் போனஸ்!

எல்லாருக்கும் எல்லாத் திறமைகளும் வாய்ப்பதில்லை. ஆனால் பிசினஸ் பிழைக்க, தழைக்க, செழிக்க பல திறமைகள் தேவைப்படுகிறது. திருப்பித் தருகிறேன் என்று கூறி பணத்தைக் கடன் வாங்கலாம். திறமையை வாங்க முடியாது. உங்களிடம் இல்லாத திறமையை அது அபரிமிதமாக இருக்கும் ஒருவரை பார்ட்னராக்கினால் உங்கள் திறமையோடு அவர் திறமை சேர்ந்து இரண்டு இரண்டும் ஸ்டார்ட் அப்பில் அஞ்சாகும்.

இரண்டு கை தட்டினால்தான் சத்தம். சமயத்தில் வேலை பளு கூடி தனி ஒருவனால் ஸ்டார்ட் அப்பின் அனைத்துப் பணிகளையும் ஒரு சேர செய்ய பிரம்மப்பிரயத்தனம் தேவைப்படும். வேலை பளுவை குறைக்க எக்ஸ்ட்ரா கைகள் இருப்பது செளகரியம்.

நம் முகம் நமக்கு அழகாகத் தெரியும். கண்ணாடிக்குத்தான் தெரியும் அந்தக் கண்றாவி. அதுபோல் உங்கள் ஐடியா உங்களுக்கு சூப்பராகத்தான் தெரியும். அதை அப்படியே பிரயோகித்து அது பீஸ் பீஸாகப் போகும்போதுதான் அதிலுள்ள தவறுகள் தெரியும்.

கண்கெட்ட பின் சூரிய நமஸ்காரம் பயனளிப்பதில்லை. பார்ட்னர் இருந்தால் உங்கள் ஐடியாவைக் கூறி அதன் தரத்தை அவரைக் கொண்டு எடை போடலாம். பேஸ்கட் பால் ஆடும்போது ஆட்டக் காரர் பந்தை எப்பொழுதும் நேராகக் கூடையில் போடுவதில்லை. கூடையின் பின் உள்ள பேக்போர்ட்டைப் பயன்படுத்தி அதன்மீது பந்து பட்டு கூடைக்குள் செல்லும் வகையில் பந்தை எறிவார். பாயிண்ட் பெறுவார். அதுபோல் நல்ல பார்ட்னர்கள் இருந்தால் அவர்கள் மனதை உங்கள் பேக்போர்ட்டாக்கி உங்கள் ஐடியாவை எறிந்து சீர் தூக்குவது சிறந்தது. உங்கள் பிசினஸுக்கும் பாயிண்ட்!

'என்னதான் சொல்ல வருகிறாய், நான் பார்ட்னர் வைத்துக் கொள்வதா, தனியாகத் தொழில் துவங்குவதா?' என்று நீங்கள் சொல்வது கேட்கிறது. அடுத்த அத்தியாயத்துக்கு வாருங்கள் யோசித்துப் பார்த்துச் சொல்கிறேன்!

21. பார்ட்னர்ஷிப் பிரதாபங்கள்

ஸ்டார்ட் அப் துவங்க ஐடியா ரெடி, தொழிலுக்கு பார்ட்னர் வைத்துக்கொள்வதா வேண்டாமா என்று குழம்புபவர் கவனத்திற்கு. இக்கேள்விக்கு மந்திர விடை இல்லை என்பதை முதலில் புரிந்துகொள்ளுங்கள். வாழ்க்கைத் துணையை எப்படித் தேர்ந்தெடுத்தீர்கள் என்று நினைவிருக்கிறதா?

வாழ்க்கைத் துணை தேர்ந்தெடுப்பதில் எத்தனை கவனம் தேவையோ அத்தனைக்கும் குறைவில்லாதது வியாபாரத் துணை தேர்ந்தெடுப்பதும். சற்று அவசரப்பட்டு, பிசகி, உணர்ச்சிவசப் பட்டுத் தேர்ந்தெடுத்தால் வில்லங்கம், விவகாரம், வயிற்றெரிச்சல் உத்திரவாதம். ஒத்துவராத மனைவி வாய்த்தால் வாழ்க்கை கசக்கும். ஒத்துழைக்காத பார்ட்னர் வந்தால் வியாபாரம் வழுக்கும்.

முதல்முறை தொழில் துவங்கப் போகிறேன், கூட ஒத்தாசைக்கு ஒருவர் இருந்தால் தேவலை என்பதற்காக பார்ட்னர் தேடாதீர்கள். அது தப்பாட்டம். இதைச் சொல்லும்போது திருமணம்பற்றிய ஆங்கில வாசகம் ஒன்று நினைவிற்கு வருகிறது: ஒரு புத்தகம் படிப்பதற்கு லைப்ரரியை வாங்கவேண்டுமா!

எதற்கு பார்ட்னர் வேண்டும் என்று நினைக்கிறீர்கள் என்பதை ஆழமாக சிந்தியுங்கள். பேச்சுத் துணைக்கு அல்லது புது முயற்சி என்பதால் எதற்கும் இருக்கட்டும் போன்ற காரணங்களுக்காக

பார்ட்னர் தேடுவது பாவம். அனுபவமில்லாமல் ஸ்டார்ட் அப் துவங்கி அவஸ்தைப்படுவதைவிட தவறான காரணத்திற்கு பார்ட்னர் வைத்து பட்டுக்கொண்டவர்கள்தான் ஏராளம்.

எப்பேற்பட்ட தொழில், அதற்குத் தேவையான திறன் உங்களிடம் இருக்கிறதா, பணியாளர்கள் மட்டும் வைத்துக்கொண்டால் போறாது என்று நினைக்கிறீர்களா, முடிவெடுத்து முட்டு கொடுக்க மேலும் சில கைகள் தேவையா போன்றவற்றை விலாவாரியாகச் சிந்தியுங்கள். உங்கள் ஸ்டார்ட் அப்புக்கு அத்தியாவசியம் அந்தத் திறன்கள் எனில் அது உங்களிடம் இல்லாத பட்சத்தில் அது அபரிமிதமாக இருப்பவரை பார்ட்னராகத் தேர்ந்தெடுப்பது பயன் தரும்.

சமயங்களில் ஸ்டார்ட் அப்புக்குத் தேவையான சில திறன்கள் தொழில் துவங்கும்போது மட்டுமே அதிகம் தேவைப்படலாம். போகப் போக அந்தத் திறன்கள் தேவைப்படாமலோ அல்லது அதன் தாக்கம் பெரியதாக இல்லாமலோ போகலாம். அதுபோன்ற நிலைகளில் அந்தத் திறன் இருக்கும் ஒருவரை பார்ட்னராகச் சேர்க்காமல் பணியாளராகவோ அல்லது ஆலோசகராகவோ நியமிப்பது உசிதம். தேவை குறையும்போது கழட்டி விட சௌகரியம்.

தனியாக ஸ்டார்ட் அப் துவங்கும் அளவிற்கு பணம் இல்லை என்பதற்காக மட்டுமே பார்ட்னர் தேடாதீர்கள். சரியான ஐடியாவும் தெளிவான பிசினஸ் ப்ளானும் இருந்தால் முதலீடு தர வென்சர் காபிடல் ஃபண்ட் முதல் ஏஞ்சல் முதலீட்டாளர்கள்வரை இன்று ஏராளம் பேர் கையில் செக்கோடு அலைகிறார்கள். இன்று தொழில் துவங்க பணம் ஒரு பிரச்னையே அல்ல. இதை பின்னால் விரிவாகப் பார்ப்போம்.

பணம் மட்டுமே பார்ட்னருக்கான தகுதி என்றாகிவிட்டால் உங்கள் தொழில், பணம் பண்ணத் துவங்கும்போது அதே பார்ட்னரின் பங்களிப்பு ஏதும் இல்லாதது உங்கள் கண்களை உறுத்தும். வாயும் சும்மா இருக்காது. எதையாவது சொல்லி வைப்பீர்கள். வாக்கு வாதத்தில் ஆரம்பித்து கைகலப்புவரை செல்லலாம்!

லாபம் என்றதும்தான் ஞாபகத்திற்கு வருகிறது. உங்கள் ஸ்டார்ட் அப் நிறைய லாபம் ஈட்டினால் சந்தோஷமே. ஷார்ட் டர்மில் உங்கள் தொழில் பங்கிட்டுக்கொள்ளும் அளவிற்கு லாபம் ஈட்டாது என்று தோன்றினால் பார்ட்னர் தேவையா என்பதை ஒன்றுக்கு இரண்டு முறை யோசித்துச் செயல்படவும்.

உலகின் பல பிரச்னைகளின் நதிமூலம் ரிஷிமூலம் பணம். அதனாலேயே பார்ட்னர் கண்டிப்பாய் தேவை என்னும் பட்சத்தில்

அவரோடு அமர்ந்து உங்கள் ஸ்டார்ட் அப்பின் விஷன், மிஷன், குறிக்கோள் ஆகியவற்றை மனம் விட்டுப் பேசுங்கள். உங்கள் எண்ண ஓட்டத்தோடு ஒத்துப்போகும் நபர்களை மட்டும் பார்ட்னராக்கினால் உங்கள் ஸ்டார்ட் அப்புக்கு புண்ணியம்.

உயிர் நண்பன் என்பதற்காக மட்டும் ஒருவரை பார்ட்னர் ஆக்காதீர்கள். நட்பு வேறு, பிசினஸ் வேறு. பணம் போனாலும் பரவாயில்லை, தொழிலில் லடாய் வந்தால் நல்ல நட்பை இழுக்க வேண்டி வரும். பணத்தை என்று வேண்டுமானாலும் சம்பாதிக்க முடியும். நல்ல நட்பு இப்பொழுது அவ்வளவு எளிதில் கிடைப்ப தில்லை. கிடைத்த நட்பை கிடா வெட்டாதீர்கள்.

ஏன், நண்பன் தொழிலில் உதவ மாட்டானா என்பதில்லை கேள்வி. உங்கள் தொழிலுக்குத் தேவையான திறன் உள்ளவரா, அந்தத் திறன் உங்கள் தொழிலுக்குத் தேவையா, நீங்கள் தவறு செய்யும்போது உங்களைத் தட்டிக்கேட்கும் தைரியமும் உரிமையும் உள்ளவரா என்பதுபோன்ற கேள்விகளுக்கு மனசாட்சிக்கு விரோதமில்லாமல் பதில் தேடுங்கள். நட்பு உங்கள் கண்களை மறைக்காத வண்ணம் முடிவெடுங்கள்.

நல்ல நண்பன் நல்ல பார்ட்னராகவும் அமைந்துவிட்டால் ஏற்படும் மகிழ்ச்சியை, மனநிறைவை நான் பல இடங்களில் பார்த்து வியந்திருக்கிறேன். அப்படி உங்களுக்கும் அமைந்தால் நல்லதே!

உங்களைப்போல் எண்ண ஓட்டம் உள்ளவரை மட்டுமே பார்ட்னராக்குவேன் என்று தேடாதீர்கள். அதற்கு பேசாமல் உங்களை ஒரு ஜெராக்ஸ் காப்பி எடுத்து பக்கத்து சீட்டில் ஒட்டி வைத்து தொழில் செய்து தொலைக்கலாம். மார்க்கெட் போக்கை அறிந்து, வாடிக்கையாளர் குணாதிசயங்கள் புரிந்து, போட்டி யாளர்கள் செயல்கள் தெரிந்து நீங்கள் தவறு செய்யும்போது தட்டிக் கேட்கும் திறனும் தைரியமும் உள்ளவரே நல்ல பார்ட்னர்.

மீண்டும் சொல்கிறேன். பிசினஸ் என்றால் பார்ட்னர் இருக்க வேண்டும் என்ற ஐதீகம் ஏதும் இல்லை. பில் கேட்ஸ் பார்ட்னர் வைத்துக்கொண்டு துவங்கவில்லையா என்று நீங்கள் கேட்டால் 'கவின்கேர்' கம்பெனியை சி.கே. ரங்கநாதன் தனியாகத் துவங்கி வெற்றி பெறவில்லையா என்று நான் கூறுவேன். தேவையிருந்தால் மட்டுமே தேர்ந்தெடுங்கள். அப்படித் தேர்ந்தெடுக்கும் பட்சத்தில் பார்ட்னர்ஷிப்பை அணுகும் முறைபற்றி சில விஷயங்கள் பேச வேண்டியிருக்கிறது. வாருங்கள் பேசுவோம்.

என்ன பார்ட்னர், ஓகேவா!

22. ஹலோ பார்ட்னர்

பார்ட்னர் வேண்டும் என்று முடிவு செய்துவிட்டீர்களா. குட். ஒரே ஒரு பார்ட்னர்தான் என்றாலும் கூட்டம் சேர்த்திருக்கிறீர்கள் என்பதை முதலில் புரிந்துகொள்ளுங்கள். அவரோடு தொழிலை நல்லபடியாக நடத்திச் செல்லும் வழிகள்பற்றிப் பேசுவோம்.

கண்டவுடன் கனிய பார்ட்னர்ஷிப், காதல் அல்ல. வியாபாரம். சீரியசான மேட்டர். கஷ்டம் உண்டு. கவனம் தேவை. நேரம் எடுக்கும். நிதானம் தேவை.

எத்தனை பார்ட்னர் இருக்கவேண்டும் என்பது பலர் கேட்கும் கேள்வி. பூஜ்யம் என்று விடையளிப்பவர் உண்டு. நல்ல பார்ட்னர் படை பலம் என்பவர்கள் உண்டு. அதற்காக சகட்டுமேனிக்கு பார்ட்னர்கள் வைத்துக்கொள்ளாதீர்கள். முதலாளி ரூமே க்ரூப் ஃபோட்டோபோல் இருக்கும். முக்கிய முடிவுகள் எடுக்க மாமாங்கம் ஆகிவிடும்.

சேரப் போகும் பார்ட்னரோடு பேசுங்கள். உங்கள் கனவு, குறிக்கோள், பாதை, கொள்கைகள் அனைத்தையும் சப்ஜாடாக விவரியுங்கள். அவரையும் மனம்விட்டு பேசச் சொல்லுங்கள். எல்லாவற்றிலும் அவரோடு ஒத்துப் போகவேண்டும் என்ப தில்லை. எங்கு வித்தியாசப்படுகிறீர்கள் என்பது தெரியும். அதை எப்படி ஹாண்டில் செய்வது என்று சிந்திக்க அவகாசம் கிடைக்கும்.

யாருக்கு என்ன பங்கு, என்ன பொறுப்பு என்பதைத் தெளிவாக்குங்கள். ஒரே வேலையை இரண்டு பேர் செய்வது நல்லதுதானே என்று நினைக்காதீர்கள். இரண்டு பேரோடு சேர்ந்து கார் ஓட்டிப் பாருங்கள், நான் சொல்வது புரியும். எல்லா முடிவுகளையும் சேர்ந்தே எடுப்போம் என்று அழிச்சாட்டியம் செய்யாதீர்கள். இன்றைய அவசர அடி அர்ஜண்ட் உலகில் வேகமே விவேகம். கூட்டணி ஆட்சிகள் அடிக்கும் கூத்துக்களைப் பார்த்திருப்பீர்களே.

ஒரு பார்ட்னர் மட்டும் முழு நேரமாக உங்கள் ஸ்டார்ட் அப்பில் பணி செய்ய முடிவு செய்து மற்றவர்கள் பகுதி நேரம் மட்டுமே உழைப்பதாக உத்தேசித்தால் முழு நேர பார்ட்னருக்கு சம்பளம் தரத் தவறாதீர்கள். அவர் இளிச்சவாயனாக இருந்தால் இதுதான் சாக்கு என்று அவரை டபாய்க்காமல் அவர் உழைப்புக்கு உரிய மரியாதை கொடுங்கள். உங்கள் பார்ட்னர்ஷிப் டைட்டானிக் ஷிப்போல் பனிமலையை முட்டாமல் பதவிசாக பவனி வரும்.

பார்ட்னரை மதிக்கக் கற்றுக்கொள்ளுங்கள். உங்களுக்கு இருப்பது போல் உங்கள் பார்ட்னருக்கும் பலம் பலவீனம் இருக்கும். உங்களால் முடியும் என்பதால் மட்டுமே அவர் பலவீனத்தைத் தவறாகப் பயன்படுத்தாதீர்கள். உங்கள் பலவீனம் அவருக்குத் தெரியும். நீ என் கண்ணில் அடித்தால் நான் உன் கண்ணைப் பிடுங்குவேன் என்று அவர் ஆரம்பித்தால் உலகமே குருடாகிவிடும் என்ற வாக்கியத்தை நினைவில் வையுங்கள்.

ஆபீஸுக்குள் செருப்பைக் கழட்டி வைத்து நுழைவதுபோல் ஈகோவை கழட்டி வைத்துவிட்டு நுழையுங்கள். உங்கள் பார்ட்னரையும் அப்படியே செய்யச் சொல்லுங்கள். அப்பொழுது தான் உங்கள் பார்ட்னர்ஷிப் செருப்படி லெவலுக்கு இறங்காமல் தப்பிக்கும்!

தவறு செய்தால் முதல் காரியமாக பார்ட்னரிடம் ஒப்புக் கொள்ளுங்கள். சால்ஜாப்பு சொல்லிக்கொண்டு நேரம் கடத்தாதீர்கள். செய்த தவறை மறைக்க முயலாதீர்கள். சிறு சந்தேகத் துளி பெரு வெள்ள அபாயம். ஒளிவுமறைவு இல்லாமல் சேர்ந்து தொழில் செய்து பாருங்கள், பார்ட்னருக்கு உங்கள்மீது பரிவு வரும், மரியாதை கூடும். அப்படி இல்லாமல் உங்கள் தவறை அவர் சுட்டிக் காட்டிக்கொண்டிருந்தால் அவர் பார்ட்னராக இருக்கவே தகுதியில்லாதவர். கழட்டி விடுங்கள். முடிந்தால் அடித்துத் துரத்துங்கள்!

இத்தனை சொல்வதால் ஆபிஸே அமைதிப் பூங்காவாகி, தொழிலில் தேனும் தினை மாவும் பெருக்கெடுத்து ஓடி உங்கள் காலம் பொற்காலமாகத் திகழும் என்றெல்லாம் வாய் கூசாமல் பொய் சொல்லமாட்டேன். கருத்து வேறுபாடுகள், மனஸ்தாபங்கள், ஏமாற்றங்கள், விரக்திகள் வாசல் வழியாக வந்து வந்து போகும். சமயங்களில் வக்கணையாக வந்து மடியிலேயே அமரும்.

கலங்காதீர்கள். பேசினால் தீராத பிரச்னை இல்லை. ரூமில் மூஞ்சியை தூக்கி வைத்துக்கொண்டிருந்தால் தொழில் உங்களைக் கீழே இறக்கி வைக்கும். சந்தேகங்களை, சங்கடங்களை மனதிலேயே போட்டு வளர்க்காதீர்கள். மற்றவரிடம் பேசாத மௌனம், அதற்கு நீங்கள் இடும் உரம். அது வளர்ந்து உங்களோடு உங்கள் தொழிலையும் நிம்மதியையும் கெடுக்கும். வளர விடாதீர்கள். எதையும் வெளிப்படையாகப் பேசவும் என்று கழுத்தில் போர்டு எழுதித் தொங்கவிடாத குறையாக பார்ட்னரோடு பழகுங்கள். வாழ்க்கைத் துணை, நண்பர், பார்ட்னர் என்று வாழ்க்கையில் பழகப் பழகத்தான் மற்றவர்களைப் புரிந்துகொள்ள முடியும். அவசரப்படாதீர்கள்.

'அண்டை வீட்டுக்காரன்மீது அன்பு செலுத்து. ஆனால் வெளியே போகும்போது வீட்டை பூட்டிக்கொண்டு போ' என்ற ஆங்கிலப் பழமொழி உண்டு. பார்ட்னரோடு பேசிவிட்டேன் என்று பேச்சோடு நிறுத்தாதீர்கள். பேசிய, புரிந்துகொண்ட, வாய் வழி செய்து கொண்ட ஒப்பந்தங்களை எழுத்தில் பதிவு செய்யுங்கள். முடிந்தால் லீகலாக எழுதி அதை சட்டபூர்வமாக பதிவு செய்தாலும் பயனே. பிற்காலத்தில் உங்கள் ஜாதகத்தில் அஷ்டமத்து சனி அமர்ந்து பார்ட்னர் ரூபத்தில் அது உங்கள்மீது படையெடுத்தால் உங்களைப் பாதுகாத்துக்கொள்ளப் பிரயோஜனப்படும்.

உலகிலேயே சிறந்த பார்ட்னர்ஷிப்புகள் நிலைக்கக் காரணம் அவை தழைத்து வரும் வெற்றிகளால் அல்ல, அவை பிழைத்து எழும் தோல்விகளால். தோல்வி வந்தால் பார்ட்னர் சட்டைக் காலரைப் பிடித்து சண்டை போடாதீர்கள். அப்பொழுதுதான் உங்கள் அனைவரின் ஒற்றுமையான உழைப்பு தொழிலுக்குத் தேவை படுகிறது. வெற்றியைக்கூட தனித்தனியாகக் கொண்டாடலாம். தோல்வியை சேர்ந்து மட்டுமே சந்திக்கவேண்டும்.

செய்து பாருங்கள். விலாசம் விசாரித்துக்கொண்டு வெற்றி உங்கள் வீடு தேடி வரும்!

23. லீன் ஸ்டார்ட் அப்

ஸ்டார்ட் அப் துவங்குவது லேசுப்பட்ட காரியமல்ல. இஷ்டப்பட்டுத் துவங்கி கஷ்டப்பட்டு உழைத்தாலும் பெரும் பாலானவை நஷ்டப்பட்டு நலியவே செய்கின்றன. தொண்ணூறு சதவிகித ஸ்டார்ட் அப்ஸ், பூட்ட கேஸ் ஆகின்றன என்கிறது ஒரு புள்ளி விவரம். நல்ல பிசினஸ் ஐடியா இருந்தும் பல ஸ்டார்ட் அப்ஸ் தோற்கின்றன என்பதுதான் இதில் வேதனையான விஷயம்.

இத்தனை தோல்விகளுக்குக் காரணம்தான் என்ன?

அஷ்டமத்து சனி. ஸ்டார்ட் அப் துவங்குபருக்கு அல்ல. தொழிலை சரிவர அறிதாத குறையால் வந்த வினை. ஐடியாவை தொழிலாக்கும் திட்டத்தில் உள்ள குழப்பம். பிசினஸை கரெக்ட்டாக வடிவமைக்காத தவறால் ஏற்படும் விபரீதம்.

இந்தக் குறைகளை நிவர்த்தி செய்யும் மந்திரம் ஒன்று உண்டு. அதற்குப் பெயர் 'லீன் ஸ்டார்ட் அப் மெதடாலஜி'. ஸ்டார்ட் அப்பை எளிதாக்கும் முறை. இதை மந்திரம் என்று சொல்வதைவிட செயல்முறை என்று கூறலாம். இந்தச் செயல்முறைகொண்டு ஸ்டார்ட் அப் துவங்குகினால் செல்வம் உங்கள் வீட்டுக் கூறையைப் பிய்த்துக்கொண்டு கொட்டும் என்று சொல்லவில்லை. உங்கள் கூறை பிய்ந்துபோகாமல் செல்வம் சம்பாதிக்கும் சாத்தியக்கூறு அதிகரிக்கும் என்று கூறலாம்.

திட்டமிட செலவழிக்கும் நேரத்தை மார்க்கெட்டிற்குச் சென்று பரிசோதனை செய்வதில் செலவழியுங்கள் என்கிறது லீன் ஸ்டார்ட் அப். ரூம் போட்டு ஐடியாவை யோசிக்காமல் மக்களை நேரில் சென்று பேசிப் பழகி புரிந்துகொள்ள முயலுங்கள் என்கிறது இந்த சித்தாந்தம். எதையும் பெரியதாக வடிவமைத்து முடித்துவிட்டு கடைசியில் அதைச் சோதித்துப் பார்க்காமல் மக்களிடம் பேசிப்பார்த்துப் புரிந்துகொண்டு அதற்கேற்ப கொஞ்சம் கொஞ்சமாக ஐடரேடிவாய் பொருளை வடிவமையுங்கள் என்கிறது.

ஒரு பொருளுக்கு ஐடியா கிடைத்த மாத்திரம் அதை ஸ்டார்ட் அப் ஆக்கித் தயாரித்து விற்கத் தான் பலரும் முயல்கின்றனர். அந்த ஐடியா சரியானதா, தயாரிக்க நினைக்கும் பொருள் வாடிக்கை யாளருக்கு தேவைப்படுமா, அவர் தேவையைப் பூர்த்திசெய்யப் பயன்படுமா, அதைவிட பெட்டரான பொருள் ஏற்கெனவே மார்க்கெட்டில் இருக்கிறதா என்பதையெல்லாம் பார்ப்பதில்லை.

அதனாலேயே தங்கள் ஐடியாவை பொருளாக்குவதிலேயே, அந்தப் பொருளைப் பார்த்துப் பார்த்துச் செதுக்குவதிலேயே காலத்தைக் கடத்துகின்றனர். ஐடியாவை வாடிக்கையாளர்களிடம் பேசிப் பார்த்து சோதிப்பதும் இல்லை. தயாரிக்க நினைக்கும் பொருளை உத்தேசமாகச் செய்து அதை வாடிக்கையாளரிடம் தந்து உபயோகிக்கச் சொல்லி அவர்கள் கருத்தைப் பெறுவதும் இல்லை. ஐடியா சாஸ்வதம், தயாரிக்க நினைக்கும் பொருள் சௌகரியம், ஆரம்பிக்கப் போகும் பிசினஸ் சக்சஸ் என்று காரியத்தில் இறங்குகின்றனர். வாடிக்கையாளர் 'நோ தேங்க்ஸ்' என்று நிராகரிக்கும்போது தொழிலுக்குக் காரியம் செய்துமுடிக்கின்றனர்!

லீன் ஸ்டார்ட் ஆப் செயல்முறையின் குறிக்கோள் ரொம்பவே சிம்பிள். ஒவ்வொரு ஸ்டார்ட் அப்பும் ஒரு சோதனை முயற்சி. ஒரு கேள்விக்கான பதிலின் தேடல். தொழில் துவங்க மனதில் தோன்றும் ஐடியாவை பொருளாக்க முடியுமா என்பதல்ல கேள்வி. அந்த ஐடியாவை பொருளாக்கவேண்டுமா என்பதற்கான பதில். இந்தப் பொருளைத் தயாரித்துத் தொழில் துவங்கினால் அந்தத் தொழில் பிழைக்குமா, கால காலத்திற்கும் தழைக்குமா என்பதற்கான விடை தேடும் விடா முயற்சி.

யாரிடம் இந்தக் கேள்விகளுக்கான விடை கிடைக்கும்?

வேறு யார், சாட்சாத் உங்கள் வாடிக்கையாளர்களிடம்தான். விற்கப் போவது அவர்களிடம் எனும்போது, உங்கள் பொருளை வாங்கி உபயோகிக்கப்போவது அவர்கள்தான் எனும்போது அவர்களிடம்

உங்கள் ஐடியாவைப் பொருளாக்கி செக் செய்வதுதானே நியாயம். அதுதானே முறை.

அதற்காக லீன் ஸ்டார்ட் அப் என்பது என்னவோ வாடிக்கை யாளர்களிடம் மருந்துக்குப் பேசும் ஒரு தத்துவார்த்த சோதனை (Theoretical enquiry) என்று நினைத்துவிடாதீர்கள். அதையும் தாண்டி புனிதமானது! உங்கள் ஐடியாவை ஒரு மாதிரி பொருளாக்கி அப்பொருளை நீங்கள் விற்க நினைக்கும் வாடிக்கையாளர்களிடம் தந்து பயன்படுத்தச் சொல்லி அவர்கள் கருத்தை, கஷ்டங்களை முடிந்தால் நேரிலேயே பார்த்து உணரும் ப்ராசஸ்தான் லீன் ஸ்டார்ட் அப் மெதடாலஜி.

பொருளை மார்க்கெட்டில் மொத்தமாக அறிமுகப்படுத்துவதற்கு முன் அப்பொருளை மேலும் நேர்ப்படுத்தும் வழிகளை அறிந்து கொள்ளும் வழி இது. அது மட்டுமல்ல, உங்கள் பொருளை எப்படி விற்பது, என்ன சொல்லி விற்பது, விளம்பரம் செய்வதென்றால் எந்த வார்த்தைகளைப் பயன்படுத்துவது முதற்கொண்டு புரிந்து கொள்ளும் அணுகுமுறை.

இதையெல்லாம் கூட்டிக் கழித்துப் பார்த்துப் பொருளைத் தயாரித்து மார்க்கெட்டில் விற்க நினைக்கும்போது, வாங்க ரெடியாக இருக்கும் வாடிக்கையாளர்களைத் தயார் செய்து வைக்க முடிகிறது. பொருளைப் புரிந்துகொண்டு வாடிக்கையாளரை அறிந்து கொண்டு விட்டால் போதும். இடைஇடையே மானே, தேனே, பொன்மானே என்று சேர்த்துக்கொண்டால் போயிற்று!

லீன் ஸ்டார்ட் அப் செயல்முறையை 2008 ஆம் ஆண்டில் படைத்தார் 'எரிக் ரீஸ்' என்னும் தொழிலதிபர். தான் தொழில் துவங்கிய அனுபவங்களிலிருந்து கற்ற பாடங்களை செயல்முறையாகக் கூறினார். அப்பொழுது பிரபலமாக இருந்த 'டொயோட்டா' கம்பெனியின் தயாரிப்பு சிஸ்டத்தோடு தான் தொழில் துவங்கிய அனுபவங்களை ஒப்பிட்டுப்பார்த்து அதற்கு, இரண்டுக்கும் உள்ள ஒற்றுமைகளைப் பிரதிபலிக்கும்விதமாக தன் செயல்முறைக்கு 'லீன் ஸ்டார்ட் அப் மெதடாலஜி' என்று பெயரிட்டார்.

சுமார் பத்து பன்னிரண்டு வருடங்களாக உலகமெங்கும் பிரபலமாகி வரும் இந்தச் செயல்முறையால் ஸ்டார்ட் அப்ஸ் பயன் படுத்துவோர் பயனடைந்து வருகின்றனர். இதன் முக்கிய அம்சங்களையும் செயல்படுத்தும் விதங்களையும் அடுத்த அத்தியாயத்தில் அலசுவோம்.

24. லீன் பற்றிய சீன்

லீன் ஸ்டார்ட் அப் தத்துவம் என்பது ஒரு வழிமுறை. ஸ்டார்ட் அப்புக்கு ஐடியா கிடைத்த மாத்திரத்தில் தொழில் துவங்காமல் அந்த ஐடியாவை சீர்தூக்கிச் சரிபார்க்கும் செயல்முறை.

கிடைத்த ஐடியா சரியா, தயாரிக்க எண்ணும் பொருளுக்கு எது மார்க்கெட், அதில் மாற்றம் தேவையா போன்ற கேள்விகளுக்குப் பதில் தேடும் அறிவியல்பூர்வமான அணுகுமுறை.

பொருளை சரியாக வடிவமைத்து, வாடிக்கையாளருக்குத் தேவையானவகையில் தயாரித்து அதை அவர்கள் கையில் வேகமாகச் சென்று சேர்க்கும் ப்ராசஸ். லீன் ஸ்டார்ட் அப் மூன்று முக்கிய அம்சங்கள் கொண்டது.

மாதக்கணக்கில் சிந்தித்து, திட்டமிட்டு, ஆராய்ந்து அலசிப் பார்ப்பதற்குப் பதில் ஸ்டார்ட் அப் துவங்குபவர்கள் தங்களிடம் இருப்பது சோதிக்கப்படாத ஓர் ஐடியா என்பதை முதலில் புரிந்துகொள்ள வேண்டும். அதைக்கொண்டுமட்டுமே பிசினஸ் துவங்க ஓடாமல், தொழில் துவங்கத் தேவையான ப்ளூப்ரிண்ட் தயாரிக்கவேண்டும். இதற்கு பிசினஸ் மாடல் கேன்வாஸ் என்று பெயர். ஒன்பது அம்சங்கள் கொண்ட இந்த சார்ட் தயாரிக்கும் விதத்தை நாம் ஏற்கெனவே முந்தைய அத்தியாயங்களில் விவரமாகப் பார்த்துவிட்டோம்.

அடுத்த அம்சம், ஸ்டார்ட் அப் துவங்குபவரை கழுத்தைப் பிடித்து வெளியே தள்ளும் வைபவம். ரூம் போட்டு யோசித்து நான்கு சுவர்களுக்குள் குண்டு சட்டியில் குதிரை ஓட்டும் விஷயமல்ல ஸ்டார்ட் அப். வெளியில் சென்று, உலகைப் பார்த்து, மார்க்கெட்டைப் புரிந்து, வாடிக்கையாளர்களைச் சந்தித்து மனதிலுள்ள ஐடியாவை அவர்களிடமே விளக்கி, முடிந்தால் ஒரு மாதிரி பொருளைக் காண்பித்து அவர்கள் கருத்தைப் பெற்று, அதை அவர்களை உபயோகிக்கச் செய்து, பொருளைப் பயன்படுத்துவதில் உள்ள சாதக பாதகங்களை அவர்களிடமிருந்தே தெரிந்துகொள்ள நம்மை வற்புறுத்தும் சித்தாந்தம் லீன் ஸ்டார்ட் அப்.

இதற்கு 'வாடிக்கையாளர் வளர்ச்சி' என்று பெயர். உங்கள் ஐடியாவை பொருளாக்கினால் அதைக் காசு தந்து வாங்கக்கூடிய வாடிக்கையாளர் பிரிவுகள் யார், பொருள்பற்றி, நீங்கள் நிர்ணயிக்க நினைக்கும் விலைபற்றி, வினியோகமுறைபற்றி, அவர்களை மயக்கி பொருளை வாங்க வைக்கும் விற்பனை மேம்பாட்டு உத்தியை அவர்களிடமே சோதித்துப் பார்க்கும் முறை. உங்கள் பொருளை வாங்கிப் பயன்படுத்தப் போகிறவர்களிடமே மாதிரிப் பொருள் ஒன்றைத் தந்து அவர்கள் கருத்தைப் பெற்று அதற்கேற்ப பொருள் வடிவத்தில், பயன்பாட்டில், உட்பொருளில் மாற்றங்கள் செய்து மீண்டும் அவர்களை பயன்படுத்தச் செய்து அவர்கள் கருத்தைப் பெறும் விடா முயற்சி.

மூன்றாவது படி 'சுறுசுறுப்பான வளர்ச்சி' (Agile development). இந்த படி, வாடிக்கையாளர் வளர்ச்சிக்கு ஒத்தபடி செய்யப்பட வேண்டிய ஒன்று. இது முதலில் சாஃப்ட்வேர் துறையில் துவங்கப் பட்ட ஒரு சமாச்சாரம். வாடிக்கையாளர் தேவைகள், கஷ்டங்கள் இப்படித்தான் இருக்கும் என்று நாமாகவே முடிவு செய்து அதற்கான தீர்வை வருடக்கணக்கில் செலவழித்துப் பொருளை வடிவமைத்துத் தயாரிக்காமல், பொருளை சின்னச் சின்னதாக (Incremental) ஐடரேடிவாக (Iterative) தயாரிக்கும்முறைக்கு 'அஜயில் டெவலப்மெண்ட்' என்று பெயர். இவ்வகையில் பொருளை வடிவமைத்துத் தயாரிக்கும்போது நேரம் மிச்சமாகிறது. அதோடு ஆர்-அண்டு-டி மற்றும் தயாரிப்புச் செலவுகளும் கணிசமாகக் குறைகிறது.

வேகத்தையும் விவேகத்தையும் வலியுறுத்தும் சித்தாந்தம் லீன் ஸ்டார்ட் அப். ஐடியாவை ஒரு குறைந்தபட்ச பொருளாக்கி அதை வாங்கப் போகிறவர்களிடம் பயன்படுத்தச் சொல்லி அதன் குறை நிறைகளைச் சரிசெய்து தவறுகளைக் குறைத்து வெற்றிக்கு

அடித்தளம் இடும் முயற்சி. மற்ற மார்க்கெட்முறைகளைவிட புதிய பொருள்களை விரைவில் தயாரித்துக் குறைவில்லாமல் விற்கச் செய்யும் வழி.

முன்பு யாருக்காவது ஒரு நல்ல பிசினஸ் ஐடியா தோன்றி அதை தொழிலாக்க முயலும்போது ஐடியாவை யாரும் காப்பியடித்து விடக் கூடாது என்று பயந்து பொருளை யாருக்கும் தெரியாமல் ரகசியமாகத் தயாரித்து திடீரென்று ஒரு நாள் மார்க்கெட்டில் அறிமுகப்படுத்துவதே சரி என்று நினைத்து வந்தனர்.

இந்த வேலை ஸ்டார்ட் அப்புக்கு செல்லாது. மார்க்கெட்டுகள் வேகமாக மாறி வரும் காலச் சூழலில், தங்களுக்கு என்ன தேவையோ அதை யாருக்காகவும் எதற்காகவும் சமரசம் செய்து கொள்ளத் தயாராக இல்லாத வாடிக்கையளர்கள் இருக்கும் உலகில் அவரைக் கேட்காமல், அவர் கருத்தை அறியாமல் விற்கப்படும் பொருளை வாடிக்கையாளர் வாங்கத் தயாராக இல்லை. இதைத் தெளிவாக உணர்ந்திருப்பதால்தான் லீன் ஸ்டார்ட் அப் ஐடியாவை பொருளாக்கும் முயற்சியில் அதை பயன்படுத்தப் போகும் வாடிக்கையாளரை மய்யப்படுத்துகிறது. இதனால் தயாரிப்பு செலவு முதல் விளம்பரச் செலவுவரை குறைகிறது என்பதுதான் இந்த தத்துவத்தைப் பயன்படுத்தி உலகமெங்கும் ஸ்டார்ட் அப்ஸ் கண்டிருக்கும் பாடம், பெற்றிருக்கும் பயன்.

உலகெங்கும் தொழில் நுட்ப ஸ்டார்ட் அப்ஸ்தான் முதன் முதலில் இந்த லீன் ஸ்டார்ட் அப் தத்துவத்தை பயன்படுத்தினாலும் மற்ற பொருள்களும்கூட இதைப் பயன்படுத்தி வெற்றி வாய்ப்பை அதிகப்படுத்தலாம் என்பதை இதைப் பயன்படுத்தி வெற்றி பெற்றிருக்கும் மற்ற ஸ்டார்ட் அப்ஸ் நிருபித்திருக்கின்றன. ஸ்டார்ட் அப் கலாச்சாரம் மெதுவாகப் பிறந்து பதமாக வளர்ந்து வரும் நம் நாட்டில் இந்த சித்தாந்தப்படி ஸ்டார்ட் அப்ஸ் துவங்கினால் தொழில் வளர்வதோடு நாட்டின் மொத்த உற்பத்தி பெருகும். வேலை வாய்ப்புக்கள் வளரும். பல்லாயிரம் குடும்பங்கள் பிழைக்கும்.

உங்கள் ஸ்டார்ட் அப் தழைக்கும்!

25. நிதி தேடிப் பயணம்

ஸ்டார்ட் ஐடியா ரெடி. பிசினஸ் ப்ளான் ரெடி. பிசினஸ் மாடல் கேன்வாஸ் ரெடி. கவுண்டமணி ஸ்டைலில் ஸ்டார்ட் அப்புக்கு ஸ்டார்ட் ம்யூசிக் சொல்லி ஸ்டார்ட் செய்யலாம்தான். அதற்குத் தேவையான முதலீடு ரெடியாக கைவசம் இருந்தால். இல்லாதவர்கள் பணத்திற்கு எங்கு போவது? தமிழா எழுந்து வா, நிதி தேடி நீண்ட பயணம் செல்வோம்!

உங்கள் சமர்த்துக்கும் சாமர்த்தியத்திற்கும் ஏற்றவாறு ஸ்டார்ட் அப்புக்கு மூன்று வகையில் பணம் திரட்ட முடியும்.

முதல் வழி, எக்விடி. துவங்க நினைக்கும் தொழில், அதன் ஐடியா போன்றவற்றை மதிப்பிட்டு உங்கள் தொழிலின் பங்குகளை உங்கள் தேவைக்கேற்ப முதலீட்டாளர்களுக்கு விற்பது.

துவங்காத தொழிலை எங்கிருந்து மதிப்பிடுவது என்று உங்களுக்கு ஆச்சரியமாக இருக்கலாம். உங்கள் பிசினஸ் ஐடியா வித்தியாசமாக இருந்து அது வருங்காலத்தில் வளர வாய்ப்பு இருக்கும் பட்சத்தில் உங்களுக்கு சுக்கிர திசை. உங்கள் தொழிலுக்கு குரு பெயர்ச்சி. முதலீட்டாளர்கள் காசைக் கொண்டுவந்து கொட்டுவார்கள். இதை சமயோஜிதமாக செலவழித்து சப்ஜாடாகத் தொழில் செய்தால் உங்களுக்கும் நல்லது. உங்கள் தொழிலுக்கும் நல்லது. உங்கள்

தொழில் வளர்ந்து அதனால் உங்கள் பங்குகளின் மதிப்பு வளரும் போது முதலீட்டாளர்களும் லம்பாக லாபம் பார்ப்பார்கள்.

எக்விடி பெறுவதில் ஒரு சின்ன முடிச்சு இருக்கிறது. முதலீட்டை மற்றவரிடமிருந்து வாங்குவதால் நீங்கள் மட்டுமே உங்கள் தொழிலின் முதலாளி அல்ல. என் தொழில், நான் வைத்ததுதான் சட்டம் என்று தனிக்காட்டு ராஜாவாக இருக்கமுடியாது. முதலீடு செய்தவர்கள் உங்கள்கூட அமர்ந்து சகட்டு மேனிக்குக் கேள்வி கேட்டுக் குடாய்வார்கள். திருப்பித் தர தேவையில்லாத பணத்தை தந்துவிட்டுக் கேள்வி கேட்காதே என்று அவர்களிடம் கூறினால் ஆபீஸ் ரூமில் அடித்து மீட்டிங் ரூமில் வைத்து மிதிப்பார்கள்!

கை காசை போட்டு உங்கள் தொழிலைத் துவங்கி அதைப் பெரியதாக வளர்க்கும் திட்டம் இருப்பவர்களுக்கு முதலீட்டாளர் களிடமிருந்து எக்விடி பெறுவதுதான் சமயங்களில் ஒரே வழியாகக்கூட இருக்கும். சின்னதாகத் துவங்கி சில்மிஷமாக வளர்ந்து சிறப்பாகச் செயல்படும் பல ஸ்டார்ட் அப்புகள் இதைத்தான் செய்தன. செய்கின்றன.

எக்விடி முதலீடு செய்தவர்கள் உங்களிடம் அதிகம் எதிர்பார்க்கவும் செய்வார்கள். நீங்கள் பாட்டுக்கு உங்கள் இஷ்டத்திற்கு அவர்கள் முதலீட்டை கண்டமேனிக்குக் கரைத்து கம்பெனிக்கு காரியம் செய்யாமல் கண்ணும் கருத்துமாகச் செலவழித்து தொழிலை வளர்த்து அதோடு தங்கள் முதலீட்டையும் நீங்கள் வளர்க்கவேண்டும் என்று விரும்புவார்கள். ஏனெனில் உங்கள் தொழில் வளரும்போது அதன் பங்குகளும் வளரும். அந்தப் பங்குகளின் மதிப்பு வளரும்போது அதை அதிக விலையில் பிறருக்கு விற்று லாபம் ஈட்ட முடியும் முதலீட்டாளர்களால்.

ஒரு குறிப்பிட்ட காலத்திற்குள் தங்கள் பங்குகளை விற்று லாபம் பார்க்கத்தான் முதலீட்டாளர்கள் ஆசைப்படுவார்கள் என்பதை நினைவில் கொள்க. இதனால்தான் தங்கள் முதலீட்டை பாதுகாக்கும் விதமாகவும் தங்கள் லாபத்தைப் பெருக்கும் நோக்கத்துடனும் நீங்கள் தொழிலில் எடுக்கும் முக்கிய முடிவுகளை அலசி ஆழமாக ஆராய்ந்து 'ஏண்டா இவர்களிடம் முதலீடு பெற்றோம்' என்று சமயத்தில் நீங்கள் அழும் ரேஞ்சுக்கு க்ராஸ் கேள்வி கேட்டுக் கடுப்பேற்றுவார்கள்.

உங்கள் ஸ்டார்ட் அப்புக்கு டப்பு சேர்க்க இரண்டாவது வழி உண்டு. முக்காலும் உணர்ந்த முனிவர்கள் முதல் நம் மூதாதையர்கள் வரை

முழுநேரப் பணியாக காலகாலமாக முனகாமல் செய்து வருவது. வேறு என்ன, கடன் வாங்குவதுதான்!

எக்விடியை நீங்கள் திருப்பித் தரவேண்டாம். ஆனால் வாங்கிய கடனை திருப்பித் தரவேண்டும். சாமர்த்தியம் இருப்பவர்கள் கடன் கொடுத்தவர்களுக்கு கம்பி நீட்டி கடல் கலந்து லண்டன் சென்று செட்டிலாக முடியும் என்றாலும் அனைவருக்கும் அந்தப் பாக்கியம் வாய்ப்பதில்லை.

கடன் வாங்கித் தொழில் செய்யும்போது நீங்கள் மட்டுமேதான் முதலீட்டாளர். வாங்கிய கடனை வட்டியும் முதலுமாக கொடுத்தாலும் சரி, கொடுக்க சிரமப்பட்டாலும் சரி, நீங்கள்தான் முதலீட்டாளர். கடன் வாங்கித் தொழில் செய்வதில் இது ஒரு சௌகரியம்.

மூன்றாவது வழி தொழில் துவங்க அரசாங்கத்திடமிருந்து மானியம் பெறுவது. சமீப காலமாக மெதுவாக வளர்ந்து வந்தாலும் அதிகம் பிரபலத்துவம் பெறாத வழி இது. யார் செய்த புண்ணியமோ தன்னால் மட்டுமே அனைவருக்கும் வேலை வாய்ப்பு தர முடியாது என்பதை மத்திய மாநில அரசுகள் புரிந்துகொள்ளத் துவங்கியிருக் கின்றன. ஸ்டார்ட் அப்புக்கள் துவக்க ஏதுவான பிசினஸ் சூழலோடு தொழிலுக்கு ஐடியாவை கனவாகச் சுமந்து பணமில்லாத காரணத்தால் அந்தக் கனவுகள் கரைந்து போனால் நாட்டிற்குத்தான் நஷ்டம் என்பதை நம் அரசாங்கங்கள் உணரத் துவங்கியிருக்கின்றன. குறிப்பாக மத்தியில் திரு நரேந்திர மோடி தலைமையிலான பாரதிய ஜனதா அரசு சமீப காலமாக சுமார் ஐம்பதிற்கும் அதிகமான ஸ்டார்ட் அப் உதவித் திட்டங்கள் தீட்டி நடைமுறைப்படுத்தியிருக்கின்றன. 'முத்ரா' வங்கிகள் முதல் பல புதிய திட்டங்கள் வரை சிறிய தொழில் முனைவோர்களுக்கு மானிய உதவி அளிக்கின்றன. அத்திட்டங்களை தேடிப் பிடித்து திரவியம் தேடுவது இனி ஸ்டார்ட் அப் துவங்குபவர் கையில்தான் இருக்கிறது.

ஸ்டார்ட் அப்புக்கு பணம் சேர்க்கும் விதங்கள்பற்றி அடுத்த அத்தியாயத்தில் தொடர்வோம்.

சில்லரை சேர்க்கும் மேட்டரை எதற்கு டிவி சீரியல்போல் இழுக்கிறாய் என்பவர்களுக்கு, நிதி தேடி நீண்ட பயணம் செல்வோம் என்று ஆரம்பத்திலேயே சொன்னேனே சார்!

26. நிதிப் பயணம் தொடர்கிறது

ஆரிய கூத்தாடினாலும் ஸ்டார்ட் அப் காரியத்தில் கண் வைத்திருக்கிறோம். செல்வத்துள் செல்வம் செவிச் செல்வம் என்று பிசினஸ் துவங்க சில்லறை சேர்க்கும் வழிபற்றி செவி சாய்ப்பீர்கள் என்ற நம்பிக்கையில் நடனம் தொடர்கிறது. நிதி தேடும் படலம் வளர்கிறது!

பரிட்சை எழுத பக்கத்துப் பையனிடம் பேனா கடன் வாங்கலாம் என்றாலும் பேப்பரில் பிள்ளையார் சுழி போடுவதற்காகவாவது ஒரு சின்னப் பேனாவுடன் பரிட்சைக்குச் செல்லவில்லை என்றால் ஆசிரியர் அசிங்கமாகத் திட்டுவார். ஸ்டார்ட் அப் துவங்குவதும் அவ்வண்ணமே.

உங்கள் ஐடியா, உங்கள் பிசினஸ், உங்கள் பணத்தோடு துவங்கினால்தான் கடன் தருபவருக்கு உங்கள் மேல் நம்பிக்கை வரும். இதை பூட்ஸ்ட்ராப்பிங் என்பார்கள். பணம் இல்லை என்பதால் மற்றவரை கேட்டாலும், 'உங்கள் பிசினஸ் ஐடியாமேல் உங்களுக்கே நம்பிக்கை இல்லையா, மொத்தப் பணத்தையும் நானே தரவேண்டுமா?' என்று முதலீட்டாளர் கேட்பார்.

பணம் கேட்டு முதலீட்டாளர்களிடம் செல்லும் முன் சொந்த பந்தங்களிடம் தேறுமா என்று தேடுங்கள். நண்பர்களிடம் உங்கள்

ஐடியாவை கூறுங்கள். தெரிந்தவர்களுக்கே உங்கள்மீது நம்பிக்கை இல்லையெனில் முதலீட்டாளர்கள் மட்டும் இளிச்சவாயர்களா என்ன.

தெரிந்தவரிடம் கேட்க கூச்சமாயிருக்கிறது என்றால் மற்றவரிடம் எப்படி கேட்கப் போகிறீர்கள்? எக்விடிடி வேண்டாம், தெரிந்தவரிடம் குறைந்த வட்டி கடன் கேளுங்கள். பணம் இருந்தும் தராதவர்களிடம் 'உன் பேச்சு கா' என்று சொல்லுங்கள்.

க்ரவுட்ஃபண்டிங் தெரியுமா?

கூட்டத்தில் கூச்சமில்லாமல் கடன் கேட்பதல்ல இது. ஓரிருவரிடம் பணம் கேட்காமல் ஒரு பெரிய பட்டாளத்திடம் ஆளுக்கு கொஞ்சமாக முதலீடு செய்யச் சொல்வது. மொய் விருந்து தந்து வீட்டு விசேஷத்திற்குப் பணம் சேர்ப்பதுபோல. கல்லூரி நண்பர்கள், க்ளப் உறுப்பினர்கள், உங்கள் காலனிவாசிகள் என்று கூட்டத்தைச் சேர்த்து அவர்களிடம் உங்கள் பிசினஸ் ஐடியாவை கூறி, ஸ்டார்ட் அப் பற்றி விளக்கி அவர்கள் சக்திக்கேற்ப முதலீடு தரச் சொல்லுங்கள். அதில் தொழில் துவங்கி பிசினஸை விரிவாக்கி பிறகு முதலீட்டாளர்களிடம் செல்லுங்கள்.

முதலீட்டாளர்கள் பலவிதம். இருக்கும் பணத்தை வட்டிக்கு விட்டு சம்பாதிப்பவர்கள் ஒரு ஜாதி. அவர்களிடம் கடன் வாங்கிவிட்டு அடுத்த தேர்தல் முன் அரசாங்கம் கடன் தள்ளுபடி தராதா என்று ஏங்க முடியாது. இந்த வசூல் ராஜாக்கள் கொடுத்த காசை கறந்து விடுவார்கள்.

அடுத்த முதலீட்டாளர் வகை, வென்ச்சர் கேபிடலிஸ்ட். ஸ்டார்ட் அப்பில் முதலீடு செய்வதுதான் இவர்கள் தொழில். இவர்களே ஒரு சில வெற்றி ஸ்டார்ட் அப்புகளை துவக்கியும் இருப்பார்கள். இவர்களிடம் பெறுவது கடன் அல்ல, முதலீடு. பெற்ற பணத்தை திருப்பித் தரவேண்டாம். ரிஸ்க் எடுப்பதால் உங்கள் ஸ்டார்ட் அப்பின் ஒரு பெரிய பங்கை பெற்றுக்கொண்டுதான் பணம் தருவார்கள். உங்கள் பிசினஸ் வெற்றி பெற்றால் தங்கள் பங்கை பெரிய விலைக்கு விற்று பணம் பார்ப்பார்கள். நீங்கள் பணம் கேட்ட மாத்திரம் தரமாட்டார்கள்.

ஐடியாவின் தரம், ஸ்டார்ட் அப்பின் நிலை, உங்கள் திறமை, பணியாளர்களின் பங்களிப்பு என்று பிரித்து மேய்ந்து பாடாய்ப் படுத்திவிட்டுத்தான் பணம் தருவார்கள். இதில் ஓர் உட்பிரிவு உண்டு - ஏஞ்சல் இன்வெஸ்டர்ஸ். அதிகம் படுத்தாமல் ஐடியாவின் தரத்திற்கேற்ப முதலீடு செய்வார்கள்.

சில பெரிய தொழிலதிபர்கள் தாங்கள் தொழில் துவங்கப் பட்ட கஷ்டத்தை மற்றவர்கள் படக்கூடாது என்று ஏஞ்சல் இன்வெஸ்டர்களாக இருப்பார்கள். நல்ல ஐடியா, நல்ல பிசினஸ் ப்ளான், நல்ல ஏஞ்சல் எல்லாம் அமைந்து உங்களுக்கு நேரமும் நல்லதாக இருந்தால் தெலுங்கு பாடல் காட்சிகளில் கதாநாயகிகள் போல், சொட்டச் சொட்ட நனைவீர்கள். அதுதான், உங்கள் காட்டில் பண மழை கொட்டுமே!

இந்த சங்காத்தம் வேண்டாம் என்றால் உங்கள் பாங்கில் கேட்டுப் பாருங்கள். சரியான பிசினஸ் திட்டம், உடீஸ் காட்ட ஃபாக்டரி, இயந்திரம் என்று இருந்து, பாங்க் மேனேஜர் தூரத்து சொந்தமாக அமைந்தால் சௌகரியமாக நனையலாம். உங்கள் சட்னிக்கு அவர் தலையில் மிளகாய் அரைக்கலாம். வட்டியை ஒழுங்காகக் கட்டினால் ஆபீஸ் பக்கம் வரமாட்டார்கள். கட்டத் தவறினால் கட்டியிருக்கும் கோவணம்வரை கழட்டப்படும்!

பாங்க் என்றதும் ஞாபகம் வருகிறது. மைக்ரோ ஃபைனான்ஸ் நிறுவனங்களை கேட்டுப் பாருங்கள். Non-Banking Finance Corporations (NBFC) என்று அழைக்கப்படும் இவை வசதி இல்லாதவர்களுக்கு குறைந்த வட்டிக்குக் கடன் தர துவங்கப் பட்டவை. பெரிய லெவலில் கடன் தரமாட்டார்கள் என்றாலும் ஆளில்லா ஊருக்கு இவர்கள் சக்கரை பூ. சின்னதாகக் கடன் பெற்று சிக்கனமாகத் தொழிலை விரிவாக்கலாம்.

அந்த ஸ்டேஷனிலும் பணம் கிடைக்கவில்லை என்றால் அடுத்த ஸ்டாப் இன்க்யூபேட்டர்ஸ். பணக்கார பல்கலைக்கழகங்கள், பெரிய நிறுவனங்கள் இளம் தொழில்முனைவோரை ஊக்குவிக்கத் துவங்கிய மேட்டர். உங்கள் ஐடியா புதியதாக இருந்து, பெரிய வெற்றி பெறும் என்று அவர்கள் நம்பினால் உங்களுக்குப் பணம் தருவார்கள். அவர்கள் இடத்திலேயே தொழில் நுட்ப வசதி செய்துதந்து தொழில் துவங்கவும் உதவுவார்கள். கூடவே இலவச அறிவுரைகள் தருவார்கள்.

பணம் இல்லார்க்கு இவ்வுலகில்லை என்பது பழைய மொழி. உங்களிடம் நல்ல ஐடியா இருந்து, சரியான செயல் திட்டமும் இருந்தால் பணம் தர பலர் ரெடி. 'ஓலா' முதல் 'ஸ்விக்கி'வரை இந்தியாவில் ஸ்டார்ட் அப்ஸ் பிறந்து வளர்வது இவ்வாறே. இதற்கு முதல் காரியமாக சூப்பர் ஐடியாவும் சூடாய் எரியும் வைராக்கியமும் உங்களிடம் அபரிமிதமாக இருக்கவேண்டும்.

அதை யாரும் உங்களுக்குக் கடன் தரமாட்டார்கள்!

27. திருடர்கள் ஜாக்கிரதை

பெரிய பட்ஜெட் அல்லது டாப் நடிகர் படம் ரிலீஸ் ஆகும் சமயத்தில் நீங்கள் பார்த்திருப்பீர்கள். கேள்விப்படாத ஒரு துக்கடா துணை இயக்குனர் திடீரென்று எங்கிருந்தோ கிளம்பி 'என் கதையைத் திருடி படம் எடுத்திருக்கிறார்கள்' என்று கேஸ் போடுவார்.

பல படங்களில் கதையே இல்லையே, இல்லாத கதையை எப்படித் திருடமுடியும் என்ற நியாயமான கேள்வியை விடுங்கள். இப்படிப்பட்ட தரமான சம்பவங்கள் சினிமாவில் மட்டுமல்ல, பிசினஸ் ஸ்டார்ட் அப்ஸ்களிலும் நிறைய நடக்கின்றன. பிசினஸ் ஐடியாமுதல் கஸ்டமர் டேட்டாவரை பல மேட்டர்கள் திருடப்படலாம், திருடப்படுகிறது, திருடப்படும். இதனால் பல ஸ்டார்ட் அப் ஓனர்கள் வெற்றிப் படிக்கட்டுகளில் ஏறுவதைவிட நியாயம் கேட்டு கோர்ட் படிக்கட்டுகளில்தான் ஏறிக் கொண்டிருக்கிறார்கள்.

ஸ்டார்ட் அப்புக்கு முதலீடு பெறும் வழியைத் தேடிக் கொண்டிருப்பீர்கள். எத்தைத் தின்றால் பித்தம் தெளியும் என்ற மனநிலையில் இருப்பீர்கள். அந்நேரம் முதலீடு செய்கிறேன், முடிந்தால் உங்கள் கம்பெனியையே வாங்குகிறேன் என்று உங்கள் முன் வந்து நிற்கும் ஏதாவது ஒரு நிறுவனம்.

வந்தவரை குல சாமியாகக் கும்பிட்டு அவருக்குக் கோயில் கட்டி படாதபாடுபட்டு சேர்த்து வைத்த கம்பெனி விவரங்கள், கஸ்டமர் டேட்டா, மார்க்கெட் டேட்டா போன்றவற்றை படையலாகப் படைப்பீர்கள். விலைமதிப்பிலாத அந்த விவரங்களை அந்நிறுவனம் சுருட்டி தங்கள் சொந்தத் தொழிலுக்குப் பயன் படுத்தும். அவர்களிடம் முதலீடும் இல்லை, முதலில் இருந்தே உங்களிடம் ஈடுபாடும் இல்லை என்பது பின்னால்தான் புரியும். கைக்காசில் கைத்தொழிலை கயவர்களுக்கு கிடா வெட்டிக் கொடுத்துவிட்டோமே என்று கண்ணீர் வரும்.

சினிமா முதல் ஸ்டார்ட் அப்வரை திருடுவது பலருக்குக் கை வந்த கலை. காப்புரிமை என்பதே நம் நாட்டில் காப்பியடிக்கும் உரிமை தானே. நாம்தான் உஷாராக இருக்கவேண்டும்.

பிசினஸில் கூட இப்படி நடக்குமா என்று ஆச்சரியம் வேண்டாம். ஒரு பானை சோற்றுக்கு கோர்ட்டில் நடக்கும் ஒரு கேஸ் பதம். பத்திரிக்கையில் அடிபடும் செய்திதான் என்றாலும் பெயர் சொன்னால் அடிக்க வருவார்கள். ரொம்ப கேட்டால் 'சப் ஜூடிஸ்' மேட்டர், சப்ஜாடாய் மூடு என்பார்கள். அதனால் அந்தத் திருட்டு கம்பெனியின் பெயரை மறைத்து விஷயத்தை மட்டும் விளக்குகிறேன்.

அக்கம்பெனிக்கு 'அகிஷ்டு' என்று பெயர் வைப்போம். பங்களூரில் பல கிளைகளுடன் செயல்பட்டு வந்த ஒரு ரெஸ்டாரண்ட் ஸ்டார்ட் அப்பிடம் முதலீடு செய்கிறேன் என்று சென்றார்கள். 'ஆஹா வந்தார்கள் ஆபத்பாந்தவர்கள்' என்று ரெஸ்டாரண்ட் ஸ்டார்ட் அப்பும் அகிஷ்டு கம்பெனியை சந்தித்து, அவர்கள் சரி பார்க்கக் கேட்டார்கள் என்று தங்கள் கிளைகளுக்கு வரும் கஸ்டமர் கணக்கு, செலவு வகைகள், தங்கள் பர்ஃபார்மென்ஸ் மெட்ரிக் போன்ற பல அரிய டேட்டாவை பகிர்ந்துகொண்டது. பல நாள் பேச்சு வார்த்தை பயனளிக்காமல் அகிஷ்டு கம்பெனி விலகியது. நம் தலையெழுத்து அவ்வளவுதான் என்று பங்களூர் ரெஸ்டாரண்ட் விட்டுவிட்டது.

ஆனால் சில நாட்களிலேயே பங்களூரில் பல இடங்களில் அகிஷ்டு கம்பெனி ஒரு புதிய ரெஸ்டாரண்ட் செயினை துவங்கியபோதுதான் புரிந்தது; தங்கள் டேட்டாவைத்தான் அவர்கள் பயன்படுத்தியிருக் கிறார்கள் என்று. நேரத்தைச் செலவழித்து, உழைப்பைக் கொட்டி, மூளையை மூலதனமாக்கிக் கஷ்டப்பட்டு பெற்ற டேட்டாவை அகிஷ்டு கம்பெனி அலேக்காக லவுட்டி, அதைக்கொண்டு தொழில் துவங்கி தங்களுக்கே போட்டியாக வந்திருக்கும் குள்ளநரித்தனம் புரிந்தது. பங்களூர் கோர்ட்டில் கேஸ் போட்டது.

'ஆ' என்று பதறாதீர்கள். இந்த அகிஷ்டு கம்பெனி இவர்களை மட்டும் ஏமாற்றவில்லை. தங்கள் தொழிலோடு, ஏமாற்றுவதையும் ஒரு தொழிலாகவே செய்து வருவது வேறு சில ஸ்டார்ட் அப்ஸ் போட்ட கேஸ்களிலிருந்து தெரிந்தது.

ஒன்றல்ல இரண்டல்ல, ஆறு ஏழு ஸ்டார்ட் அப்புக்கள் இதே அகிஷ்டு கம்பெனிமீது கேஸ் போட்டிருக்கின்றன. எல்லாம் ஒரே ஒப்பாரிதான். முதலீடு செய்கிறேன், மொத்தமாக வாங்குகிறேன் என்று எங்கள் பிசினஸ் ஐடியா, டேட்டா, ப்ரொப்ரைட்டரி தகவல்களைக் கேட்டுப் பெற்று, மொத்தமாக மடக்கி மூலதன மாக்கி தாங்களே புது தொழில் துவங்கி அவர்களுக்கே போட்டியாகப் புகுந்திருக்கிறார்கள்.

சும்மா சொல்லக் கூடாது, ஆறேழு கம்பெனிகள் தலையில் அரிய வகை அமேஸான் மூலிகையை அட்டாகசமாக அரைத்திருக்கிறது அகிஷ்டு கம்பெனி.

ரெஸ்டாரண்ட், ஜிம், மருத்துவ துறை என்று ஒன்றை விட்டுவைக்கவில்லை இவர்கள். அதிலும் ஓர் ஊரில் மட்டுமல்ல, பல ஊர்களுக்குச் சென்று அங்குள்ள ஸ்டார்ட் அப்புகளைச் சந்தித்து முதலீடு போடுகிறேன் என்று டேட்டாவை முக்காடு போடாமல் மொத்தமாக மொட்டையடித்திருக்கிறார்கள். யாதும் ஊரே யாவரும் கேளிர்!

கேஸ் நடக்கிறது. நடந்துகொண்டே இருக்கும். அதை விடுங்கள். உங்கள் உயிரை, உணர்வை, உழைப்பைக் கொட்டி கனவுகளை கண்ணிலும், வலிகளை நெஞ்சிலும் சுமந்து பிரசவ வலியோடு பெற்றெடுக்கும் உங்கள் ஆசை ஸ்டார்ட் அப்பை அள்ளிச் செல்ல இது போன்ற பிள்ளை பிடிக்கும் பேர்வழிகள் பேயாக அலைகிறார்கள். அப்பேற்பட்ட கம்பெனிகள் பெயர் சொன்னால் அசந்து போவீர்கள். இந்தியப் பொருளாதாரத்தின் சக்சஸ் கதைகள் என்று நினைத்த இவைகளுமா என்று அதிர்ச்சியாவீர்கள். அவர்கள் செய்வதை செய்துகொண்டுதான் இருப்பார்கள். நீங்கள்தான் பஜாரில் உஷாராய் இருந்து நிஜாரை காத்துக்கொள்ளவேண்டும்.

ஒரு பக்கம் முதலீடும் வேண்டும். இன்னொரு பக்கம் இதுபோன்ற முதலைகளிடம் மாட்டாமல் வேறு இருக்கவேண்டும். கஷ்டம்தான். புரிகிறது. உங்கள் ஸ்டார்ட் அப்பை பதவிசாய் பக்குவாய் பாதுகாக்கும் வழிகள்பற்றி அடுத்த அத்தியாயத்தில் பேசுவோம். அதுவரை கொஞ்சம் ஜாக்கிரதையாக இருங்கள்!

28. உ ஷாரய்யா உ ஷாரு

முதலீடு செய்கிறேன், உங்கள் ஸ்டார்ட் அப்பை பல்க்காக வாங்குகிறேன் என்று அழகாய் வந்து அன்பாய் பேசி உங்கள் கம்பெனி டேட்டாவை ஆட்டையைப் போடும் அசகாயசூரர்கள் பற்றித்தான் நாம் இங்கே அளவளாவிக்கொண்டிருக்கிறோம்.

உங்களுக்கு ஒரு பக்கம் முதலீடும் வேண்டும், முடிந்தால் மொத்த ஸ்டார்ட் அப்பையும் விற்கமுடிந்தாலும் ஓகே என்ற பட்சத்தில் பணத்தோடு பவ்யமாக பேச வருபவர்களிடம் முகத்தில் அடிப்பது போல் டேட்டா, விவரங்கள் எல்லாம் தரமுடியாது, பணத்தை மட்டும் பட்டுவாடா செய் என்று சொன்னால் அசிங்கமாகத் திட்டி, அடிக்கவும் செய்வார்கள். டப்பும் வேண்டும், டேட்டாவையும் பாதுகாக்க வேண்டும் என்று மீசையை வைத்துக்கொண்டு கூழ் குடிக்கும் வழிகள் பற்றிப் பேசுவோம்.

உங்கள் ஸ்டார்ட் அப் அறிவுசார் சொத்து என்றவகையில் அமைந்தால் மற்ற சொத்துக்களைப் பாதுகாக்க என்ன செய்வீர்களோ அதை முதல் காரியமாக செய்யுங்கள். சம்பந்தப் பட்ட அரசுத் துறையிலிருந்து காப்புரிமை, பதிப்புரிமை, முத்திரை பெறமுடியுமா என்று ஆராயுங்கள். உங்கள் ஐடியாவை மற்றவர் பயன்படுத்தாமல் தடுக்க முடிந்தால் பிரச்னை இல்லை. நல்ல ட்ரேட்மார்க் லாயராகப் பார்த்து இதைப்பற்றிய விவரங்களைத்

தெரிந்துகொண்டு அவர் அறிவுரைப்படி நடங்கள். குறைந்தபட்சம் உங்கள் ஸ்டார்ட் அப் பிராண்ட் பெயரையாவது முதல் வேலையாக ரிஜிஸ்டர் செய்யுங்கள்.

கம்பெனியை வாங்குகிறேன் என்று வந்தவருக்கு காபி, டீ கொடுங்கள். கேட்டார் என்று எடுத்தவுடனேயே கட்டியிருக்கும் பேண்ட் சட்டை தவிர எல்லாவற்றையும் கழற்றிக் கொடுக்காதீர்கள். 'என்ன கேட்கிறார்கள், ஏன் கேட்கிறார்கள், இவைகளைத்தான் இது போன்று முதலீடு செய்பவர்கள் பொதுவாகக் கேட்பார்களா?' என்று நான்கு பேரிடம் விசாரித்துத் தெரிந்துகொள்ளுங்கள்.

வந்த கம்பெனியைப்பற்றி தீர விசாரியுங்கள். அவர்கள் ஏற்கெனவே முதலீடு செய்த ஸ்டார்ட் அப் ஓனர்களைச் சென்று சந்தியுங்கள். அவர்கள் எப்பேற்பட்டவர்கள், என்ன கேள்விகள் கேட்டார்கள், எப்படி நடந்துகொண்டார்கள், வாங்கிய பின் எப்படி நடத்துகிறார்கள் என்பதையெல்லாம் தெரிந்துகொள்ளுங்கள்.

உங்கள் மகளை கட்டிக்கொடுக்கும் முன் மாப்பிள்ளை குடும்பத்தைப் பற்றி எத்தனை கேட்பீர்கள். உங்கள் ஸ்டார்ட் அப் உங்கள் செல்லக் குழந்தைதானே. தப்பில்லை, கேள்வி கேட்டுக் குடாயுங்கள்.

சென்ற அத்தியாயத்தில் பார்த்தோமே அந்த 'அகிஷ்டு' கம்பெனி ஸ்டார்ட் அப்பை வாங்குகிறேன் என்று பலரிடம் பேசி கழண்டு கொண்ட கம்பெனி. ஏதேனும் ஒரு ஸ்டார்ட் அப், இந்தக் கம்பெனியின் பவுசைப்பற்றி மற்றவர்களிடம் விசாரித்திருந்தால் இவர்கள் இதையே ஒரு தொழிலாகச் செய்து வருவது தெரிந்திருக்கும். ஒரு சில ஸ்டார்ட் அப் உஷாராயிருக்கும். அகிஷ்டு கம்பெனியிடமிருந்து ஒதுங்கியிருக்கும். ஓரம் கட்டியிருக்கும். முடிந்தால் ஓங்கி இரண்டு அடி அடித்திருக்கும்!

உங்கள் ஸ்டார்ட் அப்பில் முதலீடு செய்கிறேன் என்று வந்து நிற்கும் கம்பெனி நீங்கள் விற்கும் பொருளைப்போன்ற அல்லது அதற்கு சம்பந்தப்பட்ட பொருளை ஏற்கெனவே விற்றுக்கொண்டிருக் கிறதா என்று பாருங்கள். அப்படி அமைந்திருந்தால் உங்கள் டேட்டா அவர்களுக்குப் பெரிதும் பயன்படும். அந்தக் கர்மத்திற்குத்தான் வருகிறார்கள் என்று தெரிந்தால் வாசல் கதவைச் சாத்தி, அறையில் உள்ள அத்தனை லைட்டையும் அணைத்து, இருட்டு அறையில் முரட்டுக் குத்து குத்தி அனுப்புங்கள்.

அவர்களைப்பற்றி மற்ற ஸ்டார்ட் அப் ஓனர்களிடமும் சொல்லுங்கள். உங்களுக்கும் புண்ணியம், பல ஸ்டார்ட் அப்புக்களும் பிழைக்கும்.

நாம் பார்த்த அகிஷ்டு கம்பெனி ஏற்கெனவே சில தொழில்கள் செய்துகொண்டுதான் இருந்தது. அந்தத் தொழில்களை ஒத்த மற்ற தொழில்களைத் துவங்கும் எண்ணத்தோடுதான் முதலீடு செய்கிறேன், வாங்குகிறேன் என்று சில ஸ்டார்ட் அப்புக்களை அணுகி அவர்கள் டேட்டாவைப் பெற முயற்சித்தது.

இது தெரியாமல் 'ஆஹா பணம் வரும் போலிருக்கிறதே' என்ற ஆசை கண்ணை மறைக்க, பல ஸ்டார்ட் அப்ஸ் அவசரப்பட்டு தங்கள் டேட்டாவை அள்ளித் தந்துவிட்டு இன்று ஆபீஸுக்கும் கோர்ட்டுக்கும் அலைந்துகொண்டிருக்கின்றன.

முதலீடு செய்கிறேன், உன் ஸ்டார்ட் அப்பை வாங்குகிறேன் என்று வரும் கம்பெனியிடம் ஒரு காண்ட்ராக்ட் கையெழுத்திடமுடியுமா என்று பாருங்கள். முதலீடு பேச்சு வார்த்தையின் போதும், ட்யூ டிலிஜன்ஸ் நடக்கும்போது தரப்படும் டேட்டா, கம்பெனி மற்றும் கஸ்டமர் விவரங்கள் ரகசியமாக வைத்துக்கொள்ளப்படும், ஒரு வேளை பேச்சு வார்த்தை முறிந்தால் அந்த டேட்டா டிலீட் செய்யப்படவேண்டும், அல்லது வேறு வழிகளில் பயன்படுத்தப் படக்கூடாது என்ற ஷரத்துக்களை காண்ட்ராக்டில் கட் அண்டு ரைட்டாக சேருங்கள்.

மேலை நாடுகளில் 'நான் டிஸ்க்ளோஷர் அக்ரீமெண்ட்' என்ற ஒரு சமாச்சாரம் உண்டு. ஒரு காலகட்டம்வரை உங்களிடமிருந்து பெறப்படும் டேட்டா மற்றவரிடம் பகிரவோ பயன்படுத்தவோ கூடாது என்ற சமாச்சாரம். நல்ல லாயராகப் பார்த்து இதைப் பற்றியும் தெரிந்துவைத்துக்கொள்ளுங்கள்.

முதலீடு அவசியம்தான், சமயத்தில் உங்கள் ஸ்டார்ட் அப்பையே விற்கவும் வேண்டியதுதான். அதற்காக ப்ளாஸ்டிக் சாமான் விற்பவர் போல் தெருத் தெருவாக 'முதலீடு செய்யலையோ முதலீடு' என்று கத்திக்கொண்டே செல்லாமல் தேடிப் பார்த்து விசாரித்து யார் சரியான முதலீட்டாளர், எந்த கம்பெனி நம்பகரமானது என்று விசாரித்து அவர்களை அணுகுங்கள். அப்படித் தேடி வருபவர்களையும் விசாரியுங்கள்.

இதெல்லாம் இருந்தாலும் தொழிலதிபர்களுக்கென்று ஓர் ஏழாவது அறிவு ஒன்று உண்டு. ஆங்கிலத்தில் கட் (Gut) என்பார்கள்.

உள்ளுணர்வு. அது என்ன சொல்கிறது என்பதைக் கவனியுங்கள். உங்கள் தொழிலுக்கு நீங்களே உற்ற நண்பன் என்பதை உணருங்கள். உஷாராக இருங்கள். முதலீடு செய்யப்போகிறவர், உங்கள் பார்ட்னராகப் போகிறவர். எனவே பார்த்துத் தேர்ந்தெடுங்கள். பாதுகாப்பாகத் தேர்ந்தெடுங்கள். கடவுள் பக்தி இருந்தால் அவரிடமும் ஒரு வார்த்தை கூறி இந்த விஷயத்தில் உங்களுக்கு லவலேசம் கருணை காட்டச்சொல்லுங்கள்!

29. மார்க்கெட்டிங் மாயாஜாலம்

ஒரு விஷயத்தைக் கடைசியில் சொல்வதால் அல்லது செய்வதால் மட்டுமே அதன் முக்கியத்துவம் குறைந்துவிடுவதில்லை. கோயிலில் சுவாமி விக்கிரகத்தைக் குளிப்பாட்டி அலங்கரித்து, மந்திரம் சொல்லி பூஜை செய்து, பிரசாதம் படைத்து இறுதியில்தான் பல அடுக்குத் தட்டில் கற்பூரம் ஏற்றிப் பிரகாசமாக தீபாராதனை காட்டுகிறார்கள். இறுதியில் செய்வதால் தீபாராதனையின் முக்கியத்துவம் குறைந்துவிடுகிறதா?

அந்தக் கணத்தில்தானே நம்மால் பரிபூரணமாக தெய்வீகத்தை உணரமுடிகிறது. அந்த நேரத்தில்தான் கடவுளின் பாதாதிகேசமும் நம் கண்களுக்குப் பரவசமாகக் காட்சியளிக்கிறது. நம் மனதில் பக்திப் பரவசம் பிரவாகமாகப் பெருக்கெடுக்கிறது!

நிற்க. ஸ்டார்ட் அப் பற்றி பேசிக்கொண்டிருக்கும்போது எதற்கு ஸ்வாமி புராணம்?

காவி மயமாக்கக் காரணம் இருக்கிறது. இப்புத்தகத்தில் இதுவரை ஸ்டார்ட் அப் என்பது என்ன என்பது முதல் அதன் தன்மைகள்வரை, ஐடியா தேடும் வழிகள்முதல் முதலீடு பெறும் முறைகள்வரை, பிசினஸ் மாடல் வடிவமைக்கும் விதம்முதல் பார்ட்னர் தேவையா என்ற விவாதம்வரை பல சப்ஜெக்டுகளை சப்ஜாடாய் சந்தித்து சிந்தித்தோம்.

அத்தனையும் எதற்கு?

உங்கள் ஸ்டார்ட் அப்பை பிரதிஷ்டை செய்து ஐடியாவை விக்கிரகமாக்கி பிசினஸ் மாடல்கொண்டு அலங்கரித்து வாடிக்கையாளர் பக்த கோடிகள் தரிசிக்க தீபாராதனை காட்டி அவர்களிடம் உங்கள் பொருளுக்கு விலை என்னும் அர்ச்சனை டிக்கெட்டை வசூலித்து பிராண்ட் என்னும் பிரசாதம் தருவதற்கு!

இதைச் சரியாகச் செய்ய, உங்கள் தொழிலுக்கு அடிநாதமாக அமைந்து உங்கள் பிசினஸின் உயிர் மூச்சாக விளங்க, உங்கள் கம்பெனியின் அனைத்துச் செயல்களையும் வழிநடத்திச் செல்லத் தேவை ஒரு தேவ மந்திரம். அதைப்பற்றி பேசவேண்டியிருக்கிறது.

அதன் பெயர் மார்க்கெட்டிங்!

மார்க்கெட்டிங் இன்றி ஓர் அணுவும் அசையாது. பிராண்ட் இல்லையென்றால் பிழைக்கும் வழி தெரியாது. பிராண்டிங் இல்லாமல் எந்தத் தொழிலிலும் எந்தக் கொம்பனாலும் ஓர் எழுவும் செய்ய முடியாது.

மார்க்கெட்டிங், பிராண்ட், பிராண்டிங் என்று ஏன் பிரிக்கிறேன், மூன்றும் ஒன்றுதானே என்று நினைப்பவர்கள் தங்கள் சிலபலை மாற்றவேண்டியிருக்கிறது. மூன்றும் வெவ்வேறு. இவையும் இன்ன பிறவும்தான் இனி வரும் அத்தியாயங்களில் நாம் பார்க்கப் போகும் சமாச்சாரங்கள்.

ஒன்றை மறக்காதீர்கள். உங்கள் தொழிலின் வெற்றிக்கும் தோல்விக்கும் உள்ள வித்தியாசம் மார்க்கெட்டிங்!

'எந்தத் தொழிலுக்கும் அடிப்படைத் தேவை இரண்டு மட்டுமே: மார்க்கெட்டிங் மற்றும் புதுமையான சிந்தனைகள். தொழிலின் மற்ற அம்சங்கள் அனைத்தும் செலவுகள். மார்க்கெட்டிங் மட்டுமே வருவாய் ஈட்டித் தரும் கற்பக விருட்சம்' என்றார் நிர்வாக மேதை 'பீட்டர் ட்ரக்கர்'.

ஒருகாலத்தில் தரமான பொருளைச் செய்தால் போதும், வாடிக்கை யாளர்கள் தாமாகவே கடைக்கு க்யூ கட்டி கர்ம சிரத்தையாக வாங்கிச் சென்றார்கள். அக்காலம் மலையேறி மாமாங்கமாகி விட்டது. ஸ்டார்ட் அப் துவங்குகிறீர்கள். அதன் ஆதாரம் வாடிக்கையாளர் தேவை. அந்தத் தேவையைப் பூர்த்தி செய்யும் தீர்வு. அந்தத் தீர்வை போட்டியாளர்கள் மத்தியில் வித்தியாசப் படுத்தும் பிராண்ட். அந்த பிராண்ட் தன்மைகளை அனைவருக்கும

பறைசாற்றத் தேவையான பிராண்டிங். பிராண்டை மார்க்கெட்டில் கொண்டுசேர்க்கும் வினியோகம். பிராண்டை வாடிக்கையாளர்கள் வாங்க வற்புறுத்தும் வகையில் அமையும் விற்பனை மேம்பாட்டுச் செயல்கள். இவை அனைத்தையும் செயல்படுத்தும் தில்லாலங்கடி திட்டம்தான் மார்க்கெட்டிங்!

மார்க்கெட்டிங் என்பது பொருள் பற்றியதல்ல, வாடிக்கையாளர் மனம் பற்றியது. அதனாலேயே மார்க்கெட்டிங் தனிச் செயல் அல்ல. அது ஒரு செயல்முறை. மார்க்கெட் சூழலை ஆய்வு செய்யும் விதம் முதல் வாடிக்கையாளரைப் புரிந்துகொள்ளும் பதம்வரை, பொருளை பிராண்டாக்கும் சூட்சுமம்முதல் அதற்கு உயிர் தரும் பிராண்டிங் செயல்கள்வரை பல படிகள் கொண்ட பரமபதம் மார்க்கெட்டிங். ஆக, பிராண்ட், பிராண்டிங், வினியோகம், விளம்பரம், விற்பனை மேம்பாடு என்ற பல விஷயங்களின் கலவை மார்க்கெட்டிங்.

மார்க்கெட்டிங் என்பது பொருளை விற்கும் கலை என்று பலர் நினைக்கிறார்கள். இது அக்கிரமத்திற்குத் தப்பாட்டம். சொல்லப் போனால் விற்பனையை தேவையில்லாமல் செய்யவே மார்க்கெட்டிங். வாடிக்கையாளர் தேவையைச் சரியாகப் புரிந்து போட்டியாளர்களுக்கு முன் அத்தேவையைப் பூர்த்திசெய்யும் பொருளை பிராண்டாக்கினால் நீங்கள் போய் விற்கவேண்டாம், வாடிக்கையாளர் தானே ஓடி வந்து உங்கள் பிராண்டை வாங்குவார். இதில் விற்பனை எங்கிருந்து வருகிறது? விற்பனையை தேவை இல்லாமல் ஆக்கிவிட்டதே மார்க்கெட்டிங்!

வெற்றி பெற்ற ஸ்டார்ட் அப்ஸ், இதை சரியாகப் புரிந்து கொண்டதால் தான் வெற்றி பெறுகின்றன. அனைவரிடமும் கார் இல்லை; ஆனால் அவசரம் இருக்கிறது என்பதைப் புரிந்து கொண்டு, அவசரத்திற்கு அவசியமான காரை, வீட்டு வாசலில் வந்து நிறுத்திய 'ஓலா' ஓஹோ என்றிருக்கிறது.

அனைவரிடமும் சமையல் ரூம் இருந்தாலும் சமைக்க சௌகரியப்படுவதில்லை என்பதை தெரிந்துகொண்டு வாய்க்குப் பிடித்ததை வேண்டிய நேரத்தில் பரிமாறிய 'ஸ்விக்கி' சௌக்கியமாக சிரிக்கிறது.

தேவைப்படும்பொழுது பொழுதுபோக்க பக்கத் துணையாக தெரிந்தவர்கள் அனைவரையும் ஓர் இடத்தில் ஒன்றுகூட்டி அளவளாவ வைத்த 'ஃபேஸ்புக்' ஃபேமஸாகியிருக்கிறது.

யோசித்துப் பாருங்கள். இந்த மூன்று பிராண்டுகளின் வெற்றியின் ரகசியம் என்ன?

இவை பிராண்டுகள் என்ற அந்தஸ்தைப் பெற்றதால். அந்த அந்தஸ்தைப் பெற மார்க்கெட்டிங்கை சரியாகப் பிரயோகித்ததால். அதனால்தான் சொல்கிறேன். உங்கள் தொழிலின் வெற்றிக்கும் தோல்விக்கும் உள்ள வித்தியாசம் மார்க்கெட்டிங்!

சொல்ல மறந்துவிட்டேனே. சுவாமிக்கு கடைசியில்தான் தீபாரதனை என்று பீடிகை போட்டு மார்க்கெட்டிங்பற்றி எழுதத் துவங்கியதால் 'மார்க்கெட்டிங்பற்றி பேசிவிட்டு இவன் இப்புத்தகத்தை ஒரு வழியாக முடித்துவிடப் போகிறான், அப்பாடா' என்று மனப்பால் குடிக்காதீர்கள். லேசில் உங்களை விடுவதாக இல்லை. ஸ்டார்ட் அப் பற்றிப் பேச இன்னும் பல மேட்டர் இருக்கிறது. நான் பிட்டு பிட்டா போட்டுட்டே வருவேனாம். நீங்க படிச்சிட்டே வருவீங்களாம்!

30. வகைப்படுத்தினால் வெற்றி

கடந்த அத்தியாயத்தில் மார்கெட்டிங் பற்றிப் பேசத் துவங்கினோம். ஸ்டார்ட் அப் என்னும் பிள்ளையார் பிடிக்கப்போய் குரங்காக மாறாமலிருக்கும் வழி தெரிய மார்கெட்டிங்பற்றி இன்னமும் நிறைய பேசவேண்டியிருக்கிறது.

மார்கெட்டிங் செய்ய நீங்கள் தேர்ந்தெடுப்பது பொருளை அல்ல, வேல்யூ என்பதிலிருந்து துவங்குவோம். கடையில் பொருளைத் தானே விற்கிறேன் என்பீர்கள். நீங்கள் விற்பது பொருள்தான். ஆனால் நீங்கள் வழங்குவது வாடிக்கையாளருக்கு ஒரு வேல்யூ. அதாவது ஒரு பயன். ஒரு மதிப்பு.

ஏன் இப்படி 'தங்கப்ப தக்கம்' என்று பிரித்து எழுதிக் குழப்புகிறாய் என்பவர்களுக்கு... வாடிக்கையாளர் வெயிலில் நடந்துவந்து உங்கள் கடையில் 'பெப்சி கொடுங்க' என்கிறார். நீங்கள் அவருக்குத் தருவது பெப்சி என்ற பொருளையே. ஆனால் அவருக்கு இருந்த தேவை தாகம். நீங்கள் வழங்கியது அவர் தாகத்திற்கு ஒரு தீர்வு. ஆக, வந்தவருக்கு நீங்கள் தந்தது ஒரு வேல்யூ. அவர் தேவைக்கான ஒரு பயன்!

அதனால் என்ன என்று உங்களுக்குத் தோன்றலாம். வாடிக்கையாளர் பொருளை வாங்க வரவில்லை. தன் தேவைக்கு

தீர்வைத் தேடி வருகிறார். வாங்க வரும் பொருள் முக்கியமல்ல, அவர் தேவையை பூர்த்தி செய்யும் தீர்வுதான் முக்கியம். இன்று பெப்சி வாங்குபவர் நாளை 'செவன் அப்' வாங்கலாம், மறுநாள் 'மிரிண்டா' வாங்கலாம், 'ட்ராபிகானா' ஜூஸ் வாங்கலாம், இவ்வளவு ஏன் 'அக்வா ஃபீனா' மினரல் வாட்டர்கூட வாங்கலாம். அவர் தேவை தாகம். அதற்கான தீர்வை வழங்கும் பயனைத்தான் நீங்கள் வழங்குகிறீர்கள். அதனால் தான் தாகம் தீர்க்க எத்தனை பொருள்கள் உண்டோ அத்தனையும் உங்கள் கடையில் விற்பனை செய்கிறீர்கள்.

ஸ்டார்ட் அப் முதல் ஸூப்பர் மார்க்கெட்வரை மார்க்கெட்டிங்கின் அடிப்படை, வாடிக்கையாளர் யார் என்பதை அறிந்து அவர் தேவை புரிந்து அதற்கான பயனை மற்றவர்களைவிட சிறப்பான முறையில் தருவது.

வாடிக்கையாளர் யார் என்றுகூட எனக்குத் தெரியாதா? அதை தனியாக வேறு தெரிந்துகொள்ளவேண்டுமா? நம் பொருளை வாங்கும் வசதி இருப்பவர் அனைவருமே வாடிக்கையாளர்தானே என்றெல்லாம் தோன்றுகிறதா?

வாங்கத் தேவை வசதி அல்ல, வாடிக்கையாளரின் தேவை. கடையில் இருக்கும் எந்த சோப்பு பிராண்டையும் உங்களால் வாங்க முடியும். ஆனால் 'லிரில்' சோப்பை தேர்ந்தெடுக்கிறீர்கள். ஏன்?

உங்களுக்குப் புத்துணர்ச்சி தேவைப்படுவதால். அந்தத் தேவை இருப்பதால் மற்ற சோப்பைவிட்டு லிரிலை வாங்குகிறீர்கள்.

இன்னொருவர் 'ஹமாம்' சோப் எடுக்கிறார். அவரால் லிரிலை வாங்க முடியாதா? முடியும். அவரிடம் அந்த வசதி இருக்கிறது. ஆனால் அவருக்குத் தேவை ஹெர்பல் சோப்! ஹமாம் ஹெர்பல் என்று, தான் நம்பும்படி கூறுவதால் ஹமாம் சோப் மட்டுமே அவர் கண்ணில் படுகிறது.

ஆக, அனைவரும் சோப் போட்டுக் குளித்தாலும் பல சோப் பிராண்டுகளை வாங்க முடிந்தாலும் அவரவருக்கு என்ன தேவையோ அதைப் பூர்த்தி செய்யும் பிராண்டுகளை மட்டுமே வாங்குகிறோம். அதனால்தான் சொல்கிறேன். நம் வாடிக்கையாளர் யார் என்று தெரிந்தால்தான் அவர் தேவை என்ன, அந்தத் தேவையை எப்படி பூர்த்தி செய்வது, அதைப் பூர்த்தி செய்யும் வேல்யூவை எப்படி பிராண்டாக்கித் தருவது என்பது புரியும்.

அது தெரிந்துகொள்ளத் தேவை 'எஸ்டிபி' என்ற சித்தாந்தம். ஜிஎஸ்டி போல் இன்னொரு வரியோ என்று பயப்படாதீர்கள். மார்க்கெட்டிங்கின் மூன்று முக்கிய வார்த்தைகளின் முதல் எழுத்துக்களின் கலவைதான் எஸ்டிபி. செக்மென்டேஷன், டார்கெட்டிங், பொசிஷனிங். (Segmentation, Targeting, Positioning (STP).

உங்கள் வாடிக்கையாளர் யார் என்பதைப் புரிந்துகொள்ள அவர்களை முதலில் வகைப்படுத்தவேண்டும். இதுதான் செக்மென்டேஷன். அனைவரும் சோப் போட்டு குளித்தாலும் அனைவரின் தேவையும் ஒன்றல்ல என்று பார்த்தோம். சிலருக்கு சாஃப்டான சருமம் தேவை. வேறு சிலருக்கு இளைமையான சருமம் தேவை. சிலருக்கு கவர்சியான சருமம் தேவை. இப்படி வாடிக்கையாளர்களை அவர்கள் தேவைக்கேற்ப வகைப்படுத்தவேண்டும்.

அடுத்தது டார்கெட்டிங். எந்தத் தேவையை உங்களால் பூர்த்தி செய்ய முடியும், எந்தத் தேவையை பூர்த்தி செய்வதால் அதிக லாபம் ஈட்டமுடியும் என்பதை முடிவு செய்து, வகைப்படுத்தி வைத்திருக்கும் தேவைகளிலிருந்து ஒன்றைக் குறி வைப்பது.

மூன்றாவது முக்கியமான படி பொசிஷனிங். உங்கள் பொருள் பற்றிய அர்த்தத்தை வாடிக்கையாளர் மனதில் பதிய வைப்பது. அவர்களுக்கு புரிய வைப்பது. வாடிக்கையாளருக்கு உங்கள் பொருள்தரும் பயன்தான் பொசிஷனிங். உங்கள் பொருள் அவர் வலியைப் போக்கலாம். கவலையை நீக்கலாம். அவர் வாழ்க்கையை மேம்படுத்தலாம். எதைச் செய்தாலும் ஒன்றைச் செய்யவேண்டும். அதை நன்றே செய்யவேண்டும். அதை என்றும் செய்யவேண்டும்.

ஏற்கெனவே இந்த அத்தியாயத்தில் சோப் போட்டு நாம் குளித்துக்கொண்டிருப்பதால் அதிலிருந்தே சில உதாரணங்கள் தருகிறேன்.

'சந்தூர்' என்றால் இளமையான சருமம்.

'லக்ஸ்' என்றால் கவர்ச்சி.

'லைஃப்பாய்' என்றால் ஆரோக்கியம்.

பொசிஷனிங் என்ற சித்தாந்தாத்தை நமக்கு அளித்தவர்கள் 'ஆல் ரீஸ்', 'ஜாக் ட்ரவுட்' என்ற மார்க்கெட்டிங் ஆலோசகர்கள்.

வெற்றி ஈட்டித் தரும் இந்த சூட்சுமத்திற்கு 'பொசிஷனிங்' என்று அவர்கள் பெயர் வைக்கக் காரணம் உண்டு. வாடிக்கை யாளரை மயக்கி, மற்ற போட்டியாளர்களிடமிருந்து வித்தியாசப் படுத்திக் காட்ட உதவும் இந்த உத்திக்கு என்ன பெயர் வைப்பது என்று யோசித்து ஸ்ட்ரேடஜி என்கிற வார்த்தைக்கு அகராதியில் Finding the most advantageous position against the enemy என்றிருப்பதை பார்த்தனர். அதாவது எதிராளியை வெற்றிகொள்ள ஏதுவான நிலை அல்லது களம்.

பார்த்தார்கள், 'ஆஹா, மார்க்கெட்டில் போட்டியாளர்களைப் போட்டுத்தள்ளும் பிரதான ஆயுதமான தங்கள் சித்தாந்தத்திற்கு சரியான பெயர் position, அதாவது 'பொசிஷன்' என்று தீர்மானித்து, அதைச் சற்றே திருத்தி 'பொசிஷனிங்' என்றழைத்தனர்.

அன்றுமுதல் வெற்றிபெற நினைக்கும் மார்க்கெட்டர்கள் பொசிஷனிங் என்கிற இந்த சித்தாந்தத்தை சிரமேற்கொண்டு செய்யத் துவங்கினர். பொசிஷனிங் சித்தாந்தத்தின் தந்தைகள் என்று ஆல் ரீஸையும் ஜாக் ட்ரவுட்டையும் மார்க்கெட்டிங் உலகம் இன்றும் நன்றியுடன் நினைவு கூர்கிறது.

ஸ்டார்ட் அப் துவங்குவதுகூட பெரிய விஷமல்ல. நீங்கள் விற்க நினைக்கும் பொருளை பிராண்டாக்கவேண்டும். அதற்குத் தேவை பொசிஷனிங். ஆக, சரியாக பொசிஷனிங் செய்யப்பட்ட பொருள் பிராண்ட் என்ற அந்தஸ்த்தைப் பெறுகிறது.

சரி, பிராண்ட்பற்றி மேலும் தெரிந்துகொள்ள என்ன செய்ய வேண்டும்?

சிம்பிள்! அடுத்த அத்தியாயத்தைப் படிக்கவேண்டும்!

31. க்ராண்ட் பிராண்ட்

வாடிக்கையாளர்களை வகைப்படுத்தி அதிலிருந்து ஒன்றைத் தேர்ந்தெடுத்து அவர்கள் தேவையைப் பூர்த்தி செய்யும் பயன்தான் பொசிஷனிங் என்று சென்ற அத்தியாயத்தில் பார்த்தோம். அப்படி சரியாக பொசிஷனிங் செய்யப்பட்ட பொருளைத்தான் பிராண்ட் என்றே அழைக்கமுடியும். வெறும் பெயர் வைப்பதால் மட்டுமே எந்த ஒரு பொருளும் பிராண்ட் ஆகிவிடாது.

ஒரு பொருளை இனங்கண்டுகொள்ளச்செய்து அப்பொருளை போட்டி யாளரிடமிருந்து தனித்துப், பிரித்துக் காட்ட உதவும் பெயரோ, குறியீடோ, சின்னமோ, வடிவமைப்போ அல்லது இவற்றின் கலவை தான் பிராண்ட்.

இதை நான் சொல்லவில்லை. அமெரிக்க மார்க்கெட்டிங் அசோசியேஷன் கூறுகிறது. ஸ்டார்ட் அப்பின் அஸ்திவாரம் பிராண்ட். எந்தத் தொழிலுக்கும் ஆதாரம் பிராண்ட். சின்ன ஸ்டார்ட் அப் முதல் பெரிய எம்என்சி வரை அவர்களின் அசையா சொத்து அவர்களிடமிருக்கும் பிராண்ட்!

பிராண்ட் என்றால் பெயர் வைப்பது மட்டுமே என்றுதான் பலர் நினைக்கின்றனர். வத்திப்பெட்டிக்கு பெயர் இருக்கிறது. அந்த பெயரைக் கடையில் கேட்டா வாங்குகிறோம். அதை விடுங்கள்.

கடையில் எந்தெந்தப் பெயரில் வத்திப்பெட்டிகள் இருக்கிறது என்பதாவது உங்களுக்குத் தெரியுமா?

ஆக, பெயர் வைத்தால் பத்தாது. ஒரு பொருள் பிராண்ட் என்னும் அந்தஸ்தைப் பெற அது வாடிக்கையாளர்களுக்கு ஒரு வேல்யூ அதாவது ஒரு பயன் அளிக்கவேண்டும். இதைத்தான் பொசிஷனிங் என்று சென்ற அத்தியாயத்தில் பார்த்தோம். சரியாக பொசிஷனிங் செய்யப்பட்ட பொருள் மட்டுமே பிராண்ட் என்னும் அந்தஸ்தைப் பெறுகிறது. பொசிஷனிங் செய்யப்படாமல் இருக்கும் பொருள் வெறும் கமாடிடி. பெயர் கூறி வாங்காமல் பொருள் தன்மையைக் கொண்டு மட்டுமே வாடிக்கையாளர்கள் வாங்குவதால்தான் எந்த பொருள் சீப்பாய் கிடைக்கிறது என்று பார்த்து வாங்குகிறார்கள்.

சுருக்கமாகச் சொன்னால் பிராண்ட் என்பது ஓர் ஐடியா. உங்கள் ஸ்டார்ட் அப் பொருளுக்கு நீங்கள் தரும் அர்த்தம். வாடிக்கை யாளருக்கு நீங்கள் கொடுக்கும் பயன். போட்டியாளர்கள் மத்தியில் தனியாகத் தெரிய நீங்கள் ஏறி நிற்கும் ஏணி!

சின்ன பிராண்ட்கூட வெற்றிபெற அதற்குத் தேவை மூன்று முக்கிய அம்சங்கள்.

முதலில், பிராண்ட் தனித்துவம் வாய்ந்ததாக இருக்கவேண்டும். பிராண்ட் ஒரு பயனை அளிக்கவேண்டும் என்று பார்த்தோம், இல்லையா. பிராண்ட் அளிக்கும் பயன், வேறு எந்த பிராண்டும் அளிக்காத ஒன்றாக இருக்கவேண்டும். பஸ்ஸிலோ, ரயிலிலிலோ வேறு ஒருவர் அமர்ந்திருக்கும் சீட்டில் அமர்ந்து பாருங்கள். குண்டு கட்டாய் தூக்கி எறிவார்கள். மார்க்கெட்டிலும் அதே கதிதான். நீங்கள் அளிக்க நினைக்கும் பயன் நீங்கள் மட்டுமே அளிப்பதாக இருக்கவேண்டும்.

சில வருடங்களுக்கு முன் 'ஃபா' என்ற சோப் அறிமுகப்படுத்தப் பட்டது உங்களுக்கு நினைவிருக்கலாம். அந்த சோப் காணாமல் போனதும் நினைவிருக்கிறதா?

புத்துணர்ச்சி தருகிறேன் என்று கிளம்பிய சோப் அது. அந்தப் பயனை தர ஏற்கெனவே 'லிரில்' என்ற சோப் ஏற்கெனவே இருந்ததால் ஃபா ஃபனாலிகி ஃபெயிலியர் லிஸ்ட்டில் போய்ச் சேர்ந்தது.

பிராண்ட் பயன் தனித்துவமாக இருந்தால் மட்டும் பத்தாது. அது வாடிக்கையாளருக்குத் தேவையானதாக இருக்கவேண்டும். இதை ஆங்கிலத்தில் 'ரெலவென்ஸ்' என்பார்கள். வித்தியாசமாக இருக்க

வேண்டியதுதான். ஆனால் அந்த வித்தியாசம் வாடிக்கையாளர் களுக்குத் தேவையான பயனாக இருக்கவேண்டும்.

சிலருக்கு காதில் புசுபுசுவென்று முடி கிட்டத்தட்ட வகிடெத்து வாரிவிடும்வகையில் இருக்கும். அவர்கள் மற்றவர்களைவிட வித்தியாசமாகத் தெரிவார்கள். பிடிக்காவிட்டாலும் அவர்கள் நம் கவனத்தை ஈர்ப்பார்கள். அதனால் பத்து காசு பயன் உண்டா. பார்க்க பார்க்க நமக்குப் பற்றிக்கொண்டுதான் வரும். அதுபோல் இல்லாமல் பிராண்ட் அளிக்கும் வித்தியாசம் வாடிக்கையாளருக்கு ரெலவெண்டாக, பயனுள்ளதாக இருக்கவேண்டும்.

'ஜான்ஸன் அண்டு ஜான்ஸன்' குழந்தைகளுக்குப் பல பொருள்கள் அளிக்கிறது. வெற்றிகரமாக விற்கிறது. ஆனால் குழந்தை களுக்கான ஷாம்பு மட்டும் பெரிய அளவில் விற்கவில்லை. அந்த பிராண்ட் மட்டும் என்ன பாவம் செய்தது?

குழந்தைகள் தலையில் முடி அதிகமில்லையே. பத்து நிமிடம் இருந்தால் குழந்தையின் தலையிலுள்ள முடியைப் பிரித்து எண்ணி விடலாமே. இல்லாத முடிக்கு எதற்கு ஷாம்பு? ரெலவென்ஸ் இல்லாத பிராண்ட் என்பதால் வாடிக்கையாளர்களுக்கு அந்த பிராண்ட் இர்ரெலவெண்ட்டாக தெரிந்தது!

பிராண்டின் மூன்றாவது முக்கிய அம்சம் நிலைத்தன்மை. அதாவது சஸ்டெயினபிலிடி. சில காலம் மட்டும் சிறக்க அல்ல பிராண்ட். காலகாலத்திற்கும் நின்று தழைக்க வேண்டியவை. பிராண்ட் ஐடியா நின்று நிலைக்கவேண்டும்.

உங்கள் குழந்தைக்கு ட்ரெஸ் வாங்கும்போது ஒரு சில வருடங்கள் மட்டும் வந்தால் போதும் என்று வாங்குவீர்கள். ஆனால் பெயர் வைக்கும்போது ஆயுசுக்கும் அதுதான் என்று வைப்பீர்கள் அல்லவா. அது போல்தான் பிராண்ட் ஐடியாவும்.

சில மாதங்களுக்கு முன்பு அத்தி வரதர் ரொம்பவே பாப்புலராயிருந்தார். அந்த பாப்புலாரிட்டியை அறுவடை செய்ய நீங்கள் 'அத்தி பக்தி' என்று பெயர் போட்டு புத்தகம் போட்டிருந்தால் விற்பனை பிய்த்துக்கொண்டு போயிருக்கும். நீங்கள் கேட்ட பணத்தை விட அதிகம் தந்து பலர் புத்தகத்தை கண்ணில் ஒற்றிக்கொண்டு வாங்கிருப்பார்கள். ஆனால் இன்று அதே பிராண்டை எத்தனை பேர் வாங்குவார்கள்? அத்தி வரதரே வாங்குவது சந்தேகம்தான். ஸோ, பிராண்ட் ஐடியா காலா காலத்திற்கும் நிலைத்து நிற்கவேண்டும்.

பேரிச்சம்பழம் ஒருகாலத்தில் கூவிக்கூவி விற்கப்பட்டன. அதே பேரிச்சம்பழம் 'லைன் டேட்ஸ்' என்று பிராண்டாக விற்கப்படும் போது நாமே அதைத் தேடிப்போய் வாங்குகிறோம். அதனால்தான் மார்க்கெட்டிங்கில் ஒரு வாக்கியம் சொல்வார்கள். 'வாடிக்கை யாளர்கள் பொருள்களை வாங்குகிறார்கள். பிராண்டுகளைத் தேர்ந்தெடுக்கிறார்கள்.' புரிகிறதா!

வேகமாக மாறும் இன்றைய பிசினஸ் உலகில் போட்டி என்பது ஃபேக்டரியில் தயாராகும் பொருள்களுக்குள் அல்ல. அதற்கு பொசிஷனிங் செய்து, பெயர் வைத்து, அழகாக பேக்கிங் செய்து விளம்பரம்மூலம் பிராண்டாக, வாடிக்கையாளரிடம் பிராண்டாகக் கொண்டுசெல்வதில்தான்.

32. பிராண்டிங்

ஸ்டார்ட் அப் துவக்கி, தொழிலை நிர்ணயித்து, பொருளுக்கு பொசிஷனிங் செய்து அதை பிராண்டாக்கிவிட்டேன். இனி விற்க வேண்டியது ஒன்றுதான் பாக்கி என்று நினைப்பவர்கள் கவனத்திற்கு. குழந்தையைப் பெற்றுவிட்டீர்கள் சரி, அதற்குப் பெயர் வைத்து ட்ரெஸ் தைத்து, பொட்டு இட்டு, பவுடர் போட்டு பளபளப்பாக்க வேண்டாமா?

அதுபோல் பிராண்டிற்கு பெயர்வைத்து லோகோ டிசைன் செய்து, பேஸ்லைன் எழுதி, வெப்சைட் வடிவமைத்து இன்னமும் ஏகப்பட்டது பாக்கியிருக்கிறதே. பிறந்த பிராண்டை முழுமையாக்க வேண்டுமே.

பிராண்டை முழுமையாக்கும் சகல சமாச்சாரங்களுக்கு 'பிராண்ட் எளிமெண்ட்ஸ்' என்று பெயர். மற்ற பிராண்டுகளிலிருந்து வித்தியாசப் படுத்திக் காட்ட, ரிஜிஸ்டர் செய்து பாதுக்காக்கக்கூடிய வகையில் அமையும் பிராண்ட் பெயர், பேஸ்லைன், லோகோ, கேரக்டர், பூஆர்எல், பேக்கேஜிங், ஜிங்கிள் போன்றவைதான் பிராண்ட் எளிமெண்ட்ஸ்.

பொருளை பிராண்டாக்கி உயிர் கொடுக்க பொசிஷனிங் தேவையென்றால் அந்த பிராண்டிற்கு உணர்ச்சி கொடுக்க,

உத்வேகத்துடன் செயல்படவைக்கத் தேவை பிராண்ட் எளிமெண்ட்ஸ்.

பிராண்ட் என்பது பொருளுக்கு ஒரு பயனை அறியிடுவது என்றால் அந்தப் பயனை வாடிக்கையாளர்களுக்குப் புரிய வைக்க நீங்கள் செய்யும் இந்த அனைத்துச் செயல்களும்தான் பிராண்டிங். ஆக, பிராண்ட் என்பது ஐடியா என்றால் பிராண்டிங் என்பது அந்த ஐடியாவை வாடிக்கையாளர்களுக்குக் கொண்டுசேர்க்கும் அனைத்துச் செயல்களும்.

எதோ ஒரு பெயர் வைத்தோம், லோகோ செய்தோம், ஒரு கலரில் பாக்கேஜிங் அமைத்தோம், வெப்சைட் திறந்தோம் என்று விளையாட்டாக எளிமெண்ட்ஸை வடிவமைத்தால் வினையாகத் தான் போய்முடியும். கவனத்துடன் செய்யவேண்டிய பணி இது. குழந்தையைப் பெற்றதோடு நிறுத்தாமல் பார்த்து வளர்க்க வேண்டிய பக்குவம் இது. பெயர் நன்றாக இருந்தால் வாடிக்கை யாளர் பிராண்டை வாங்குவாரா? லோகோ அழகாக இருந்தால் பிராண்ட் விற்று விடுமா? பாக்கேஜிங் ஜோராக இருந்தால் விற்பனை பிய்த்துக்கொண்டு பறக்குமா என்று கேட்கலாம்.

பிராண்ட் எளிமெண்ட்ஸை தெளிவாக, திறமையாக வடிவமைத்தால் பிராண்ட் வாடிக்கையாளர் கண்ணில் பளீர் என்றுபடும். எத்தனை போட்டியாளர்கள் இருந்தாலும் தனியாகத் தெரியும். அட்லீஸ்ட் வாடிக்கையாளரை பிராண்டை எடுத்துப் பார்க்க வைக்கும். அவரை வாங்கவே தூண்டும். ஆக, எளிமெண்ட்ஸை திறமையுடன் வடிவமைத்தால் விற்பது எளிதாகும். பிராண்ட் எளிமெண்ட்ஸ் ஒவ்வொன்றையும் உருவாக்கும்விதம்பற்றி தனித்தனியாகப் பார்ப்பதற்குமுன் இவைகளை வடிவமைக்கும்போது மனதில் நிறுத்தவேண்டிய ஆறு முக்கிய விஷயங்களை அலசுவோம்.

எந்த பிராண்ட் எளிமெண்ட்ஸை வடிவமைக்கும்போதும் அது வாடிக்கையாளர் மனதைக் கவர்ந்து அவரால் மறக்க முடியாததாக இருக்கும்படி வடிவமைப்பது அவசியம். மனதைக் கவர்ந்தால் தான் போட்டியாளர் பிராண்டுகள் மத்தியிலும் எளிமெண்ட்ஸ் வாடிக்கையாளர் கண்ணைப் பறிக்கும். அவரைத் வாங்கத் தூண்டும்.

பிராண்ட் எளிமெண்ட்ஸ் மனதைக் கவர்ந்தால்மட்டும் போதாது. பிராண்டின் பொசிஷனிங்கிற்கு ஏற்ப அர்த்தமுள்ளதாக இருக்க வேண்டும். 'ரின்' டிடெர்ஜெண்ட் தன் லோகோவாக 'மின்னலை'

பயன்படுத்துகிறது. மின்னலைப்போல் வேகமாக வெண்மை தரும் என்று இதைவிட அழகாக எப்படி ஒரு டிடெர்ஜண்டால் கூறமுடியும்.

மனதிற்கு ஒன்று பிடித்துவிட்டால் மற்றதெல்லாம் அடுத்த பட்சம்தானே. மனதிற்கு ஒன்று பிடிக்கும்போது அது நம் நினைவில் நிற்கிறது. அதைப்பற்றி ஒரு நல்ல அபிப்ராயம் உருவாகிறது. பிராண்ட் எளிமெண்ட்ஸ் வாடிக்கையாளருக்குப் பிடித்திருக்கும் வகையில் வடிவமைக்கவேண்டும். 'பிரிட்டானியாவின்' டின்டின்டடின் என்கிற இசை, 'பெப்சி'யின் நீலநிறம் போன்றவை வாடிக்கையாளர் மனதைக் கவர்ந்ததால்தானே மார்க்கெட்டில் சக்கைப்போடு போடுகின்றன.

பிராண்டை வேறு பொருள் வகைகளுக்கோ, வேறு மார்க்கெட்டுக்கோ எடுத்துச்செல்லும்போது அதன் எளிமெண்ட்ஸ், மாற்றங்களுக்கு ஈடுகொடுக்கும்படி வடிவமைப்பதும் பயன்தரும். பசுவின் பால் என்று தமிழில் பொருள்பட அழகாக 'ஆவின்' என்று பெயரிட்டால் தமிழ்நாட்டில் ஓகே. ஆனால் இந்த பிராண்டை ஆந்திராவிற்கு எடுத்துச் செல்ல நேர்ந்தால் ஆவின் என்பது அங்கு யாருக்குப் புரியும்?

காலம் அப்படியே செல்வதில்லை. வாடிக்கையாளர் எண்ணங்களில் மாற்றம் வரும். ஒரு காலத்தில் அழகாகத் தெரிந்த லோகோ பிற காலத்தில் சாதாரணமாகத் தெரியலாம். ஒருகாலத்தில் கவர்ச்சியாக தெரிந்த கலர் இன்று கண்றாவியாகத் தெரிவதுபோல. பிராண்ட் எளிமெண்ட்ஸ் காலத்திற்கேற்ப, மாறி வரும் ரசனைகளுக்கேற்ப எளிதில் மாற்றம் செய்யும்வகையில் வடிவமைக்கப்படுவது பயன் தரும். 'அருண்' ஐஸ்க்ரீம் பிராண்டின் லோகோ ஒரு சில வருடங்களுக்கு முன் மாற்றப்பட்டது. என்ன மாற்றம் என்பதை 'கூகுள்' செய்துபாருங்கள், நான் சொல்வது புரியும்.

மனை வாங்கினால் மட்டும் போதாது. அதைச்சுற்றி வேலி கட்டி பாதுகாக்கிறோம் அல்லவா, அதுபோல பிராண்ட் எளிமெண்ட்ஸை வடிவமைத்தால்மட்டும் போதாது. அதை சட்டப்பூர்வமாகப் பாதுகாக்க ரிஜிஸ்டர் செய்வதும் அவசியம். ஸ்டார்ட் அப் ஆரம்பித்த கையோடு முதல் காரியமாக பிராண்டின் பெயரை ரிஜிஸ்டர் செய்யுங்கள். பல கம்பெனிகள் தங்கள் பேஸ்லைனைக் கூட ரிஜிஸ்டர் செய்கின்றன.

பிராண்ட் எளிமெண்ட்ஸை வடிவமைக்கும்போது இந்த ஆறு கைட்லைன்ஸையும் ஒரு சேர அனுசரித்து அனைத்தும்

அமையும்படி வடிவமைப்பது ரொம்பவே சிரமமான காரியம்தான். அதனால்தான் பிராண்ட் எளிமெண்ட்ஸ் அனைத்தையும் ஒரு கோர்வையாய் ஒன்றை ஒன்று சப்போர்ட் செய்யும்படி வடிவமைப்பது பயன் தரும்.

ஆக, பிராண்ட் வேறு, பிராண்டிங் வேறு. பிராண்ட் என்பது ஐடியா. பிராண்டிங் என்பது அந்த ஐடியாவை பிரதிபலிக்க, வாடிக்கையாளர்களுக்கு ஒலிபரப்பச் செய்யப்படும் அனைத்துச் செயல்களும். பிராண்ட் என்பது ஐடியா என்றால் பிராண்டிங் என்பது அந்த ஐடியாவை வாடிக்கையாளர்களுக்குத் தெளிவாகத் தெரியவைக்கும் சிக்னல்கள்!

பிராண்ட் ஐடியா என்பது உள்புற செயல்பாடு. இதைத்தான் முதலில் முடிவு செய்யவேண்டும். இதுவே பிராண்டின் பிள்ளையார் சுழி. அதன் ஆதி அந்தம் அனைத்தும். பிராண்டின் தலையெழுத்தை நிர்ணயிக்கப்போவது அதன் ஆதார ஐடியா. அதை உலகிற்கு பறைசாற்றச் செய்யும் வெளிப்புற செயல்கள் பிராண்டிங். அதாவது சிக்னல்கள்.

ஆக, பிராண்ட் வேறு பிராண்டிங் வேறு என்பதைப் புரிந்து கொண்டிருப்பீர்கள். அடுத்ததாக பிராண்ட் எளிமெண்ட்ஸின் முக்கிய அம்சங்களை வடிவமைக்கும் வழிகளை விதங்களை அடுத்து அலசுவோம்.

33. பிராண்ட் நேம் கேம்

உங்களுக்குக் குழந்தை பிறந்தபோது அதற்குப் பெயர் வைக்க நீங்கள் பட்ட பாட்டை நினைத்துப் பாருங்கள். எங்கெல்லாம் தேடினீர்கள். எத்தனை புத்தகங்கள் புரட்டினீர்கள். பிரித்து மேய்ந்து நியூமராலஜி பார்த்து, பத்தாத குறைக்கு போவோர் வருவோரை எல்லாம் கேட்டுக் குடாய்ந்து ஃபோன் நம்பர் தெரிந்திருந்தால் படைத்த பிரம்மனிடமே ஒரு வார்த்தை கேட்கலாமா என்று எத்தனை யோசித்தீர்கள்.

ஸ்டார்ட் அப்பும் பிரசவ வேதனையோடு பிசினஸை பெற்றெடுக்கும் வேலையும் வலியும்தானே. ஆரம்பிக்கும் தொழிலுக்கும் பிராண்டிற்கும் மட்டும் எதற்கு வாயில் வந்ததை, இன்னும் சொல்லப் போனால் வரக்கூடாததையெல்லாம் பெயராக வைக்கிறீர்கள்?

பிராண்ட் பெயர் என்றால் என்ன?

வாடிக்கையாளரும் பிராண்டும் சந்திக்கும் முதல் சந்திப்பு. பிராண்டின் தன்மையை, பயனை வாடிக்கையாளரிடம் கொண்டுசேர்க்கும் தலைப்புச் செய்தி. வாடிக்கையாளர் மனதைத் துளைத்து பிராண்ட் பொசிஷனிங்கை அதில் ரிவிட் அடிக்க உதவும் ஆயுதம். பிராண்ட் பயனை வாடிக்கையாளர் மனதில் தீபமாக

ஏற்றும் திரி. வாடிக்கையாளர் தேவையறிந்து, அதற்கேற்ப பொசிஷனிங் செய்து அதை ஓரிரு வார்த்தையில் சுருக்கி எழுதும் சித்துவிளையாட்டு. இத்தனை மேட்டர் இருக்கும் பிராண்ட் பெயரை சல்லிசாக நினைத்து உங்களுக்குத் தோன்றியதை வைப்பீர்களா, அல்லது அதில் கைதேர்ந்தவர்களிடம் ஒப்படைப்பீர்களா?

இருக்கும் பணத்தை புரட்டிப்போட்டு புதியதாக ஸ்டார்ட் அப் துவங்குகிறீர்கள். தொழில் கொஞ்சம் வளரட்டும், முதலீடு செய்கிறேன் என்கிறார்கள் முதலீட்டாளர்கள். இருப்பதை வைத்து வாடிக்கையாளர்களைக் கவரவேண்டிய நிலை. பிராண்டைத் தவிர உங்களிடம் இருப்பது அதன் பெயர் மட்டுமே. அதைக் கொண்டுதானே அனைவரையும் கவர வேண்டும். கையில் காசில்லாதபோது பெயர்தானே பிராண்டை விற்கும் விளம்பர பணியையும் செய்யவேண்டும்.

இது சாத்தியமா?

பேஷாக சாத்தியம். ஷோக்காக பலர் செய்து நேக்காக வென்றும் இருக்கிறார்கள். கால் வெடிப்புக்கு மருந்து என்பதை கை காசு செலவில்லாமல் ஊர் முழுக்கக் கூறி வெற்றி பெற்ற 'க்ராக்' க்ரீம் செய்தது பலே கில்லாடித்தனம்தானே.

வீட்டிற்குள் செடி வளர்க்க உதவுகிறேன் என்பதை பெயரிலேயே சத்தமாகக் கூறி மார்க்கெட்டில் மௌனமாக வளர்ந்து வரும் 'ஃபார்ம்@ஹோம்' என்ற பிராண்ட் பெயரின் சாமர்த்தியத்தை நீங்களும் பிரயோகிக்கலாமே!

இப்படி சொல்வதால் பிராண்டிற்குஅழகான பெயர் வைக்க வேண்டுமா என்று கேட்காதீர்கள். அழகானது, அழகில்லாதது என்று பிராண்ட் பெயருக்கு எதுவும் கிடையாது. பிராண்ட் பெயர் அதன் தன்மைக்கோ, பயனுக்கோ அல்லது பொருள் பிரிவுக்கோ பொருத்தமாக இருக்கவேண்டும். அவ்வளவே. சிவப்பாக அழகாக இருக்க ஆசையென்றால் என்னை வாங்கி சருமத்தில் தேய் என்று பெயரிலேயே கூறும் 'ஃபேர் அண்டு லவ்லி' அழகான பெயரா அல்லது பொருத்தமான பெயரா!

மார்க்கெட்டிங்கில் மாற்றக்கூடாதது, எளிதில் மாற்ற முடியாதது பிராண்ட் பெயர்தான். அதனால்தான் பிராண்ட் பெயரை ஒரு முறைக்குப் பலமுறை யோசித்து, ஆற அமர அலசியெடுத்து, ஆழமாகச் சிந்தித்து, தீர்க்கமாக பெயர் சூட்டுங்கள்.

'நீ இப்படிச் சொல்கிறாய், ஆனால் அர்த்தமே இல்லாத டாடா, பிர்லா என்றெல்லாம் பெயர் வைத்து அவர்கள் வெற்றி பெறவில்லையா?' என்று உங்களுக்குத் தோன்றலாம். அந்த பிராண்டுகள் பிறந்து வளர்ந்த காலம் வேறு. அக்காலத்தில் போட்டி இல்லை. போட்டுத்தள்ள பல பிராண்டுகள் இல்லை. இருந்த ஒரு சில பொருள் பிரிவுகளில் இருந்ததோ ஒன்றிரண்டு பிராண்டுகள் மட்டுமே. அந்தக் காலத்தில் புடவைக் கடைக்கு 'உள்ளே வராதே' என்று பெயர் வைத்திருந்தால் கூட விற்றிருக்கும். ஆகவே பழைய பிராண்டுகளைப் பார்த்து சூடு போட்டுக்கொள்ளும் பூனையாக இருக்காதீர்கள்.

உங்கள் ஸ்டார்ட் அப்புக்கு பெயர் வைக்கும்போது சில மாபாதகங் களைச் செய்யாதீர்கள். செண்டிமெண்ட் பார்ப்பேன் என்று சண்டித்தனம் பண்ணுவது. அப்பா பெயரை வைப்பேன், அம்மா பெயர்தான் ராசி, குலதெய்வத்தின் பெயர் எனக்கு குட்லக் என்று பெயர் வைக்காதீர்கள். உங்களுக்காக இல்லாவிட்டாலும் உங்கள் ஸ்டார்ட் அப் பிழைக்கவாவது அப்படிச் செய்யாதீர்கள்.

அதுபோல் நியூமராலஜி பார்த்துத்தான் பெயர் வைப்பேன் என்று அடம் பிடிக்காதீர்கள். உங்கள் பெயருக்கு வேண்டுமானால் நியூமராலஜிமுதல் பயாலஜிவரை எதையாவது பாருங்கள். யாரும் கேட்கப் போவதில்லை. ஆனால் பிராண்ட் பெயரை வாடிக்கையாளர் கேட்கவேண்டும். கேட்டுவாங்கவேண்டும். அந்த ஆசை இருந்தால் நல்ல பெயரைக்கூட நியூமராலஜி பார்க்கிறேன் பேர்வழி என்று தேவையில்லாத சொற்களைச் சேர்த்து யாருக்கும் எதுவும் புரியாதபடிப் பெயரிடாதீர்கள்.

பொருத்தமான பெயர் வைத்தால் ஸ்டார்ட் அப் பிய்த்துக்கொண்டு விற்குமா என்று சிலர் குதர்க்கமாகக் கேட்கலாம். பொருத்தமில்லாத பெயர் வைத்தாலும் பிராண்டை விற்கமுடியும். தாராளமாக வையுங்கள். என்ன, அப்பெயரை வாடிக்கையாளரிடம் கொண்டுசேர்க்க நிறைய செலவழிக்கவேண்டிவரும். பணம் இருந்து அதை செலவழித்து ஒழிப்பேன் என்று நேர்த்திக்கடன் இருந்தால் பேஷாய் செலவழியுங்கள்.

ஒழுங்காகப் பெயர் வைத்தால்தான் விற்குமா என்று கேட்கும் குதர்க்கவாதிகளுக்கு அடியேனின் சின்ன க்ராஸ் கேள்வி. ஃபைனான்ஸ் கம்பெனி ஆரம்பித்து அதற்கு 'கோவிந்தா ஃபைனான்ஸ்' என்று பெயர் வைத்து பிசினஸ் எப்படி நடக்கிறது என்று பார்த்து எனக்குச் சொல்லுங்களேன்!

பொருள்கள்முதல் சினிமாவரை பெயருக்கு ஒரு பரபரப்பும் பிரகாசமும் இருக்கவே செய்கிறது. ஒரு திரைப்படத்திற்கு 'பேட்டரி' என்று பெயர் இருந்தால் அது எப்பேர்ப்பட்ட படமாக இருக்கும் என்று யோசிக்கத் தோன்றுகிறதா இல்லையா. செல்ஃபோன் பேட்டரிபற்றி கதையா இல்லை ஆக்‌ஷன் படமா என்று கேள்விகள் மனதில் எழுகிறதா இல்லையா? அப்படத்தை பார்க்கிறீர்களோ இல்லையோ படத்தின் பெயர் உங்களை யோசிக்க வைக்கிறதல்லவா.

அதுதான் பிராண்ட் பெயரின் மகாத்மியம்.

34. பிராண்ட் எளிமெண்ட்ஸ்

பிராண்டை முழுமையாக்கும் சமாச்சாரங்கள்பற்றிப் பேசிக் கொண்டிருக்கிறோம். குறிப்பாக பிராண்ட் எளிமெண்ட்ஸ் பற்றி. இவை பிராண்டை முழுமையாக்க, தனித்துவமாகத் தெரியவைக்க, மற்ற பிராண்டுகளிலிருந்து வித்தியாசப்படுத்த, ரிஜிஸ்டர் செய்யும்வகையில் அமையும் பிராண்ட் பெயர், லோகோ, பேஸ்லைன், கேரக்டர், யூஆர்எல், பேக்கேஜிங், விளம்பர இசை போன்றவை. இதை பிராண்ட் ஐடெண்டிடீஸ் (Brand Identities) என்றும் கூறுவார்கள்.

சில விஷயங்களை வண்டி வண்டியாகப் பேசுவதைவிட, வளவளவென்று சொல்வதைவிட விஷூவலாகக் காண்பிக்கும் போது பார்ப்பவருக்கு பட்டென்று புரிகிறது. சட்டென்று தெரிகிறது. ஒரு பெண் காலில் மெட்டி இருந்தால் அவளுக்குத் திருமணம் ஆகிவிட்டது என்று புரிகிறது. அவள் கழுத்தில் தாலி இருந்தாலும் தெரியும்தான் என்றாலும் தாலி இருக்கிறதா என்று கழுத்துப் பக்கம் ஏற இறங்கப் பார்க்கப்போய் அவள் காலில் உள்ளதைக் கழட்டுவாளே என்ற கவலையில் கால் ரேஞ்சில் நின்றேன்.

பிராண்டும் அவ்வாறே. பிராண்டை பொசிஷனிங் செய்துஅதற்கேற்ப பெயர் சூட்டும்போது

வாடிக்கையாளர்களுக்குப் புரியும் என்றாலும் விஷ~வலாக, வெர்பலாக மற்ற சில விஷயங்கள் செய்யும்போது பிராண்ட் செய்தி விரைவில் சென்றடையும்.

அதில் ஒன்று லோகோ. பிராண்ட் பெயரை தனித்துவமாக எழுதி, முடிந்தால் கூடவே ஒரு விஷ~வல் வடிவத்தை வடிவமைப்பது. லோகோ என்பது வார்த்தையாக, உவமையாக, படமாக, வண்ணமாக, கதாபாத்திரமாக இருக்கலாம்.

நம் கருத்தை உலகிற்குக் கூற உதவும் 'ட்விட்டர்' பிராண்டின் லோகோ ஒரு சிறிய பறவை. 'பட்சி கூறியது' என்று எழுத்தாளர் சுஜாதா கூறும் ஸ்டைலில் உங்கள் கருத்து கூறும் சுதந்திரத்தை லோகோவில் பிரதிபலிக்கும் அழகைக் கவனியுங்கள்.

அதற்காக எல்லா பிராண்டுகளுக்கும் விஷ~வலாக ஒரு வடிவம் வேண்டும் என்ற அவசியமில்லை. 'சோனி' பிராண்டிற்கு தனியாக எந்த விஷ~வலும் கிடையாது. அது எழுதப்பட்டிருக்கும் விதம்தான் லோகோ. 'சாம்சங்' பிராண்டும் அதுபோலவே.

லோகோ என்பது பிராண்டின் தன்மையை அல்லது பயனைக் குறிக்கும் வகையில் இருக்கவேண்டும். 'டெட்டால்' பிராண்டின் பொசிஷனிங் பாதுகாப்பு. பாதுகாக்கும் பிராண்ட் என்பதை விளக்கும்வகையில் அதற்கு 'போர்வாள்' வடிவம் லோகோவாக அமைக்கப்பட்டிருக்கிறது.

உங்கள் பிராண்டை வாங்கப்போவது சாமானியர்கள் என்பதால் அவர்களுக்குப் புரியும்படி லோகோவை டிசைன் செய்யவேண்டும். அவர்களுக்குப் புரியவேண்டும் என்ற அவசியமில்லை என்று நினைப்பவர்கள் எப்படி வேண்டுமானாலும் லோகோவை வடிவமைக்கலாம். இன்று பல ஸ்டார்ட் அப்ஸ் செய்வதுபோல. என்ன, யாருக்கும் ஓர் எழுவும் புரியாது, லோகோவை வடிவமைத்தவர் உட்பட!

லோகோ வடிவமைத்த கையோடு பிராண்டிற்கு ஒரு பேஸ்லைன் எழுதுவது நலம். பிராண்டின் தன்மையை, பயனை, இமேஜை, உபயோகிப்பவரின் தன்மையை ஒரு வரியில் சுருக்கி எழுதும் வாக்கியம்தான் பேஸ்லைன். 'தி கம்ப்ளீட்மேன்' என்றால் 'காம்ப்ளான்' நினைவிற்கு வருவதில்லை; 'ரேமண்ட்'தானே ஞாபகத்திற்கு வருகிறது. இதுவே பேஸ்லைனின் மகத்துவம். சினிமா ஸ்டைலில் கூறுவதென்றால் பிராண்டின் பஞ்ச் டைலாக்தான் பேஸ்லைன்.

பேஸ்லைனும் பிராண்ட் பெயரைப்போல அழகாக இருக்க வேண்டும் என்பதில்லை. பொருத்தமாக இருக்கவேண்டும். பிராண்ட் செய்தியின் சுருக்கமாக இருக்கவேண்டும். பிராண்ட் பயனை நறுக்குத்தெறித்தார் போல் பேஸ்லைனாகஅமைக்கலாம். அதிக போட்டியாளர்கள் இருக்கும் பொருள் வகைகளில் பிராண்டின் பெயரை அதன் பேஸ்லைனில் சேர்த்துவைப்பது சாமர்த்தியமான டெக்னிக். 'ஹமாமிருக்க பயமேன்' என்று கூறும் 'ஹமாம்' சோப்போல.

பிராண்ட் பேஸ்லைன் வளவளவென்று உபன்யாசம்போல் இல்லாமல் சுருக்கமாக, நறுக்குத் தெறித்தார்போல் இருக்க வேண்டும். ஒரு பிராண்டிற்குப் பல தன்மைகள் இருக்கலாம்; பலவித விசேஷங்கள் ஜொலிக்கலாம்; அனேகப் பயன்கள் அளிக்கலாம். அதற்காக எல்லாவற்றையும் சேர்த்துச்சொல்வேன் என்றெல்லாம் அடம்பிடிக்காமல் சமர்த்தாய் பொசிஷனிங்கை பறைசாற்றுவது போலவோ, பிராண்டின் இமேஜை ஹைலைட் செய்வதுபோலவோ சின்னதாக சிக்கனமாக எழுதுவதே ஏற்றம். 'இது செம ஹாட் மச்சி' என்று யூத்ஃபுல்லாகக் கூறும் 'ரேடியோ மிர்ச்சி' போல.

லோகோ, பேஸ்லைன் முடிந்ததா, உங்கள் ஸ்டார்ட் அப்பின் தன்மைக்கேற்ப, பிராண்டின் பொசிஷனிங்படி தேவைப்பட்டால் ஓர் உருவ விஷ்வல் வடிவமைப்பதும் பயன் தரும். 'அமுல்' விளம்பரங்களில் ஒரு சின்னப் பெண்ணைப் பார்த்திருப்பீர்கள். 'எம் ஆர் எஃப்' டயர் விளம்பரங்களில் திடகாத்திர உடம்புடன் ஓர் ஆண் டயரை தூக்கிப் பிடித்திருப்பதுபோல் ஓர் உருவத்தைப் பார்த்திருப்பீர்கள். இவ்வகை உருவங்களுக்கு பிராண்ட் கேரக்டர்' என்றுபெயர். பிராண்டிற்கு ஓர் அழகை, இமேஜை அல்லது பிராண்டின் தன்மையை பறைசாற்றும் உருவங்கள் இவை. வாடிக்கையாளர்களைக் கவர்ந்து பிராண்டை நினைவுவைத்துக் கொள்ள உதவுபவை பிராண்ட் கேரக்டர்.

பிராண்டின் பயனை உருவகப்படுத்த கேரக்டரை உபயோகிக்கலாம். 'ஏர்இந்தியா' பல காலமாக மஹாராஜா பொம்மையைத் தன் கேரக்டராக உபயோகித்து வந்தது. 'எங்கள் விமானத்தில் பயணித்தால் உங்களை மஹாராஜாபோல் பாவித்து மரியாதைசெய்து அன்போடு உபசரிப்போம்' என்று கூறாமல் கூறியது அந்த கேரக்டர். அதேபோல் 'பில்ஸ்பரி' கோதுமை பிராண்ட் விளம்பரங்களில் கொழுகொழுவென்று வரும் ஒரு வெள்ளைக் கலர் பொம்மையைப் பார்த்திருப்பீர்கள். அந்தக்

கேரக்டருக்கு 'டோபாய்' என்றுபெயர். எங்கள் கோதுமையை உபயோகித்துச் சமைத்தால் சப்பாத்தியும், பூரியும் கும்மென்று உப்பி ஐம்மென்று இருக்கும் என்று அழகாகக் கூறுகிறான் அந்த க்யூட் டோபாய்!

கேரக்டரைப் பயன்படுத்தும்போது அந்தக் கேரக்டர் எல்லாருக்கும் புரியும்படி இருப்பது அவசியம். யார் மனதையும் புண்படுத்தாதபடி அமைவது அதைவிட அவசியம். பிராண்ட் கேரக்டரை அடிக்கடி மாற்றக்கூடாது. அதேபோல் அந்தக் கேரக்டரை பிராண்டின் எல்லா விற்பனை மேம்பாட்டுச் செயல்களிலும் பயன்படுத்தவேண்டும்.

பிராண்ட் எளிமெண்ட்சை வடிவமைக்கும் அனைத்துச் செயல்களுக்கும்தான் பிராண்டிங் என்று பெயர். பிராண்ட் என்றால் என்ன என்று பார்த்தோம். பிராண்ட் என்பது ஐடியா என்றால் அந்த ஐடியாவை வாடிக்கையாளர்களுக்குக் கொண்டுசென்றுசேர்க்கும் அனைத்துச் செயல்களும்தான் பிராண்டிங்.

பிராண்ட், பிராண்டிங் போன்றவை ஒன்றுபோல் தெரிந்தாலும் வெவ்வேறானவை என்று நாம் முன்பு பார்த்தது ஏன் என்று இப்பொழுது புரிந்திருக்கும். மார்க்கெட்டிங் என்றால் விளம்பரம் என்று மட்டுமே நினைத்திருப்பதும் எவ்வளவு முட்டாள்தனம் என்பதும் உங்களுக்கு இந்நேரம் புரிந்திருக்கும்.

புரிந்திருக்க வேண்டும்!

35. விளம்பர மாயாஜாலம்

ஒருகாலத்தில் ஸ்டார்ட் அப்ஸ் விளம்பரத்திற்குச் செலவழிக்க கையில் சல்லிக் காசு இல்லாமல் பிராண்ட்பற்றி ஊருக்கெல்லாம் மொட்டை மாடியிலிருந்து உரக்கச் சொல்லாமா என்று யோசித்த காலம் உண்டு. முதலீட்டிற்கே இல்லாதபோது விற்பனை மேம்பாட்டுக்கு எங்கிருந்து செலவழிப்பது.

ஆனால் இன்றோ நம் நாட்டில் அதிக அளவில் விளம்பரம் செய்யும் கம்பெனிகளின் லிஸ்ட்டில் முன்னனியில் நிற்பவை பலவும் ஸ்டார்ட் அப்ஸ்தான். கண்மண் தெரியாமல் முதலீட்டாளர்கள் ஸ்டார்ட் அப்பில் பணத்தைக் கொண்டுவந்து கொட்ட, வந்த காசு முதலீடு என்பதுகூட புரியாமல் அதை விளம்பர விழலுக்கு இறைத்து முதலீட்டாளர்கள் கையே, விளம்பர நெய்யே என்கிற கண்றாவிதான் பல இடங்களில் படு ஜோராக நடக்கிறது. முதலீடாக வந்த பணத்தை சகட்டு மேனிக்கு விளம்பரத்தில் செலவழித்த பல ஸ்டார்ட் அப்ஸ்கள் மண்ணைக் கவ்வி மஞ்சக் கடிதத்தை மஞ்ச பையில் மடித்துத் தந்த கதைகள் ரொம்பப் பிரசித்தம்.

சரி, அந்த வயத்தெரிச்சலைவிட்டு விளம்பரம்பற்றி சற்று விவாதிப்போம். விளம்பரம்பற்றி இரு துருவ நிலைப்பாடுகள் உண்டு. விளம்பரம் செய்தால் விற்பனை பட்டென்று உயர்ந்து

படாரென்று பணம் கொட்டத் துவங்கவேண்டும் என்று நினைப்பவர் ஒருபுறம். விளம்பரம் மற்றவர்களை வேண்டுமானால் பாதிக்கும், என்னிடம் அதன் பாச்சா பலிக்காது என்பவர்கள் மறுபுறம். இதற்கிடையில் எங்கேயோதான் விளம்பரம் பற்றிய உண்மை புதைந்திருக்கிறது என்பது பலருக்குப் புரிவதில்லை. புரியாமல் விளம்பரமும் செய்வதால்தான் பிரச்னையே.

முதலில் ஒன்றைப் புரிந்துகொள்ளுங்கள். விளம்பரம் செய்தால் விற்பனை காரண்டி அல்ல. பொருள், விலை, வினியோகம் என்பதைத் தாண்டி நான்காவதுதான் விற்பனை. இந்த நான்கின் கலவைதான் வெற்றியை நிர்ணயிக்குமே ஒழிய விளம்பரம் செய்தால் வியாபாரம் பெருகும் என்று நினைப்பவர்கள் நெருப்பு என்று கூறினாலே சுடும் என்ற ஜாதியைச் சேர்ந்தவர்கள்.

அதேபோல் விளம்பரம் என்பது ஹெவிவெயிட் சமாச்சாரம் அல்ல. அது ஒரு மயிலிறகு. அது நம் மேல் விழுவது நமக்குத் தெரிவ தில்லை. அதனால் நம்மீது அதன் தாக்கம் நமக்கே புரிவதில்லை. விளம்பரம் தன்னைப் பாதிக்காது என்று கருதுபவர்கள் ஏன் மணமகன், மணமகள் தேவை பகுதியில் விளம்பரம் செய்கிறார்கள் என்று அவர்களிடம் கேட்டுச் சொல்லுங்கள்!

விளம்பரம் என்றாலே அது பெரிய அளவில் தாக்கத்தை உண்டு பண்ணும் என்று தவறாக எண்ணி அதனால் ஒரு பெரிய எஃபெக்ட்டை எதிர்பார்க்கிறோம். விளம்பரம் என்பது அதைப் பார்த்த மாத்திரம் பார்த்தவரை, தான் செய்யும் வேலையை எல்லாம் நிறுத்தி அரக்கப் பரக்க கடைக்கு ஓட வைத்து விளம்பரம் செய்யப்பட்ட பொருளை வாங்க வைக்க அல்ல. பெட்ரோலுக்குப் பதில் தண்ணீரில் வேலை செய்யும் காரைக் கண்டுபிடித்து அதை விளம்பரம் செய்தால் ஒரு வேளை அப்படி மக்கள் ஓடிச் சென்று வாங்கலாம். அப்படிப்பட்ட காரை விளம்பரமே செய்ய வேண்டாமே!

விற்க நினைக்கும் பொருளின் தன்மைகளையும் பயன்களையும் வாடிக்கையாளர் மனதிலுள்ள தேவையோடு அழகாய் அலைன் செய்து அவருக்குப் பொருள்பற்றிய விழிப்புணர்வை ஏற்படுத்துவதுதான் விளம்பரம். இதைச் செய்தால் எதேஷ்டம். இதை மட்டும்தான் விளம்பரம் செய்யும். செய்யவேண்டும். வாடிக்கையாளர் தேவையும் உங்கள் பொருள் அளிக்கும் பயனும் ஜோடியாக ஒத்துப்போகும் வகையில் அமைந்து அதை உங்கள் விளம்பரம் தெளிவாகப் படம் வரைந்து பாகங்களைக் குறித்து விளக்கும்போது விளம்பரம் வெற்றியடைகிறது.

விளம்பரம் வெற்றியடைந்தது என்றுதான் கூறினேன், விற்பனை ஆட்டோமெடிக்காய் கூடும் என்று சொல்லவில்லை என்பதை கவனத்தில் கொள்க.

நாம் ஏற்கெனவே பார்த்ததுபோல் பிராடக்ட், பிரைஸ், பிளேஸ் என்ற 'நான்கு பி'யின் நான்காவது அங்கம்தான் பிரமோஷன். விளம்பரம் விழிப்புணர்வை வளர்க்கும். பொருளைப்பற்றி பாசிடிவான எண்ணத்தை வாடிக்கையாளர் மனதில் வளர்க்க அது உதவும். அவ்வளவே. அந்த விழிப்புணர்வுதான் மயிலிறகு. அதுவும் மெதுவாக வருட வருடத்தான் ஒருநாள் இல்லை ஒருநாள் நம்மை வாங்க வைக்கும். ஆக, பொருள்பற்றிய உயர்வான ஒரு விழிப்புணர்வை கொஞ்சம் கொஞ்சமாக நம் மனதில் ஏற்றும் ஸ்லோ மோஷன்தான் விளம்பரம் என்னும் பிரமோஷன். அதனால்தான் விளம்பரம் நம்மீது ஏற்படுத்தும் தாக்கத்தை நாம் உணர்வதில்லை.

நாம் உணரவில்லை என்பதால் விளம்பரம் நம்மீது தாக்கத்தை ஏற்படுத்தவில்லை என்றில்லை. விளம்பரம் என்பது வீட்டு வாசலில் வளரும் புல்போல. அது வளர்வது தெரிவதில்லை, ஆனால் வாரா வாரம் வெட்ட வேண்டியிருக்கிறது என்றார் ஒரு மார்க்கெட்டிங் அறிஞர்.

மீண்டும் சொல்கிறேன். விளம்பரம் என்கிற மயிலிறகு, வாடிக்கையாளர் மனதை மயிரிழைதான் வருடும். தொடர்ந்து வருட வருட கொஞ்சம் கொஞ்சமாகத்தான் விளம்பரப்படுத்தப்பட்ட பொருளை வாங்கலாமா என்று மனதை நினைக்க வைக்கும். அப்பொருள் தீர்க்கும் தேவையின் தாக்கம் வாடிக்கையாளருக்கு அதிகமாகும்போது அவர் வாங்கும் சாத்தியக்கூறும் அதிகமாகும். விளம்பரம் இப்படி மெதுவாகத்தான் வேலை செய்யும் என்பதைப் புரிந்துகொண்டாலே அதன்மீது பலர் வைத்திருக்கும் அபரிமிதமான நப்பாசை குறையும்.

இனியும் விளம்பரம் செய்த மாத்திரத்திலேயே உங்கள் ஸ்டார்ட் அப் விற்பனை கூடவேண்டும் என்று எதிர்பார்த்து விளம்பரம் செய்யா தீர்கள். விளம்பரம் என்பது ஸ்லோ பாய்சன். மெதுவாகத்தான் வேலை செய்யும். உங்களுக்கு விற்பனை அவசரம் இருக்கலாம். அதற்கெல்லாம் விளம்பரம் ஜவாப்தாரியாக முடியாது. குழந்தை பிறக்க அரச மரத்தைச் சுற்றினால் தேவலை என்று யாரோ சொல்ல, அரச மரத்தைச் சுற்றி முடித்த கையோடு அடிவயிற்றைத் தொட்டுப் பார்த்தாளாம் ஒருத்தி. அந்த லிஸ்ட்டில் சேராதீர்கள்!

36. விளம்பர வித்தைகள்

அது என்ன, விளம்பரம் செய்வது உடனடி பலன் தராது என்று ஒரே போடாக போட்டுவிட்டாரே என்று உங்களுக்கு ஆச்சரியமாக இருக்கலாம். முதலிலேயே ஒன்றைத் தெளிவாக்கிவிடுகிறேன். எனக்கும் விளம்பரத்துக்கும் எந்த முன்விரோதமும் இல்லை. விளம்பரம்பற்றி இல்லாததும் பொல்லாததுமாக பலர் பலவற்றை கற்பனை செய்து வைத்திருக்கிறார்கள். அதன் சக்திக்கு மீறி விளம்பரத்தின்மீது அதிகப்படியாக நம்பிக்கை வைத்திருக் கிறார்கள். விளம்பரத்தை சர்வ ரோக நிவாரணியாக நினைத்து விளம்பரம் செய்த உடனேயே விற்பனை வெடுக்கென்று கூடி படக்கென்று தங்கள் விற்பனைப் பிரச்னை தீரும் என்று விபரீதமாகக் கற்பனை செய்கிறார்கள். அப்படி நடக்காதபோது விளம்பரத்தின்மீது பழி போடுகிறார்கள்.

பலர் நினைப்பதுபோல் விளம்பரம், கேட்டதை கேட்ட மாத்திரம் தரும் காமதேனு அல்ல என்பதைத் தெளிவாக்குவதே என் நோக்கம். பெரிய கம்பெனிகளிடம் நிறையப் பணம் இருக்கும், விளம்பரத்தில் வாரி இறைத்து அது மெதுவாகப் பலன் தந்தால்கூட போதும் என்று நினைப்பார்கள். அதைப் பார்த்து சூடு போட்டுக்கொள்ளும் ஸ்டார்ட் அப்பாக நீங்கள் இருக்காதீர்கள்.

பெரிய தொழிலதிபர்களால் தங்கள் விளம்பரங்களில் தாங்களே ஆடிப் பாடி நடிக்கக்கூட முடியும். அவர்கள் செய்வதால் நாமும்

செய்வோம், அவர்களைப்போல் விரைவாக வளர்வோம் என்று மனப்பால் குடிக்காதீர்கள். அவர்கள் பலகாலமாக விளம்பரம் செய்து வருபவர்கள். அவர்களைப் பிடிக்கிறதோ இல்லையோ அவர்கள் பிராண்டை மக்கள் வாங்கிப் பழகியிருப்பதால் தொடர்ந்து வாங்குகிறார்கள். நீங்கள் இப்பொழுதுதான் ஸ்டார்ட் அப் லெவலில் இருக்கிறீர்கள். விளம்பரம்பற்றி விவரமாக உணர்ந்து செயல்படுவது உங்கள் வியாபாரத்திற்கும் உசிதம்.

நாம் ஏற்கெனவே பார்த்ததுபோல் விளம்பரம் ஒரு ஸ்லோ பாய்சன். மயிலிறகாய் மக்களை வருடி ஒருநாள் இல்லை ஒருநாள் கடைக்குச் சென்று பிராண்டை வாங்க வைக்கும். கண்ட மாத்திரம் கழுத்தை பிடித்து கடைக்குத் தள்ளி வாங்க வைக்க விளம்பரத்துக்குத் தெரியாது. அப்படிச் செய் என்று அதைப் போட்டு படுத்தாதீர்கள்.

பிறகெதற்கு விளம்பரம் செய்கிறதாம் என்று உங்களுக்குத் தோன்றும். விளம்பரம் நம்மைச் சட்டென்று வற்புறுத்தி வாங்க வைக்க அல்ல. பிராண்டைப் பற்றிய நல்ல அம்சங்களை நம் விழிப்புணர்வுக்குக் கொண்டுவரும் செயலைச் செய்யத்தான். பிராண்ட் பூர்த்தி செய்யும் தீர்வின் தாக்கம் அதிகரிக்கும்போது பிராண்டை வாங்கத் தோன்றுகிறது. அவசர அடி ரங்காவாக அடிதடியாக விளம்பரத்திற்கு வேலை செய்யத் தெரியாது.

விளம்பரம் மக்கள் மனதில் சின்ன மாற்றங்களை மட்டுமே உருவாக்கும். இன்றைய விளம்பர காட்டு இரைச்சலில் விளம்பரம் இதைச் செய்தாலே எதேஷ்டம். இந்தச் சின்ன மாற்றங்கள்தான் கொஞ்சம் கொஞ்சமாக மனதில் சேர்ந்து நாளடைவில் பெரிய மாற்றமாக உருவாகிறது.

இதனால்தான் விளம்பரத்தால் ஏற்படும் தாக்கம் நமக்கு சட்டென்று தெரிவதில்லை. குழந்தை, தினம் வளர்வது எப்படி அதன் பெற்றோர்க்குத் தெரியாமல் இருக்கிறதோ அதுபோல. அதனால் ஓரிரு விளம்பரம் மட்டும் செய்து கடையில் கூட்டம் சேர்ந்து கல்லா ஃபுல்லாகிறதா என்று பார்ப்பது அக்கிரமத்துக்குத் தப்பாட்டம்.

வாடிக்கையாளர் மனதில் விளம்பரத்தின் தாக்கம் இருந்ததா என்பதை சோதித்துப் பார்க்க ஒரு வழி உண்டு. வாடிக்கையாளர் மனதில் பிராண்ட் ஷார்ட் லிஸ்ட் செய்யப்பட்டிருக்கிறதா என்று பார்ப்பது. ஒரு பொருள் பிரிவில் பல பிராண்டுகள் இருந்தாலும் அனைத்தையும் வாடிக்கையாளர் தெரிந்து வைத்திருப்பதில்லை. அதிலுள்ள சில பிராண்டுகளின் பெயர்கள் மட்டுமே மனதில் நிற்கும். அதேபோல் தெரிந்திருக்கும் அத்தனை பிராண்டுகளையும் அலசிப் பார்த்துத்தான் வாங்கவேண்டும் என்ற அவசியம் இல்லை, அது

முடிவதுமில்லை. ஒரு பொருளை வாங்க முடிவெடுக்கும்போது அந்தப் பிரிவில் ஒரு சில குறிப்பிட்ட பிராண்டுகளை மட்டுமே மனம் அலசி ஆராய்ந்து பார்த்து ஒன்றை வாங்க முடிவெடுக்கிறது.

ஆக, பொருள் பிரிவில் பல பிராண்டுகள் இருந்தாலும், சில பிராண்டுகள் மட்டுமே நினைவில் நிற்க அதில் ஒரு சில குறிப்பிட்ட பிராண்டுகளை மட்டுமே மனம் ஷார்ட் லிஸ்ட் செய்கிறது. இந்த ஷார்ட் லிஸ்டை 'பரிசீலிப்புத் தொகுப்பு' (Consideration set) என்பார்கள். விளம்பரம் பிராண்டை இந்தப் பரிசீலிப்புத் தொகுப்பில் கொண்டுசேர்த்தால் அது தன் வேலையை ஒழுங்கு மரியாதையாகச் செய்துவிட்டது என்று அர்த்தம். அதற்குப் பிறகு ஈஸ்வரோ ரக்ஷது!

அதனாலேயே விளம்பரத்தில் பிராண்டைப்பற்றி ஒரு விஷயத்தை ஆணித்தரமாகச் சொல்லவேண்டும். அதைத்தான் மீண்டும் மீண்டும் கூறவேண்டும். 'கறை நல்லது' என்று சொன்ன மாத்திரம் 'சர்ஃப்' பிராண்ட் நினைவிற்கு வருவது எதனால்? இந்த ஒரு கருத்தை மட்டுமே பலப் பல ஆண்டுகளாக சர்ஃப் தன் விளம்பரத்தில் கூறி வருவதால்.

'விதவிதமான ரகங்கள்', 'சூப்பர் கலெக்ஷன்ஸ்' போன்றவற்றைக் கேட்டால் எந்தப் புடவைக் கடை ஞாபகத்திற்கு வருகிறது உங்களுக்கு?

ஒரு கடையும் ஞாபகத்திற்கு வராமல் போவது ஏன் என்று இப்பொழுது புரிந்திருக்கும். சகட்டுமேனிக்கு எல்லாப் புடவை கடை விளம்பரங்களும் இதையே கூறித் தொலைப்பதால். இதனாலேயே எந்தப் புடவை கடை விளம்பரம் என்று தெரிய விளம்பர இறுதியில் வரும் பெயரைப் படித்தால்தான் தெரிகிறது.

புடவைக் கடை பிராண்டுகள் விளம்பரத்திற்கு ஏன் இத்தனை செலவழிக்கின்றன என்பதும் உங்களுக்குப் புரிந்திருக்கும். அவர்களிடம் இருக்கிறது, செலவழிக்கிறார்கள். ஸ்டார்ட் அப் அப்படிச் செய்தால் சீக்கிரமே பேக் அப்தான்!

விளம்பர எறும்பு ஊற ஊறத்தான் வாடிக்கையாளர் மனம் தேயும். அப்படி ஊறும் அளவிற்கு பணம் இல்லை என்றால் விளம்பரம் விளையாட்டு விளையாடாமல் இருப்பது நலம். அய்யோ, விளம்பரம் இல்லாமல் எப்படி என் ஸ்டார்ட் அப்பை வளர்க்கிறதாம் என்று கேட்பவர்களுக்கு வழியும் விமோசனமும் உண்டு. அடுத்த அத்தியாயத்தில் அவை அருளப்படும்!

37. ஸ்மார்ட் ப்ரமோஷன்ஸ்

வெறுங்கையில் முழம் போடும் வழிபற்றி இப்பொழுது அலசுவோம். நோகாமல் நோன்பு கும்பிடும் நேக்கை இனி பார்ப்போம்.

என்ன புரியவில்லையா?

விற்பனை மேம்பட, விளம்பரம் இல்லாமல் பிராண்ட் வளர்க்கும் விதம்பற்றி இப்பொழுது பேசுவோம். சென்ற அத்தியாயத்தில் விட்ட இடத்திலிருந்து தொடர்வோம்.

என்னதான் சிறந்த ஸ்டார்ட் அப்பாக இருந்தாலும், சூப்பர் பிராண்டாக அமைந்தாலும் வாடிக்கையாளருக்குத் தெரிந்தால் மட்டுமே அதைத் தேடிவந்து வாங்குவார். பிராண்ட்பற்றிய விழிப்புணர்வை, அதைப் பற்றிய ஓர் உயர்வான எண்ணத்தை வாடிக்கையாளர் மனதில் படைக்க விளம்பரம் அல்லாத வழிகள் இருக்கிறது.

இருந்தும் மார்க்கெட்டிங் என்றாலே ஏகப்பட்ட செலவு என்ற எண்ணம் ஏனோ தோன்றி வளர்ந்துவிட்டது. விற்பனை மேம்பாடு என்றாலே விளம்பரம் மட்டும்தான் என்ற எண்ணமே இதற்குக் காரணம். பணம் இருந்தால் பரிமளிக்கலாம்தான். அதற்காக பணம் இல்லார்க்கு வியாபார உலகில் இடமில்லாமல் இல்லை. சின்னக்

கல்லைப்போட்டு பெரிய மீனைப் பிடிக்கும் வழிகள் இருக்கவே செய்கின்றன.

பிராண்ட் பொசிஷனிங்கின்படி ப்ரமோஷன்

பிராண்ட் செய்தியை வாடிக்கையாளரிடம் கொண்டு சேர்க்கத் தேவை பணம் என்று பலர் நினைக்கின்றனர். அது தப்பாட்டம். பிராண்ட் விற்பனையின் ஆரம்பப்படி அதன் பொசிஷனிங். பிராண்டின் ஆதார தன்மைகளைக் கொண்டுதான் விற்பனை மேம்பாட்டு உத்திகள் அமைக்கவேண்டும். நீண்ட பாரம்பரியமும் மரபும் நிறைந்த 'சுந்தரம் ஃபைனான்ஸ்' பெரியதாக விளம்பரம் செய்வதில்லை. ஆனால் தன் தன்மைகளுக்கும் பண்புகளுக்கும் ஏற்றவாறு 'சாஸ்த்ரிய இசை நிகழ்ச்சிகள்', 'பாரம்பரிய கலை நிகழ்ச்சிகள்', 'மைலாப்பூர் திருவிழா' போன்ற கலாச்சார நிகழ்ச்சிகளை ஸ்பான்சர் செய்கிறது. இதுபோன்ற ஸ்பான்சர்ஷிப் பிராண்டின் தன்மையை விளம்பரங்களைவிடவும் நேர்த்தியாக வாடிக்கையாளர்களுக்கு கொண்டுசேர்ப்பதோடு பிராண்டோடு நீண்ட உறவு மலர உதவுகிறது.

தெளிவான ப்ரமோஷனே சரியான விமோசனம்

பளிச்சென்று பிராண்டு கண்ணில் படவேண்டும் என்று மட்டுமே ப்ரமோஷன் செய்யக்கூடாது. தெளிவான ப்ரமோஷனை சரியாகச் செய்தால் பிராண்ட் தானாகவே பளிச்சென்று தெரியும். அதிகம் செலவழிக்கவும் தேவையிருக்காது. 'ஏஷியன் பெயிண்ட்ஸ்', 'உத்சவ்' என்ற பெயிண்டை அறிமுகப் படுத்தியபோது அதை விளம்பரங்களால் பிரபலப்படுத்தாமல் கிராமங்களிலுள்ள பெரியவர்களைக்கொண்டு பிராண்ட்பற்றி பேச வைக்க முடிவு செய்தது. ஊர் மக்கள் தங்கள் சந்தேகங்களை, பிரச்னைகளைத் தீர்க்க ஊர் பஞ்சாயத்துத் தலைவரைத்தான் நாடுவார்கள் என்று அத்தகைய தலைவர்கள் வீடுகளுக்கு இலவசமாக உத்சவ் பெயிண்ட் அடித்துத் தந்தது. அவர்களும் தங்கள் பங்கிற்கு ஊர் மக்களிடம் உத்சவ்பற்றி சிலாகித்துக் கூற, ஊர் தலைவரே கூறினால் சரியாகத்தான் இருக்கும் என்று கிராம மக்கள் உத்சவையே வாங்க அதன் விற்பனை பெயிண்டை விட பிரகாசித்தது!

பொதுஜன தொடர்பு

'சவுண்ட்ஸ் குட்' என்பது தமிழகத்தின் பல ஊர்களில் கடை திறந்து ஹியரிங் ஏய்ட் விற்று வரும் கம்பெனி. அதிக இரைச்சலான இடங்களில் பணி புரிபவர்களின் காதுகள் பாதிப்புக்குள்ளாகும்

என்பதை உணர்ந்து அது போன்ற இடங்களில் வேலை செய்யும் ட்ராஃபிக் போலீஸ்காரர்கள், பஸ் ட்ரைவர்கள் போன்றவர்களுக்கு இலவச காது சிகிச்சை முகாம்கள் நடத்துகிறது. இதைப்பற்றி பத்திரிக்கைகள் எழுத, டீவி சேனல்கள் ஒளிபரப்புகின்றன. இதை பார்க்கும், படிக்கும் மக்களுக்கு சவுண்ட்ஸ் குட் பற்றி தெரிவதோடு அந்த பிராண்டைப்பற்றிய ஓர் உயர்வான எண்ணம் ஏற்படுகிறது. அவர்களில் சிலர் தங்களுக்கென்று தேவைப்படும்போது சவுண்ட்ஸ் குட் கடைகளை நாடி வருகிறார்கள் என்று நான் சொல்லவும் வேண்டுமா!

வாடிக்கையாளரை ஆட்டத்தில் சேர்த்துக்கொள்ளுங்கள்

படித்தால் சிலருக்குப் புரியும், கற்றுத் தந்தால் மற்றவர்க்குப் புரியும், செய்து பார்த்தால் அனைவருக்கும் புரியும் என்பார்கள். ப்ரமோஷனில் வாடிக்கையாளரும் பங்கேற்கும்படி வடிவமைத்தால் வாடிக்கையாளருக்கு இனிய பிராண்ட் அனுபவம் கிடைக்கிறது. பிராண்ட் மீது நம்பிக்கை பிறக்கிறது. 'ஹாட்மெயில்', 'யாஹூ' என்று பல இலவச ஈமெயில் பிராண்டுகள் ஏகப்பட்டது இருந்த காலத்தில் புதியதாக நுழைந்தது 'ஜிமெயில்'. தன்னைப் பிரபலப்படுத்த இந்த பிராண்ட் நாடியது விளம்பரத்தை அல்ல, சமயோஜிதத்தை. 'ஸ்பெஷல் அழைப்பின் பேரில் மட்டுமே ஜிமெயில் அளிக்கப்படும்' என்று முதலில் சில ஆயிரக் கணக்கானவர் களுக்கு மட்டுமே வழங்கியது. அவர்கள் ஒவ்வொருவருக்கும் நூறு பேருக்கு ஜிமெயில் கிடைக்க அழைப்பு அனுப்பும் வசதியையும் அளித்தது. ஓசியில் சல்லிசாகக் கிடைக்கும் ஒரு சாதாரண ஈமெயிலை ஏதோ காணக் கிடைக்காத ஸ்பெஷல் சேவையாக மக்களைப் பேச வைத்தது. மக்களும் இந்த ஜாலத்தில் மயங்கி ஜிமெயில் யாரிடம் இருக்கிறது என்று தேடி அவர்களிடம் ஜிமெயில் பவதி பிட்சாந்தேகி என்று நிற்க வைத்து, ஊரையே பேச வைத்து வெகு விரைவில் ஈமெயில் பிரிவின் நம்பர் ஒன் பிராண்டாக மாறியது.

வாடிக்கையாளர் மூலம் வாடிக்கையாளர்களைப் பெறுங்கள்

மாஸ் மீடியா மூலம் புதிய வாடிக்கையாளர்களைப் பெற அதிகம் செலவழிக்க வேண்டி வரும். இருக்கும் வாடிக்கையாளர்களைக் கொண்டு புதிய வாடிக்கையாளர்களைப் பெறுவது சாமர்த்தியம் மட்டுமல்ல, சீப் அண்ட் பெஸ்ட்டும் கூட. இந்த விஷயத்தில் ஆங்கில பத்திரிக்கையான 'ரீடர்ஸ் டைஜஸ்ட்' ஒரு கில்லாடி கிருஷ்ணன். இந்தப் பத்திரிக்கை விளம்பரம் செய்வதே இல்லை.

மாறாக, தன் இதழ்களில் வாடிக்கையாளர்களிடம் அவர்களுக்குத் தெரிந்தவர்கள் பத்து பேரின் பெயரையும் விலாசத்தையும் கேட்டுப் பெறுகிறது. அப்படித் தருபவர்களுக்கு சிறிய புத்தகத்தை பரிசாக அளிக்கிறது. பரிசுக்கு ஆசைப்பட்டாவது பலர் கர்ம சிரத்தையாக பத்து பேரின் விவரங்களை சந்தோஷமாக அளிக்கிறார்கள். ரீடர்ஸ் டைஜஸ்ட் அந்த விலாசங்களுக்குத் தொடர்பு கொண்டு 'உங்கள் நண்பரான இன்னார் இப்பத்திரிக்கை உங்களுக்கு பயனளிக்கும் என்று ரெஃப்ப்ர் செய்திருக்கிறார். குறைந்த விலையில் ரீடர்ஸ் டைஜஸ்ட் பெற இதோ ஸ்பெஷல் ஆஃப்பர்' என்று கடிதம் அனுப்புகிறது. இதன் மூலம் புதிய வாடிக்கையாளர்களைக் குறைந்த செலவில் பெற்று கொடி கட்டிப் பறக்கிறது!

கையில் சம்திங் இருப்பவர்கள் விளம்பரம் செய்யலாம். சாமர்த்தியம் இருப்பவர்கள் விளம்பரம் இல்லாமலேகூட வெற்றி பெறலாம். மேலே நாம் பார்த்த பிராண்டுகள் யாவும் விளம்பர செலவு இல்லாமல் வெறும் கையில் முழம் போட்டு வெற்றியை மடக்கி பையில் வைத்தவர்கள் என்பதை நினைவில் கொள்க!

38. மார்க்கெட்டர் குணாதிசயங்கள்

மார்க்கெட்டிங்பற்றி பேசிக்கொண்டிருக்கிறோம். மார்க்கெட்டருக்கு தேவையான குணங்கள்பற்றி கொஞ்சம் பேசுவோம்.

மார்க்கெட்டிங் என்பது அநியாயத்திற்கு ஈசி என்று தொழில் துவங்குபவர்கள் பலர் எண்ணுகின்றனர். அதனால்தானோ என்னவோ தங்களை மார்க்கெட்டர் என்று விபரீதமாக கற்பனை செய்துகொள்கின்றனர். பிராண்டிற்குப் பெயர் வைப்பது முதல் பாக்கேஜிங் வடிவமைப்பதுவரை, பிராண்ட் லோகோ டிசைன் செய்வதுமுதல் விளம்பரம் தயாரிப்பதுவரை அனைத்தையும் தாங்களே செய்து தங்களையும் படுத்திக்கொண்டு வாடிக்கையாளர் களையும் பாடாய் படுத்துகின்றனர்.

சினிமா பார்த்துவிட்டு, தெரிந்தவர்களிடம் படத்துல காமெடி ட்ராக்க குறைச்சு, கடைசி பாட்டு சீன கட் பண்ணி, வில்லன் கேரக்டர கொஞ்சம் தூக்கலாக்கி, க்ளைமாக்ஸ சுருக்கியிருந்தா படம் சூப்பரா இருந்திருக்கும் என்று 'கே. பாலச்சந்தர்', 'மகேந்திரன்' ரேஞ்சுக்கு தங்களை நினைத்துக்கொள்பவர்களால் பாவப்பட்டு போயிருக்கிறது மார்க்கெட்டிங்.

ஸ்டார்ட் அப் துவங்குபவர்கள் திறமையான ஒருவரை மார்க்கெட்டிங்கிற்கென பிரத்யேகமாக நியமிப்பதுதான் உசிதம்

என்றாலும் பலர் அந்தப் பொறுப்பை தானே எடுத்து தடியெடுத்தவனெல்லாம் தண்டல்காரனாகின்றனர். எல்லாரும் செய்ய மார்க்கெட்டிங் லேசுப்பட்டதும் அல்ல, எல்லாவற்றையும் ஒருவரே பார்க்க அவ்வளவு சல்லிசானதும் அல்ல. பெரிய கம்பெனிகள் பட்டுத் தெரிந்துகொண்டதை ஸ்டார்ட் அப்ஸ் படாமல் தெரிந்துகொள்வது பயன் தரும்.

மார்க்கெட்டிங் என்னும் வண்டியை தானாக ஓட்டினாலும், தேர்ந்த ஒருவரை நியமித்து அவரைக்கொண்டு செலுத்தினாலும் மார்க்கெட்டருக்கு சில அடிப்படைத் தகுதிகள் அவசியம். மார்க்கெட்டர் ஆவதற்கு எம்பிஏ படிப்பு அவசியமில்லை. படித்திருந்தால் புண்ணியம். கீழ் இருக்கும் தகுதிகள் இருந்தால் ஷேமம்.

முதலில் நீங்கள் ஒரு வாடிக்கையாளர்

நாம் மனிதனாக இருக்கிறோமா என்று தெரியாது. ஆனால் நாம் வாடிக்கையாளர்கள். சதா வாங்கிக்கொண்டிருக்கிறோம். வாங்கிக் கட்டிக்கொண்டே இருக்கிறோம். ஆக, முதலில் நாம் வாடிக்கையாளர், அடுத்துதான் மார்க்கெட்டர்.

புத்தகம் எழுத நிறையப் படிக்கவேண்டும். இசைக் கலைஞன் ஆக இசை ரசிகனாக இருக்கவேண்டும். மார்க்கெட்டர் ஆக நல்ல வாடிக்கையாளராக இருக்கவேண்டும்.

'வாடிக்கையாளரை முட்டாள் என்று நினைக்காதே அவள் உன் மனைவி' என்றார் விளம்பர மேதை 'டேவிட் ஓகில்வி'. உங்கள் மனைவியே வாடிக்கையாளர் என்பதைத்தான் அப்படிக் கூறினார். வாடிக்கையாளராக உங்கள் அனுபவங்களை அலசி ஆராய்ந்து அதிலிருந்து மார்க்கெட்டிங் பாடங்களைப் பெறுங்கள். அந்தப் பாடங்கள்தான் உங்களை நல்ல மார்க்கெட்டராக்கும் உரம்.

மக்களைப் பாருங்கள், படியுங்கள், புரிந்துகொள்ளுங்கள்

மார்க்கெட்டருக்கு இருக்கவேண்டிய அதி அவசிய குணம் இது. வாடிக்கையாளரை அக்கு வேறு ஆணி வேறாகப் பிரித்து மேய்ந்து, அவரை ஆதிமுதல் அந்தம்வரை சப்ஜாடாகப் புரிந்துகொள்ளாதவன் மார்க்கெட்டரே இல்லை. வாடிக்கையாளரோடு நிறைய பேசுங்கள். இதற்கு முதல்படி மக்களை நேசிக்கிறீர்களோ இல்லையோ, அவர்களை நிறையப் பாருங்கள், படியுங்கள், புரிந்துகொள்ளுங்கள்.

என்றாவது ஒருநாள் பக்கத்து வீட்டுக்காரருடன் மாடியில் நின்று பேசுவது அல்ல நான் சொல்வது. கிடைத்த கேப்பில் பஸ்ஸில்

பயணம் செய்யுங்கள். பக்கத்தில் இருப்பவர்களோடு பேச்சு கொடுங்கள். டாக்ஸியில், ஆட்டோவில் பயணம் செய்யும்போது டிரைவரோடு அவர் வாழ்க்கையைப்பற்றிப் பேசுங்கள். அவருக்கு பிடித்த பிடிக்காத விளம்பரம்பற்றிக் கேளுங்கள். ஒவ்வொருவரின் பதிலும் உங்கள் மார்க்கெட்டிங் அறிவை உளிபோல் செதுக்கும்.

வாடிக்கையாளர் வாயைக் கிண்டினால்தான் தகவல் உப்புமா கிடைக்கும்!

செஸ் ஆடுங்கள், எந்நேரமும்

செஸ் போர்டும் கையுமாக அலையச் சொல்லவில்லை. செஸ் ஆடும்போது எதிராளி மூவ் செய்யட்டும், அதற்கேற்ப பதில் ஆட்டம் ஆடுவது எப்படி என்று சிந்திக்கிறேன் என்பவர் சிறப்பாக சம்பவம் செய்யப்பட்டு சீக்கிரமே செக்மேட் ஆவார்.

எதிராளி மூவை அவர் அதை நகர்த்துவதற்கு முன்னேயே கணித்து அதற்கேற்ப திட்டம் திட்டி காய்களை நகர்த்தி ஆடுபவரே செஸ் கிங். மார்க்கெட்டிங்கும் சாட்சாத் செஸ்போலத்தான். மார்க்கெட் போக்கையும் போட்டியாளர் உத்தியையும் அவை நடக்கும் முன் கணிக்கக் கற்றுக்கொள்ளவேண்டும். லேசில் வராது. தினம் ஆடவேண்டும். அதிலிருந்து ஆழமாகக் கற்கவேண்டும்.

செஸ் ஆட்டத்திலாவது ஒருவரோடு ஆடுகிறீர்கள். மார்க்கெட்டில் ஒரே சமயத்தில் பல எதிராளிகள், பல போட்டியாளர்கள். ஒவ்வொருவரின் மூவையும் அவர் அதை எடுப்பதற்கு முன் பதிலடி தரத் தயாராக திட்டம் திட்டி ஆடும் கில்லாடி ஆட்டம் மார்க்கெட்டிங். மார்க்கெட்டர் ஆக ஆசையிருப்பவர்களுக்கு அந்தச் சவால் பிடித்திருக்கவேண்டும். 360 டிகிரியில் கண்களைச் சுழற்றி வரும்முன் காக்கும் விவேகம் வேண்டும்.

அரிப்பதற்கு முன் சொரிந்துகொள்பவனே மார்க்கெட்டர்!

வேகமான பொறுமை வேண்டும்

கையில காசு வாயில் தோசை விளையாட்டல்ல மார்க்கெட்டிங். கொக்கிபோட்டு வாடிக்கையாளரை இழுப்பதல்ல இந்த இயல். இதைச் செய்யவேண்டும்தான். ஆனால் இதையே மட்டுமே செய்து கொண்டிருந்தால் இன்றைய வாடிக்கையாளரை நேற்றே உங்கள் போட்டியாளர் கொக்கி போட்டுத் தூக்கி இருப்பார். நாளை வரவேண்டிய வாடிக்கையாளருக்கு இன்று வலை விரிக்கும் ஆட்டம் மார்க்கெட்டிங்.

ஓர் உதாரணம் கொண்டு விளக்குகிறேன். 'தி இந்து' பத்திரிக்கை விளம்பரம் செய்வதில்லை. அதற்காக மார்க்கெட்டிங் விளையாட்டு விளையாடாமல் இல்லை. ஊரெங்கும் சென்று பள்ளிகளில் 'யங் வர்ல்ட்' ஓவிய போட்டி நடத்துகிறது. இதனால் குழந்தைகள் இந்து படிப்பார்கள் என்பதற்கல்ல. பிஞ்சு உள்ளத்தில் இந்து என்ற பெயரை விதைத்தால் அது குழந்தை மனதில் வளர்ந்து விருட்சமாகி அக்குழந்தை பெரியவனாகி தனக்கென்று பேப்பர் தேடும்போது இந்துவே முதல் சாய்ஸ் ஆகும் என்பதற்காக.

மார்க்கெட்டருக்கு அவசரம் தேவை, அதை பொறுமையாகச் செய்யும் திறனோடு!

மார்க்கெட்டிங் கம்பசூத்திரம்அல்ல. மார்க்கெட்டிங்கை கற்பது ரொம்பவே சுலபம். அதைக் கரைத்துக் குடிக்கத்தான் ஒரு ஆயுள் காலம் தேவைப்படுகிறது!

39. தேவை ஒரு சிஎஸ்கே

கோயில் விக்கிரகத்தை எத்தனை அழகாக அலங்காரம் செய்து ஏற்றினாலும், பல்லக்கு தானாகக் கிளம்பி தெருவில் பவனி வராது. அதை தூக்கிச் செல்ல ஆட்கள் வேண்டும். எப்படித் தூக்குவது, எந்தத் திசையில் செல்வது, என்ன வேகத்தில் செல்வது என்று அவர்களுக்கு தெளிவாகத் தெரிவிக்கப்படவேண்டும்.

சமீபத்தில் சமைந்த ஸ்டார்ட் அப் முதல் பேரன் பேத்தி எடுத்த பன்னாட்டு கம்பெனிகளை நடத்தும் விதமும் கிட்டத்தட்ட இதே போலத்தான். ஸ்டார்ட் அப் ஐடியா எத்தனை அமர்க்களமாக இருந்தாலும் அதன் விதியின் பெரும் பகுதி அதைச் சுமந்து செல்ல நியமிக்கப்படும் ஸ்டாஃப் டீம் கையில் இருக்கிறது. சரியான ஆட்களை சரியான இடத்தில் அமர்த்தினால் மட்டுமே சரியான திசையில் ஸ்டார்ட் அப் சரியாகப் பயணிக்கும். அதைச் சரியாகச் செய்யும் பொறுப்பு ஸ்டார்ட் அப் ஓனர் உங்கள் கையில்தான் இருக்கிறது.

டீமை உருவாக்குவது என்பது திறமையான ஊழியர்களைத் தேடிப் பிடித்து வேலையில் அமர்த்துவது மட்டுமல்ல. திறமை மட்டும் பத்தாது. அவர்கள் அனைவரும் சேர்ந்து ஒற்றுமையாக ஒரு முகத்தோடு உழைக்கவேண்டும். அவர்கள் அனைவரையும் ஒன்று சேர்க்கும் இணைப்பு முக்கியம். இதற்குத் தேவை

கம்பெனிக்கென்ற பிரத்யேக கலாச்சாரம். கம்பெனி கலாச்சாரம் என்பது அக்கம்பெனியை வழி நடத்திச் செல்ல, ஊழியர்களை ஒன்றிணைத்து ஒற்றுமையாக பணி செய்ய வகை செய்யும் கார்ப்பரேட் சூழல். கம்பெனியின் விஷன், மிஷன், அதை வழி நடத்தும் விழுமியங்கள், தினப்படி நடவடிக்கைகள், செயல்பாட்டு ஸ்டைல் இதன் கலவை தான் கலாச்சாரம்.

கம்பெனிக்கு கலாச்சாரமா என்று கேட்காதீர்கள். நம் குடும்பத்திற்கே கலாச்சாரம் உண்டு. அது வெளிப்படையாக வீட்டிலுள்ளவர்களால் பேசப்படாவிட்டாலும் குடும்பத்துக்குள் எவ்வகையான நடத்தை அனுமதிக்கப்படும், எந்த விஷயங்கள் எக்காரணம் கொண்டும் ஏற்கப்படமாட்டாது என்று குடும்பத்தை வழி நடத்திச் செல்லும் சூழல்தான் கலாச்சாரம். அதுபோல்தான் கார்ப்பரேட் கலாச்சாரமும்.

கம்பெனி கலாச்சரம் என்ன என்பதை விளக்குவது கடினம் என்றால் அதை உருவாக்குவது அதைவிடக் கடினம்.

கம்பெனி கலாச்சாரம் என்பது விளையாட்டு விஷமல்ல என்பதை விளையாட்டிலிருந்தே ஓர் உதாரணம் கொண்டு பார்ப்போம். 'சென்னை சூப்பர் கிங்ஸ்' அணியைப் பாருங்கள். ஐபிஎல்லை பல முறை வென்றவர்கள். வெல்லவில்லை என்றாலும் ஃபைனல் வரையாவது தவறாமல் வந்துவிடுவார்கள்.

ஐபிஎல் என்பது ஏழு அணிகள் ஃபைனலில் யார் சிஎஸ்கேவுடன் ஆடப்போவது என்று தங்களுக்குள் போட்டி போடும் விளையாட்டு என்று வேடிக்கையாகக் கூறுவார்கள்.

இந்தியாவில் எந்த மூலையில் சிஎஸ்கே ஆடினாலும் நம்மூர் கிராமங்களில் திருவிழா அன்று மாமன் மேல் மஞ்ச தண்ணீர் கொட்டி விளையாடுவதுபோல் மஞ்ச சட்டை சகிதம் வந்து அன்பைப் பொழியும் ரசிகர் கூட்டம் கொண்ட அணி சிஎஸ்கே. சூப்பர் ஸ்டார் சொல்வதுபோல் இது சேர்த்த கூட்டமல்ல, அன்பால் தானாகச் சேர்ந்த கூட்டம்!

ஐபிஎல்லின் வெற்றிகரமான அணி இதுவே என்று ரசிகர்கள் முதல் வல்லுனர்கள் வரை போற்ற காரணம் என்ன? தல தோனி இருந்தாலும் பெரிய சூர்ப்பர்ஸ்டார்ஸ் இருக்கும் அணி என்று இதை சொல்ல முடியாது. 20-20 என்ற இளைஞர்களுக்கான ஆட்டத்தில் சிஎஸ்கேவில் ஆடுபவர்களில் பாதி பேருக்கு மேல் பேரன் பேத்தி எடுத்தவர்கள். மற்ற டீம் ப்ளேயர்களுக்கு சம்பளம்

தரப்படும் என்றால் சிஎஸ்கே ப்ளேயர்களுக்கு பென்ஷன் தரவேண்டும். அப்படி சீனியர் சிடிசன்ஸ் போல் இருந்தும் பலர் மனதை கவரும் மஞ்ச கலர்காரர்களின் மகிமையும் மகாத்மியமும்.

சிஎஸ்கே அணியில் தவழும் பிரத்யேக கலாச்சாரம்தான் அதன் வெற்றிக்குப் பிரதான காரணம். ஒருவருக்கொருவர் சேர்ந்து வெற்றி பெறத் தேவையான டீம் ஸ்பிரிட் அபரிமிதமாக இருக்கிறது இந்த அணியில்.

இதன் பிரதான ப்ளேயர்கள் ஐபிஎல்லின் முதல் வருடம் முதல் மாறவே இல்லை. ஒரே டீமில் ஒற்றுமையாக பல வருடம் சேர்ந்திருப்பதால் தான் 'டீம் சிஎஸ்கே' என்ற கலாச்சாரம் சிறப்பாகச் சிரிக்கிறது.

'நாங்கள் ஏலத்தில் ப்ளேயர்களைத் தேர்வு செய்யும்போது திறமையை விட சிஎஸ்கே கலாச்சாரத்திற்கு ஒத்து வருவாரா என்றுதான் பார்க்கிறோம். திறமை இருந்தும் சிலரை தேர்வு செய்வதில்லை' என்கிறார் அணி கோச் 'ஸ்டீஃபன் ஃப்ளெமிங்'. கம்பெனிகளில் மனித வள மேம்பாட்டு நிபுணர்கள் அங்கீகரிக்கும் அருமையான அணுகுமுறை இது. அதனாலேயே ஊர் பெயர் தெரியாத ப்ளேயராக இருந்தாலும் சிஎஸ்கே கலாச்சாரத்திற்கு ஏற்றவர் என்றால் தேர்வு செய்யப்படுகிறார். இதனால் சிஎஸ்கே அணியினரிடம் அழகான புரிதல் நிலவுவதைப் பார்க்கலாம். ஒருவர் வெற்றியில் மற்றவர் பங்கேற்று மகிழ்வதைக் கவனிக்கலாம்.

சிஎஸ்கே கலாச்சாரத்தின் முக்கிய அம்சம் அதன் ட்ரெஸ்ஸிங் ரூமில் நிலவும் மகிழ்ச்சியான மனநிலை. செய்யும் செயலை மனமுவந்து மகிழ்ச்சியுடன் செய்தால் எதுவும் சக்சஸ் என்று ஆடுகிறது சிஎஸ்கே. கிரிக்கெட்டை அனுபவித்து ஆடு என்பது சிஎஸ்கே கொள்கை. அதனாலேயே எந்த டென்ஷன் சூழலிலும் சிஎஸ்கே கலங்குவதில்லை. இறுதி போட்டியன்றும் டீம் குழுமிச் சொல்வது ஒன்றையே: 'இது இன்னொரு நாள் மட்டுமே. சிறந்ததைத் தருவோம். வருவதை ஏற்போம்'.

மற்ற டீம்கள் விக்கெட் வீழ்த்தினால், சிக்ஸர் அடித்தால் காணாததைக் கண்டதுபோல் குதிப்பார்கள். சிஎஸ்கே இதற்கு நேர் எதிர். சின்ன வெற்றிகளைக் கொண்டாடு ஆனால் கோப்பை வெல்வதே இலக்கு என்பதை மறக்காதே என்பதே டீம் கோட்பாடு. கம்பெனிகளில் மாத சேல்ஸ் டார்கெட் அடைந்தால் தய்யா தக்கா என்று குதிப்பார்கள். நல்ல கம்பெனிகள் ஆண்டு இலக்கை அடைந்த

பின்னரே இளைப்பாருவார்கள். அதுபோல் சின்னத் தோல்விகளால் சிஎஸ்கே மனம் தளர்வதில்லை. ஒரு மாத சேல்ஸ் குறைகிறதே என்று மனம் தளர்ந்தால் உத்வேகம் குறையும்.

பல கம்பெனிகள் சரிந்து விழ ஒரு காரணம் அதற்குள் நடக்கும் பாலிடிக்ஸ். யார் பெரியவன் என்ற சண்டை. நீ என்ன சொல்வது நான் என்ன கேட்பது என்ற ஈகோ. ஆளுக்கொரு பக்கம் கம்பெனியை இழுத்து குடுமிப்பிடி யுத்தம். இப்படி இருந்தால் தொழில் வளராது. இதுவும் சிஎஸ்கே கலாச்சாரத்தில் இல்லை. இத்தனைக்கும் பல சர்வதேச காப்டன்கள் இருக்கும் அணி இது. அனைவரும் டீம் மீட்டிங்கில் பங்குகொண்டு ஐடியா தருகிறார்கள். ஆனால் தோனி முடிவிற்குக் கட்டுப்படுகிறார்கள். அதனால் சிஎஸ்கேவில் ஐடியாக்களுக்கு பஞ்சமில்லை. பாலிடிக்ஸ் கொஞ்சமுமில்லை!

அதுபோல் உங்கள் ஸ்டார்ட் அப்புக்கென்று ஒரு கலாச்சாரத்தை வடிவமையுங்கள். பிறகு பாருங்கள். சிஎஸ்கேபோல் சிக்ஸரும் சக்ஸஸ்ஸாக உங்கள் ஸ்டார்ட் அப் சிறக்கும்!

40. சூப்பர் ஸ்டார் ஸ்டா்ஃப்

ஸ்டார்ட் அப்புக்கு கலாச்சாரத்தை உருவாக்குவதன் அவசியம் பற்றிப் பேசினோம். ஒரு கம்பெனி வளர வளரத்தான் அதன் கலாச்சாரம் உருவாகிறது. இருந்தாலும் உங்கள் ஸ்டார்ட் அப்பின் அடிப்படை கலாச்சாரம் என்ன என்பதை உங்கள் மனதில் முதலில் உருவாக்குங்கள். பின் படிப்படியாக அதை உங்கள் கம்பெனி முழுவதும் ஊதுவத்திப் புகைபோல் படரவிடுங்கள். அந்த கலாச்சாரத்துக்கு ஏற்ற ஊழியர்களை மட்டுமே தேர்ந்தெடுத்து உங்கள் கம்பெனிக்கென்ற அந்தப் பிரத்யேக கலாச்சாரத்தை கற்புபோல் காபந்து செய்து காப்பாற்றி வாருங்கள்!

கம்பெனி கலாச்சாரத்திற்கேற்ப ஊழியர்களைத் தேர்ந்தெடுத்தால் தான் சரியான ஊழியர்களால் அக்கலாச்சாரம் கம்பெனியில் வேறூன்றும். தழைக்கும்.

ஸ்டார்ட் அப்புக்கு ஊழியர் எடுப்பது பெரிய கம்பெனிக்கு எடுப்பது போல்தானே என்று பலர் தவறாக நினைக்கின்றனர். அம்மாக்களைக் கேளுங்கள், அரண்டுபோய் கூறுவார்கள்: 'ஐந்து பெரியவர்களைக்கூட பார்த்துக்கொள்ளலாம்; ஒரு குழந்தையை சமாளிப்பதற்குள் போதும் போதும் என்றாகிவிடும்'.

ஸ்டார்ட் அப்பின் செயல்பாடுகளும் தேவைகளும் பெரிய கம்பெனிகளைவிட மாறுபடும். மேலும் ஸ்டார்ட் அப் டீம் சைஸ்

மிகச் சிறியது. அந்தச் சின்னக் குழுவில் ஒரு தவறான தேர்வு செய்தாலும் மொத்த டீமின் செயல்பாட்டையும் அது பாதிக்கும். அதே சமயம், ஒவ்வொரு நல்ல தேர்வும் டீமின் செயல்பாட்டை அபரிமிதமாக அதிகரிக்கும்!

பெரிய இரும்புச் செயினின் பலம் அதன் பலவீனமான இணைப்பில் தான் என்று ஓர் ஆங்கிலப் பழமொழி உண்டு. உங்கள் ஸ்டார்ட் அப் டீமின் மொத்த பலம் நீங்கள் தேர்ந்தெடுக்கும் வீக்கான ஆசாமியின் பலவீனத்தில் இருக்கிறது என்பதை உணர்ந்து டீமை செலக்ட் செய்யுங்கள். வெற்றிகரமான டீமை உருவாக்குவது எப்படி என்று வெற்றிபெற்ற ஸ்டார்ட் அப்ஸிடமிருந்து கொஞ்சம் அலசி ஆராய்வோம்.

ஸ்டார்ட் அப் சூழல் நிலையில்லாதது, திடீர் திருப்பங்கள் நிறைந்தது. வளரும் வேகத்தில் தினம் சின்னச் சின்னப் பிரச்னைகளை உடனுக்குடன் தீர்க்கவேண்டிய அவசியம் நிறைந்தது. ஊழியர்கள் அப்பிரச்னைகளைத் தானே நேருக்கு நேர் சந்தித்துட் தீர்க்கவேண்டிய சாதுர்யமும் சாமர்த்தியம் உள்ளவர்களாகத் தேர்ந்தெடுப்பது முக்கியம். ஒவ்வொரு சின்னப் பிரச்னையைத் தீர்க்க வழி கேட்டு ஊழியர்கள் உங்களிடம் ஓடி வந்து கொண்டிருந்தால் பிரச்னை களையும் விரைவாகத் தீர்க்க முடியாது, உங்கள் வேலையையும் உங்களால் ஒழுங்காகச் செய்ய முடியாது. அதனால் உங்களுக்குத் தேவை சுயமாகச் சிந்தித்து குறைந்தபட்ச வழிகாட்டுதலுடன் முயற்சிகளை மேற்கொள்ளும் திறன் படைத்த 'தனிக்காட்டு ராஜாக்கள்!'

ஸ்டார்ட் அப் என்றாலே பரபரப்பு, படபடப்பு, பலதரப்பட்ட அழுத்தத்திற்கு இடையே தினம் பன்னிரண்டு மணி நேர உழைப்புடன் கூடிய நெடும் பயணம். அமர்ந்து ஆசுவாசப் படுத்தக்கூட நேரமில்லாத அசுர உழைப்பு தேவை. உங்கள் ஊழியர்கள் ஆற்றல் அரசர்களாக இருக்கவேண்டும். போஷாக்கும் எனர்ஜியும் அவரிடத்தில் கொட்டிக் கிடந்தால் மட்டுமே சுறுசுறுப்புடன் நீண்ட நேரம் பணி புரிய முடியும். உங்களுக்குத் தேவை ஹார்லிக்ஸ்‌ம் பூஸ்ட்டையும் கலந்து குடிக்கும் 'எந்திரன்கள்'.

ஸ்டார்ட் அப் என்பது வேகமாக உருவாகி அதைவிட வேகமாக உருமாறும் ஸ்பீட் பிரேக்கரே இல்லாத அசாத்திய சூழல். ஊழியர்கள் தங்கள் கம்ஃபர்ட் ஸோனில் மட்டுமே அமர்ந்து பணி செய்வேன், தங்களுக்குத் தரப்பட்டிருக்கும் வட்டத்திற்குள்தான்

பணி செய்வேன் என்று அடம் பிடித்தால் வேலைக்கு ஆகாது. எந்தச் சூழலுக்கும் சவாலுக்கும் எந்த நேரத்திலும் தயாராக இருந்து, மாறி வரும் மாற்றங்களுக்கேற்ப தங்களை அட்ஜஸ்ட் செய்யும் திறனும் தைரியமும் உள்ளவர்களாக இருக்கவேண்டும். சுருக்கமாகச் சொன்னால் உங்களுக்குத் தேவை 'தளபதிகள்!'

ஸ்டார்ட் அப் ஊழியர்கள் பன்முகத் தன்மையோடு resourceful ஆக இருத்தல் அவசியம். பெரிய கம்பெனிகளில் பிரச்னைகளைச் சமாளிக்கவும் கஷ்டங்களை நிவர்த்தி செய்யவும் அதன்மீது பணத்தை வாரி அடித்து சரி செய்ய முயல்வார்கள். ஸ்டார்ட் அப்பின் சிறிய சக்திக்கு இந்த அணுகுமுறை சரிபடாது. சிறந்த ஸ்டார்ட் அப் ஊழியர்கள் பிரச்னைகள்மீது பணத்தை அடிக்காமல் தங்கள் சாமர்த்தியத்தை மட்டுமே பிரயோகிக்கும் தன்மை உள்ளவர்களாகப் பார்த்துத் தேர்வு செய்யவேண்டும். அதனாலேயே பெரிய கம்பெனிகள் பிரச்னைகளை தீர்ப்பதைவிட விரைவாகவும் விவேகமாகவும் ஸ்டார்ட் அப்புகள் தீர்க்க முடியும். தங்கள் சின்ன சக்திக்கும், சொற்ப பணத்திற்கும் உட்பட்டும் கிடைத்த கேப்பில் புகுந்து செல்லும் சென்னை ஆட்டோக்காரரைப்போல் ஸ்டார்ட் அப் ஊழியர் இருக்கவேண்டும். சுருக்கமாக சொன்னால் உங்களுக்குத் தேவை 'பாஷா'க்கள்!

ஸ்டார்ட் அப் என்பதால் ஊழியர்கள் செல்ஃப் ஸ்டார்டர்களாக இருத்தல் அவசியம். வேறு யாரும் வந்து அவர்களை மோடிவேட் செய்து உந்துதல் சக்தி தந்து சியர் லீடர்களாக இருந்து வேலை வாங்க வேண்டிய நிலை இருக்கக்கூடாது. விளம்பரம் செய்தால் அதிக செலவாகும் என்று குறைந்த விலையில் நிறைந்த முயற்சிகள் செய்து வாடிக்கையாளர்களுடன் கனெக்ட் செய்து அவர்களை கரெக்ட் செய்யும் வித்தை தெரிந்திருக்கவேண்டும். உங்கள் ஸ்டார்ட் அப்புக்குத் தேவை கம்பெனி பணத்தை தன் பணமாகப் பாவித்து செலவழிக்கும் 'எஜமான்'கள்!

இப்பேற்பட்ட திறனுள்ளவர்களை தேடிப் பிடித்து தேர்வு செய்து உங்கள் ஸ்டார்ட் அப் டீமை வளர்க்க முயலுங்கள். பிறகு பாருங்கள். மொத்த மார்க்கெட்டே உங்கள் 'பேட்ட'. நீங்கள் போட்டியிடும் பொருள் வகை உங்கள் 'தர்பார்'.

நீங்கள்தான் ஸ்டார்ட் அப் உலகின் அடுத்த 'சூப்பர்ஸ்டார்!'

41. தலைவனாகும் தகுதிகள்

ஸ்டார்ட் அப் கலாச்சாரத்தை வடிவமைத்துவிட்டீர்கள், சரி. கம்பெனிக்கு தேவையான ஸ்டாஃபை தேர்ந்தெடுத்துவிட்டீர்கள், ஓகே. கம்பெனி தலைவன், அதாவது எம்.டி. யார் என்பதை முடிவுசெய்துவிட்டீர்களா?

இதென்ன கேள்வி, காசு போட்டு ஸ்டார்ட் அப் துவங்குபவன் நான், என்னைத் தவிர யார் அப்பதவியில் அமர்வது என்பீர்கள்.

ஸாரி, இது போங்காட்டம்!

தடியெடுத்தவனெல்லாம் தண்டல்காரன் இல்லை. ஸ்டார்ட் அப் துவங்குவதால் மட்டும் நீங்கள் கம்பெனி தலைவராக முடியாது. கூடாது. இதில் ஒரு மேட்டர் இருக்கிறது. அதைச் சொன்னால் எப்படியும் அடிக்க வருவீர்கள். அதனால் அதை பிறகு சொல்லி வாங்கிக்கொள்கிறேன்.

தடியெடுத்து தானே தலைவன் ஆக முடிவுசெய்துவிட்டீர்கள். அந்தத் தகுதிக்குத் தேவையான திறமைகள், குணாதிசயங்கள், தன்மைகள் பற்றிப் பேசுவோம்.

முதல் காரியமாக கம்பெனிக்கு நீங்கள் முதலாளி மட்டுமல்ல, தலைவன் என்பதை உணர்ந்தால்தான் மார்கெட் சவால்களை

சந்தித்து பகையுடன் போர் செய்யக் கிளம்பும் படைத் தளபதியாக இருக்கிறோம் என்பதை உணர்வீர்கள். ஸ்டார்ட் அப் துவங்கும் தலைவனுக்கென்று சில தகுதிகள் உண்டு. உங்களிடம் இவை இருந்தால் பலே, இல்லையென்றால் வளர்த்துக்கொள்ளும் வழி பாருங்கள்.

நெகிழ்வுத்தன்மை

'வகுக்கும் எந்தப் போர்த் திட்டமும் சரியானதே, எதிரியைக் களத்தில் சந்திக்கும்வரை' என்றார் அமெரிக்க படைத் தளபதி 'டாம் கால்டிட்ஸ்'. போர்க்களத்தில் எதிர்பாராத நிகழ்வுகள் நடைபெறும். எதிர்பாராதவகையில் மார்க்கெட் மாறும். புதிய வகையில் எதிரியின் தாக்குதல் அமையும். 'படைகள் தோற்பதற்குக் காரணம், போர் ஆரம்பித்து பத்து நிமிடத்திற்குள் பயனற்றுப் போகும் போர்த் திட்டத்தின்மீது வைக்கப்படும் அபரிமிதமான நம்பிக்கை' என்றார் கால்டிட்ஸ்.

கம்பெனி தலைவன் மார்க்கெட் மாற்றங்களுக்கு ஏற்ப, போட்டியாளர் அணுகுமுறைக்குப் பதிலடியாக கம்பெனி பிசினஸ் ப்ளானை, சூழ்நிலை சந்தர்ப்பங்களுக்கேற்ப மாற்றும் நெகிழ்வுத்தன்மை (Flexibility) கொண்டவராக இருக்கவேண்டும். தான் பிடித்த முயலுக்கு மூன்றே கால் என்று முணகாமல், சமயத்தில் தான் பிடித்தது முயலே இல்லை என்றும் புரிந்துகொள்ளும் சந்தர்ப்பவாதம் வேண்டும்!

பணிவுத்தன்மை

நல்ல தலைவன் தன்னை என்றுமே முன்நிறுத்துவதில்லை. அதனால் தான் சிறந்த கம்பெனியை தெரிகிற நமக்கு அதன் தலைவன் பெயர் தெரிவதில்லை. 'பி அண்டு ஜி' கம்பெனி சி.இ.ஓ. யார் என்று தெரியுமா? 'கோல்கேட்' கம்பெனியின் எம்.டி?

மொத்த நிறுவனத்தோடு சேர்ந்து உழைக்கிறோம், தனி ஆளாக தரணி ஆள வரவில்லை என்பதை நல்ல தலைவன் உணர்வான். பணிவுத்தன்மை (Humility) அவரிடம் பரிபூரணமாகப் பிரகாசிக்கும். அதனாலேயே நல்ல தலைவன் வெற்றிகளை ஜன்னலாகப் பாவித்து அதனூடே மற்றவர்களைப் பார்க்கிறான். அவர்களே வெற்றிக்கு மொத்த சொந்தக்காரர்கள் என்கிறான். தோல்வியைச் சந்தித்தால் அதை முகம் பார்க்கும் கண்ணாடியாக பாவித்து தன்னை மட்டும் அதில் கண்டு தவறுக்கு முழுப் பொறுப்பேற்கிறான். தவறை நிவர்த்தி செய்ய முயற்சிக்கிறான்.

'வாழ்க்கையில் எதையும் சாதிக்கலாம், அதனால் யாருக்குப் பெயர் கிடைக்கும் என்று பார்க்காதவரை' என்றார் அமெரிக்க முன்னாள் ஜனாதிபதி 'ஹேரி ட்ரூமன்'.

விற்பனைத்திறன்

ஸ்டார்ட் அப்பின் முதல் விற்பனையாளர் அதன் தலைவன்தான். சிறந்த தலைவன் விற்பனைத் திறன் (Salesmanship) கொண்டவனாக இருப்பது அவசியம். விற்பதில் சமர்த்தராக இருக்கவேண்டும். விற்பனைத் திறனில் சாமர்த்தியசாலியாகத் திகழவேண்டும்.

தன் பிராண்டை மார்க்கெட்டில் விற்பதிலிருந்து தன் தொழிலில் முதலீடு பெறுவதுவரை, திறமையான ஊழியர்களை தன் கம்பெனியில் சேர்ப்பதுமுதல் தன்னோடு உழைக்க பார்ட்னர்களை இணைப்பதுவரை சிறந்த தலைவன் முதலில் சிறந்த விற்பனை யாளனாக இருந்தே ஆகவேண்டும்.

உறுதி

ஸ்டார்ட் அப் தலைவன் அனுதினமும், ஒவ்வொரு கணமும் முக்கிய முடிவுகள் எடுக்கவேண்டியவனாகிறான். எல்லா முடிவு களையும் எடுக்கத் தேவையான போதிய அவகாசம் அவனுக்கு வாய்ப்பதில்லை. பல முடிவுகளை பணி பளுவின் அவசரத்தில் எடுக்கவேண்டியிருக்கும். முடிவெடுக்கத் தேவையான முழுமையான டேட்டா எல்லா நேரங்களிலும் கிடைக்காது. இருக்கும் தகவலை வைத்து சரியான முடிவுகள் எடுத்தே ஆகவேண்டியிருக்கும்.

இப்படி இருக்கும்போது எடுக்கும் முடிவுகள் சில சரியானதாக இல்லாமல் போகலாம். போகும். தவறுகள் நிகழலாம். நிகழும். இருந்தும் முடிவெடுக்கத் தயங்காமல் எடுத்த முடிவிலிருந்து பின்வாங்காமல் முடிவுக்கு முழுப் பொறுப்பெடுக்க தயாராக இருக்கும் மன உறுதி தலைவனுக்கு முக்கியம்.

அதோடு எடுக்கும் முடிவுகள் தவறாகிப் போகும்போது அதிலிருந்து கற்றுக்கொள்ளும் பக்குவம் பரவலாக தலைவனிடம் இருத்தல் அவசியம். அய்யோ, போதிய நேரம் இல்லையே, சரியான தகவல் இல்லையே என்று இழுத்தடித்துக்கொண்டிருந்தால் 'முடிவு பக்கவாதம்' வந்து மொத்தமாக படுத்தும். ஸ்டார்ட் அப் ஸ்டார்ட் ஆகாமல் சந்தி சிரிக்கும்.

கேட்கும் திறன்

தலைவனுக்குக் காது கேட்கவேண்டும் என்று கூறவில்லை. அது கேட்காவிட்டாலும் பரவாயில்லை. ஆனால் தன்னோடு உழைக்கும் ஊழியர்களிடமிருந்து தகவல் பெறும், முடிவெடுப்பதில் உதவி கேட்கும் திறனும் மனத்தெளிவும் வேண்டும்.

முடிவெடுத்தல் என்பது அதை எடுத்த பின் அனைவருக்கும் கூறும் விஷயம் அல்ல. மற்றவரிடம் தகவல் கேட்கும், அவர்கள் கருத்துக்களைப்பெற்று, எடுக்க நினைக்கும் முடிவுகளை அவர்களோடு கலந்து ஆலோசித்து சரியாக இருக்கிறதா என்று சீர் தூக்கிப் பார்த்து எடுக்கும் கூட்டு முயற்சி.

எல்லா முடிவுகளையும் அப்படி எடுக்க முடியாதென்றாலும் முக்கிய முடிவுகள் எடுக்கும்போது அது சம்பந்தப்படும் அனைவரின் பங்களிப்பையும் பெற்று எடுக்கும்போது முடிவுகள் பெரும்பாலும் சரியானதாக அமையும். அதோடு தன்னையும் ஆட்டத்தில் சேர்த்துக்கொள்கிறார்கள், தன் கருத்துக்கு மதிப்பளிக்கிறார்கள் என்று நினைக்கும்போதுதான் ஊழியர்கள் உங்களைத் தலைவனாகவே மதிப்பார்கள்.

தலைவனாகும் தகுதிகளில் லவலேசம்தான் நாம் இங்கே பார்த்தது. தெரிந்தோ தெரியாமலோ, சரியோ தவறோ, ஸ்டார்ட் அப் துவங்கிய பாவத்திற்கு தலைவனாகும் பொறுப்பை நீங்கள் ஏற்றுக் கொண்டு விட்டீர்கள். ஆனது ஆயிற்று. அட்லீஸ்ட் அந்தப் பதவிக்கு தகுதியானவனாகும் வழியைப் பாருங்கள்.

அப்படிச் செய்யத் தவறினால் உங்கள் ஊழியர்களே உங்களைப்பற்றி மற்றவர்களிடம் கூறும்போது, 'மாப்பிள்ளை இவருதான், ஆனா இவரு போட்டிருக்கற சட்டை எங்களுது இல்ல' என்பார்கள்.

தேவையா இந்தத் தலையெழுத்து!

42. நீங்கள் எம்.டியா?

ஸ்டார்ட் அப் துவங்குவதால் மட்டுமே ஒருவர் அதன் எம்.டி. ஆகலாமா என்று நான் சொல்வது சிலரை ஆச்சரியப்படுத்தலாம். பலரை அதிர்ச்சியாக்கலாம்.

தொழில் துவங்குவதால் மட்டுமே ஒருவரால் அதன் தலைவனாகும் திறமை வாய்க்கிறதா என்று 'பாப்பையா' தலைமையில் பட்டிமன்றம் நடத்திப் பேசலாம். ஆனால் என்னைப் பொருத்த வரை அந்த பட்டிமன்றத்தின் தீர்ப்பு ஏற்கெனவே எழுதப்பட்ட ஒன்று. முதலீடு செய்வதால் மட்டுமே முதலாளி ஆக முடியாது என்பது என் எண்ணம். ஆகக் கூடாது என்பது என் திட்டவட்ட கருத்தும் கூட.

ஒரு குழந்தையைப் பெற்றதால் மட்டுமே ஒருவர் தந்தை ஆகிவிடுவாரா? அந்தக் குழந்தையை சரியாக வளர்த்து, நன்றாகப் படிக்க வைத்து, பதமாக கற்றுத் தந்து, நயமாகப் பேசி நல்லவனாக்கி, பெரியவனாக்கும் செயல்களை பொறுப்போடு செய்து செயல்படுத்தும்போதுதான் ஈன்ற பொழிதினும் பெரிதுவக்கிறார். தன் மகனை சான்றோன் என்று மற்றவர் சொல்லக் கேட்கிறார். அப்பொழுதுதான் தந்தையாகிறார்!

இதை அனைவருமா செய்கிறார்கள். தந்தைக்கான கடமையைச் செய்யாதவர்களை, குழந்தைகளை சரிவரப் பராமரிக்கத்

தவறுபவர்களை 'இவனல்லவா அப்பா' என்றா போற்றுகிறோம்? 'இவனெல்லாம் ஓர் அப்பாவா' என்றல்லவா கழுவி ஊற்றுகிறோம். அதனால் குழந்தையைப் பெற்றார் என்பதால் மட்டுமே ஒருவர் தந்தை ஆக முடியாது. தந்தை எனக் கூறவும் கூடாது. அப்படி கடமை தவறுபவர்கள் பெரிதுவக்கவும் முடியாது.

ஆக, பெற்றதோடு நிற்காமல் குழந்தையை வளர்க்கத் தெரிய வேண்டும் என்றாகிறது. குழந்தை என்றால் ஓகே. நாம் நம் பெற்றோரால் வளர்க்கப்பட்ட விதத்திலிருந்து, மற்றவர்கள் பராமரிக்கும் பக்குவத்தைக் கண்டு நம் குழந்தைகளை ஏதோ வளர்க்க முடிகிறது. வளர்த்தும் விடுகிறோம். ஸ்டார்ட் அப் அப்படியல்ல. பொறுப்பு வந்தால் மட்டுமே பத்தாத மேட்டர். அதை நிர்வகிக்க தனித் திறமைகள் உண்டு. பிரத்யேகத் தகுதிகள் உண்டு. பணமும், ஸ்டார்ட் அப்புக்கு ஐடியாவும் இருந்தால் மட்டுமே யாருக்கும் இது அப்படியே வாய்த்துவிடுவதில்லை.

பணம் இருக்கிறது என்பதால் ஸ்டார்ட் அப் துவங்குகிறார் ஒருவர். பிசினஸ் ஐடியா கிடைத்தது என்பதால் அதைக் கொண்டு தொழிலை நிர்மாணிக்க ஆரம்பிக்கிறார். இதனால் மட்டுமே கம்பெனியின் தலைவன் சீட்டில் அமர அவர் நினைக்கலாம். ஆனால் அந்த சீட்டில் அமர்வதால் மட்டுமே தலைவனுக்குத் தேவைப்படும் தகுதிகளும் தன்மைகளும் திறமைகளும் அவருக்குக் கிடைத்துவிடுமா? எம்.டி. சேர் என்பது என்ன அத்தனை சல்லிசானதா? இல்லை மேஜிக் பாக்ஸா? உட்கார்ந்தவுடன் அத்தனைத் தகுதிகளும் சொய்யென்று அவருக்குள் சென்று சங்கமிக்க!

ஒரு கம்பெனியை நிறுவி நிர்வகித்து நல்லவிதமாக நடத்துவது லேசுப்பட்ட காரியமல்ல. அப்படி லேசுப்படாததால்தான் துவங்கப்படும் பல கம்பெனிகள் காணாமல்போய் கடை சாத்தப்பட்டு காரியம் செய்யப்படுகிறது.

அதுவும் ஸ்டார்ட் அப் என்பது குழந்தை வளர்ப்புபோல. இருபத்திநாலுமணிநேர பராமரிப்பு பரிபூரணமாகத் தேவை. முன்னூற்று அறுபத்தி ஐந்து நாளும் புதுசு புதுசாகப் பிரச்னைகள் முளைத்த வண்ணம் இருக்கும். ஸ்டார்ட் அப்பை சரியாக நடத்த, கம்பெனியை நிர்வகித்துச் செல்ல, பள்ளம் மேடுகளில் பதமாகப் பயணிக்க பல தகுதிகள் தன்மைகள் திறமைகள் தேவை. பணம் இருப்பதால் மட்டுமே அது கிடைத்துவிடாது. ஐடியா

உங்களுடையது என்பதால் தலைவனுக்கு உண்டான குணங்கள் உங்களுக்கு ஆட்டமேடிக்காக அருளப்படுவதும் இல்லை.

முதலீடு செய்த பாவத்திற்கு தலைவனாகி எம்.டி. சேரில் அமர்ந்து போகப் போக அதைக் கற்றுக்கொள்ள முடியாதா என்று நீங்கள் கேட்கலாம். காரை காசு கொடுத்து வாங்கிவிட்டீர்கள் என்பதற்காக அதை கற்றுக்கொள்ளாமல் ஓட்ட முடியுமா? அட, நீங்கள் ஓனர் என்பதால் காரானது தானே உங்களை உட்கார வைத்து ஓடுமா. இல்லை, நீங்கள் தானே ஓட்டி கற்றுக்கொள்ள முடியுமா? இரண்டு மூன்று பேரை இடித்து, நாலைந்து வண்டிகள் மீது மோதி ஏழெட்டு ஆக்சிடண்ட் செய்து ஒருவேளை கற்றுக்கொள்ள முடியலாம். உங்களுக்கு ஆயுசு கெட்டியாக இருந்தால்.

ஸ்டார்ட் அப் எம்.டி. சீட்டில் அமர்ந்து தலைவனாகும் வித்தையை கற்றுக்கொள்வதும் அது போலத்தான். செய்யும் தொழிலுக்கு சேதாரம் வரும். செய்கூலி அதிகமிருக்கும். அதாவது உங்கள் ஸ்டார்ட் அப்புக்கும் உங்களைப்போல் ஆயுள் கெட்டியாக இருந்தால்!

ஸ்டார்ட் அப் என்பது தினம் நடக்கும் தீ விபத்துபோல. விஷயம் தெரிந்தவனுக்கே ததிங்கிணத்தோம் காட்டும். உங்களுக்கு அந்த அறிவும் திறமையும் இருந்தால் தாராளமாக எம்.டி. சேரில் அமருங்கள். அமர்வது என்ன அமர்வது, படுத்துக்கொண்டே நிர்வாகம் செய்யுங்கள், யார் வேண்டாம் என்றார்கள். என் முதலீடு, என் ஐடியா, என் பிசினஸ் அதனால் நான்தான் எம்.டி. என்று கூறுவது தப்பாட்டம்.

சிறுவர்கள் தெருவில் கிரிக்கெட் ஆடும்போது பேட், பால் என்னுடையது, அதனால் நான்தான் கேப்டன் என்று கூறும் சிறுவனுக்கும் உங்களுக்கும் வித்தியாசம் இல்லாமல் போகும். தெரு கிரிக்கெட் பரவாயில்லை. தோற்றால் நஷ்டமில்லை. என் முதலீடு, என் ஐடியா அதனால் நான்தான் ஸ்டார்ட் அப் கேப்டன் என்று அமர்ந்தால் தொழில் தெருவிற்கு வந்துவிடும்!

நமக்கு வரவில்லை என்றால் வற்புறுத்தி அமராமல் நிர்வாகம் நன்கு தெரிந்த ஒருவரை எம்.டி. சேரில் அமர்த்துங்கள். அவரோடு சேர்ந்து உழையுங்கள். அவரிடமிருந்து நிர்வாகம் கற்றுக்கொள்ளுங்கள். திறமைகளை வளர்த்துக்கொள்ளுங்கள். அனுபவங்களைச் சேகரியுங்கள். ஒருநாள் இல்லை ஒருநாள் நிர்வாகம் நன்றாகத் தெரிய, நெளிவு சுளிவுகள் புரிய, நீங்கள் அந்த எம்.டி. சேரில் தாராளமாக அமர முடியும். பேட் இருக்கிறது என்பதற்காக ஆட்டத்தில்

சேர்த்துக் கொள்ளப்படாமல், திறமை இருக்கிறது என்பதற்காக நீங்கள் கேப்டனாக்கப்பட்டால்தான் உங்களுக்கே உங்கள் கம்பெனியில் மரியாதையும் மதிப்பும் கிடைக்கும்.

அதெல்லாம் இல்லை, எனக்கு நிர்வாகத் திறமை உண்டு, கம்பெனியை வெற்றிகரமாக வழிநடத்திச் செல்லும் தகுதி உண்டு, நான் பெரிய எம்.டி.யாக்கும் என்று இன்னும் பேசினால் உங்களிடம் ஒரு கேள்வி கேட்கிறேன். அடிக்காமல் பதில் சொல்லுங்கள்.

நீங்கள் துவங்கிய தொழில் என்ற ஒரே காரணத்திற்காக எம்.டி. சேரில் அமர ஆசைப்படுகிறீர்களே, உங்களுடையதுபோலவே உள்ள இன்னொரு கம்பெனியில் உங்களுக்கு எம்.டி. வேலை கிடைக்குமா? உங்களை அழைத்து அமர்த்துவார்களா? மனசாட்சிக்கு விரோதமில்லாமல் பதில் சொல்லுங்கள்.

மாட்டார்கள் என்றால் உங்கள் ஸ்டார்ட் அப் மட்டும் என்ன பாவம் பண்ணியது சார்!

43. நிர்வாக ஆட்சிமுறை

ஸ்டார்ட் அப் என்றாலும் பன்னாட்டு கம்பெனி என்றாலும் அதன் வழியை, வெற்றியை நிர்வகிப்பதில் முக்கிய பங்கு வகிப்பது அதை நிர்வகிக்கும்முறை. ஒரு தொழில் எவ்வாறு நடத்தப்படுகிறது, எப்படி ஒழுங்குபடுத்தப்படுகிறது, எந்தெந்த விதங்களில் கட்டுப்படுத்தப் படுகிறது என்பது ரொம்பவே முக்கியம். இதை செயல்படுத்த உதவும் விதிகள், செயல்முறைகளின் கலவையை நிர்வாக ஆட்சிமுறை (Corporate governance) என்கிறார்கள்.

ஒரு கம்பெனியின் முதலீட்டாளர்கள்முதல் அதன் ஊழியர்கள்வரை, கம்பெனியின் ஊழியர்கள்முதல் அதைச் சார்ந்த சமூகம்வரை அனைத்தையும் பாதிக்கும் கம்பெனியின் உட்புற வெளிப்புற காரணிகள்தான் நிர்வாக ஆட்சிமுறை.

சுருக்கமாகச் சொல்லவேண்டுமென்றால் நிர்வாக ஆட்சிமுறை என்பது தொழிலை நேர்படுத்தி, நிர்வகிக்க, அதை திறம்பட நடத்திச் செல்ல வகுக்கப்படும் விதிகள் மற்றும் ஒழுங்குமுறைகள்.

இந்தக் கோட்பாடு பெரிய நிறுவனங்களுக்கும் பன்னாட்டு கம்பெனிகளுக்கும் மட்டுமே என்று பலர் தவறாக நினைக்கின்றனர். சிறு தொழில்முதல் ஸ்டார்ட் அப்வரை எத்தகைய தொழிலானாலும் சரி, எந்த சைஸ் கம்பெனியானாலும் சரி, அதை நேர்படுத்தி நடத்திச்

செல்லத் தேவையான சித்தாந்தம்தான் நிர்வாக ஆட்சிமுறை. இது இல்லாமல்தான் பல தொழில்கள் திக்குத் தெரியாமல் தறிகெட்டு தவறிப்போய் தெரிந்தும் தெரியாமலும் திருட்டுத்தனங்கள் செய்து திண்டாடி தெருக்கோடிக்கு தள்ளப்பட்டு தவியாகத் தவிக்கின்றன!

ஒழுங்குமுறை, விதி என்று நிர்வாக ஆட்சிமுறை பற்றிக் கூறுவதால் இதை ஏதோ கம்பசூத்திரம் என்றோ, என் சின்னத் தொழிலில் இந்த பெரிய விஷயத்தை எப்படிச் செயல்படுத்துவது என்றோ நினைக்காதீர்கள், மலைக்காதீர்கள். இந்தக் கோட்பாடு பெரிய அறிவியலும் அல்ல, புரிந்துகொண்டு செயல்படுத்துவது ஸ்ரீஹரிகோட்டா ராக்கெட் செலுத்துவதுபோல் சிக்கலானதும் அல்ல. பயப்படாமல் தைரியமாக தொடர்ந்து படியுங்கள். சின்ன மேட்டர் தான் என்று பெரியதாகப் புரியும்!

ஒரு வீடு சுத்தமாக இருந்து அதன் அனைத்துச் சாமான்களும் அவையவை இருக்கவேண்டிய இடத்தில் இருந்து அனைத்தும் அழகாக அடுக்கப்பட்டிருந்தால் அந்த வீட்டை நிர்வகிப்பவரைப் பற்றி நமக்கு நன்றாகத் தெரிந்துகொள்ளமுடிவதோடு அவர்மீது நல்லெண்ணமும் பிறக்கிறது. அதேபோல் ஒரு கம்பெனி சரியாக நிர்வகிக்கப்பட்டு அதன் செயல்பாடுகளில் தெளிவு இருக்கும் பட்சத்தில் அந்தக் கம்பெனியின் நிர்வாகத்தின்மீது நன்மதிப்பு பிறக்கிறது. அக்கம்பெனிமீது நம்பிக்கை வளர்கிறது. அதனால்தான் நல்ல நிர்வாக ஆட்சிமுறையின் தரத்தைக்கொண்டு கம்பெனிகளின் உள்ளார்ந்த மதிப்பின் அளவு நிர்ணயிக்கப்படுகிறது.

ஒரு நல்ல நிர்வாக ஆட்சிமுறையின் தன்மைகளாகப் பார்க்கப்படுவது நான்கு விஷயங்கள். கம்பெனியின் நேர்மை, கம்பெனியில் ஒவ்வொரு லெவலிலும் திகழும் அக்கவுண்டபிலிடி, மேல்மட்ட நிர்வாகம் முதல் கீழ்மட்ட ஊழியர்கள்வரையில் நிலவும் பொறுப்பு, கம்பெனி முழுவதும் வெளிச்சம்போல் பரவியிருக்கும் வெளிப்படைத்தன்மை. இவை நான்கும் தவறாமல் தாராளமாக ஒரு கம்பெனியில் தவழத் தேவை ஒருங்கிணைந்த வணிக மேலாண்மை அமைப்பு. இதன் மூலமே கம்பெனிக்குள் நடக்கும் ஒவ்வொரு விஷயமும் தெளிவாக, மறைக்கப்படாமல், அனைவருக்கும் வெட்டவெளிச்சமாகத் தெரிகிறது. இதனாலேயே என்ன நடந்தது, என்னென்ன நடக்கிறது என்ற கண்டறிதல் (Transparency) அனைவருக்கும் எளிதாகிறது.

நிர்வாக ஆட்சிமுறை செயல்கள் சிலவற்றைப் படித்தால் உங்களுக்கு இக்கோட்பாடு இன்னும் தெளிவாகப் புரியும்.

கம்பெனியின் கொள்கைகள், நடைமுறைகள், செயல்முறைகள் எல்லாம் தெளிவாக எழுதப்படுவதுடன் யார் யாருக்கு என்ன பங்கு, என்ன பொறுப்புகள் என்பது வரையறுக்கப்படுவது. கம்பெனியில் 'கான்ஃப்ளிக்ட் ஆஃப் இண்ட்ரஸ்ட்' கொள்கைகள் சரியாக வகுக்கப்பட்டு கம்பெனியில் பணிபுரிபவர்கள் கம்பெனியின் சப்ளையர்கள், வாடிக்கையாளர்கள் மற்றும் அவர்கள் குடும்பத்தாரோடு இருக்கும் வணிக ரீதியான உறவுகளை மற்றவர்கள் கேட்பதற்கு முன்பாகவே ஒளிவுமறைவில்லாமல் விளக்கும் கொள்கைப்படி நடப்பது.

கம்பெனிகளில் நிர்வாக ஆட்சிமுறை சரியாக வகுக்கப்படாமல் இருந்தாலோ தெளிவாக எழுதப்பட்டும் அவை செயல்படுத்தப்படாமல் இருந்தாலோ என்ன ஆகும் என்பதற்கு நம்மூர் பாங்குகள் பலருக்கு கடன் தந்த முறையையும் அவர்கள் அதை திருப்பித் தராமல் வெளிநாட்டு ஷேத்ராடனம் மேற்கொண்டு திரும்பி வரமாட்டேனே என்று பெப்பெப்பே காட்டுவதையும், அதனால் திருப்பித் தராமல் நிற்கும் ஆயிரக்கணக்கான கோடி பணத்தை அரசாங்கத்திடம் கையேந்தும் அவலத்தையும் நினைத்துப் பாருங்கள். உங்கள் ஸ்டார்ட் அப்பில் அந்த ப்ராப்ளம் ஸ்டார்ட் ஆகி வளராதிருக்க உங்கள் தொழிலுக்கென்ற நிர்வாக ஆட்சிமுறைக் கொள்கைகளை வகுத்துக்கொள்ளுங்கள்.

நாம் பள்ளியில் சேரும்போது 'ரூல்ஸ் அண்ட் ரெகுலேஷன்ஸ்' என்ற புத்தகத்தைத் தந்து இப்படித்தான் பள்ளியில் நடந்து கொள்ளவேண்டும் என்றது ஞாபகம் இருக்கிறதா?

நிர்வாக ஆட்சிமுறை என்பது கிட்டத்தட்ட அதுதான். யார் யாருக்கு என்ன பங்கு, யார் யார் என்னென்ன முடிவுகள் எடுக்கவேண்டும், எடுக்க முடியாது, கம்பெனி பற்றிய விஷயங்களை எந்தெந்த நேரத்தில் எப்படிச் செய்வது செய்யக்கூடாது என்ற ரூல்ஸ் அண்ட் ரெகுலேஷன்ஸ். அதன்படி நடந்தால் பள்ளியில் நீங்கள் எடுத்தீர்களோ இல்லையோ குறைந்தது உங்கள் ஸ்டார்ட் அப் செண்டம் எடுக்கும். அப்படி ஒன்றை வகுத்துக்கொள்ளாமல் தொழிலை நடத்தினால் ஃபெயில் ஆகும் சாத்தியக்கூறு அதிகம்.

எப்படி வசதி?

44. நிர்வகிக்கும் வழிகள்

நிர்வாக ஆட்சிமுறை பற்றி பேசிக் கொண்டிருக்கிறோம். ஒரு கம்பெனி எப்படி நிர்வகிக்கப்பட வேண்டும் என்பதை நிர்ணயித்து வழி நடத்த உதவும் கம்பெனி அமைப்புக்கள், கொள்கைகள், செயல்முறைகள்தான் நிர்வாக ஆட்சிமுறை.

கம்பெனி எப்படி இயக்கப்படவேண்டும், எவ்வாறு கட்டுப்பாடு களுக்கு உட்பட்டு நடத்தப்படவேண்டும் என்பவற்றை வழிகாட்டி, கம்பெனி நோக்கங்கள், இலக்குகளை அடைய உதவி, கம்பெனிக்கும் அதன் ஸ்டேக்ஹோல்டர்களுக்கு மதிப்பும் பயனும் கூட்ட உதவும் கோட்பாடு இது.

ஒரு கம்பெனியில் நிர்வாக ஆட்சிமுறை சரியாக செயல் படுத்தப்படும் போதுதான் அந்தக் கம்பெனியில் checks and balances சீராக அமைந்து கம்பெனியின் வளங்கள் தவறாகப் பயன் படுத்தப்படாமல், நிர்வாக சீர்கேடு இல்லாமல் கம்பெனி செவ்வனே செயல்படுகிறது.

அடுத்த வேளை பணத்திற்கே ஏங்கி நிற்கும் ஸ்டார்ட் அப்புக்கு இந்த கோட்பாடு கொஞ்சம் ஓவர் இல்லையா என்று நீங்கள் கேட்கலாம். முதலீடு செய்ய விரும்புவோர் முதல் உங்கள் கம்பெனிக்கு பொருள்கள் சப்ளை செய்பவர்கள்வரை உங்களை நம்பி

உங்களோடு தொழில் செய்ய எதிர்பார்ப்பது ஸ்டார்ட் அப்பில் நிலவும் நல்ல நிர்வாக ஆட்சிமுறையை. அதனால் உங்கள் ஸ்டார்ட் அப்பை துவங்கும்போதே சின்ன சைஸில் நிர்வாக ஆட்சிமுறை கோட்பாட்டை பிள்ளையார் சுழி போட்டுத் துவங்கி தொழில் வளர வளர கோட்பாட்டை வளர்த்து உங்கள் தொழிலை நேர்படுத்துங்கள்.

உங்கள் ஸ்டார்ட் அப் வளர வளர அதன் நிர்வாகத் தேவைகள் மாறுபடும். தொழில்பற்றி சம்பந்தப்பட்ட ஸ்டேக் ஹோல்டர்களின் எதிர்பார்ப்பும் அதன் வளர்ச்சிக்கேற்ப மாறுபடும். ஸ்டார்ட் அப் வெவ்வேறு வளர்ச்சிப் படலத்தின் படிகளைத் தாண்டும்போது எவ்வாறு தன் நிர்வாக ஆட்சிமுறையை மெருகேற்றி வலுப்படுத்த முடியும் என்பதைப் பார்ப்போம்.

தொடக்கப் படலம்

ஸ்டார்ட் அப் என்பது குழந்தையைப் பெற்று வளர்ப்பது போலத்தான். நன்றாகத் தவழும் குழந்தை திடீரென்று வாந்தி எடுக்கும். நடு ராத்திரி எழுந்து காரணமே இல்லாமல் அழும். கண்டமேனிக்கு இருமும். ஜுரம் வரும். ஸ்டார்ட் அப்பும் அப்படியே. முதலீடு வருவது தாமதமாகும். சப்ளையர்கள் மென்னியை நெருக்க, கையில் காசு இல்லாமல் போகும். வாங்கலாமா வேண்டாமா என்று வாடிக்கையாளர்கள் பொறுமை காத்து நம் பொறுமையைச் சோதிப்பர். இத்தனை இன்னல்களுக் கிடையே நிர்வாக ஆட்சிமுறை பற்றி யோசி என்றால், என்னை மிதி மிதி என்று மிதிப்பீர்கள் என்பது புரிகிறது.

அட்லீஸ்ட் அடிப்படை நிர்வாகச் செயல்களை, செயல்முறைகளை மதிக்கமட்டுமாவது இந்தப் படலத்தில் முயலுங்கள். நிதி, கணக்கியல், சட்ட திட்டங்களுக்கேற்ப செயல்பட்டு, செய்தே ஆகவேண்டிய செயல்களைச் செய்யுங்கள். சட்டம் உங்கள் கதவை தட்டி மட்டமாக பேசும்வகையில் நடக்காமல் இருந்தால் அதுவே நிர்வாக ஆட்சிமுறைக்கு நல்ல ஆரம்பமாயிருக்கும். கோர்ட்டுக்கும், ஸ்டேஷனுக்கும் நடையாக நடக்காமல் தொழிலைக் கவனிக்க ஓட்டமாக ஓட முடியும்.

துவக்க நிலை முதலீட்டு படலம்

ஸ்டார்ட் அப்பின் மீது நம்பிக்கை வைத்து ஏஞ்சல் முதலீட்டாளர்களும் வென்சர் காபிடலிஸ்டுகளும் முதலீடு செய்திருக்கிறார்கள் என்று வைத்துக்கொள்வோம். கோடி

கோடியாக உங்கள் கம்பெனியில் பணம் போட்டவர்களிடம் வரி கட்டினோம், ஃபைல் செய்தோம் என்று கூறி இதுதான் எங்கள் நிர்வாக ஆட்சிமுறை என்றால் அசாத்திய கோபம்வந்து பாஸ் புக்கோடு உங்கள் அக்கவுண்டிலிருந்து தங்கள் பணத்தை சப்ஜாடாக வாரி சுருட்டிக்கொண்டு 'எக்கேடு கெட்டுப் போ' என்று வாழ்த்தி வந்த வழி சென்றுவிடுவார்கள்.

அதனால் இந்தப் படலத்தில் உங்கள் நிர்வாக ஆட்சிமுறையை கொஞ்சத்துக்கு கொஞ்சம் கூட்டிச் சீராக்குவது நீங்கள் பெற்ற முதலீட்டிற்குப் பாதுகாப்பு தரும். பொதுவாகவே முதலீட்டாளர்கள் தங்கள் பிரதிநிதி ஒருவரை கம்பெனி போர்டில் அமர்த்தி உங்கள் ஸ்டார்ட் அப்பின் நிர்வாக ஆட்சிமுறை செயல்பாட்டை கண்காணிப்பார்கள். அதனாலேயேகூட நீங்கள் எடுக்கும் வணிக முடிவுகள் அனைத்தும் நியாயமாகவும், தெளிவாகவும், ஒளிவு மறைவில்லாமல் அனைவருக்கும் தெரியும்படி எடுக்கும்வகையில் நிர்வாக ஆட்சிமுறையைச் சீர்படுத்தவேண்டிவரும்.

தனியார் பங்கு பெறும் படலம்

இப்பொழுது உங்கள் தொழில் நன்றாக வளர்ந்து அதன் மதிப்பு மார்க்கெட்டில் கூடி உலக முதலீட்டாளர்கள் லெவல்வரை பெரிய முதலீடு பெற்றிருக்கிறீர்கள் என்று வைத்துக்கொள்வோம். ஆஹா பணத்திற்கு இனி பிரச்னை இல்லை என்று நீங்கள் சந்தோஷப் படலாம். ஆனால், 'அய்யோ எங்கள் பணம், இது எங்கள் பிரச்னை' என்று பணம் போட்ட முதலீட்டாளர்கள் முதல் காரியமாக உங்கள் நிர்வாக ஆட்சிமுறையை உலக கம்பெனிகளின் நிர்வாக ஆட்சிமுறைத் தரத்திற்கு மாற்றச் சொல்வார்கள். பெரிய நிறுவன முதலீட்டாளர்கள் தங்களுக்கென்று பல ரூல்ஸ் அண்ட் ரெகுலேஷன்ஸ் வைத்திருப்பார்கள். அதன்படி உங்கள் தொழிலை நடத்திச் செல்லும்வகையில் நிர்வாக ஆட்சிமுறையை வகுக்கச் சொல்வார்கள். மாட்டேன் என்று அடம் பிடிக்காமல் உங்கள் தொழிலின் வளர்ச்சிக்கேற்றபடி மாற்றுங்கள். ஒன்றும் குறைந்து போய்விடாது.

இந்தப் படலத்தில் அத்தனைப் பணத்தைக் கையாளும்போது உங்கள் போர்டில் துறை சார்ந்த நிபுணர்களை ஆட்டத்தில் சேர்த்துக்கொண்டு அவர்கள் அறிவுரைப்படி கேட்டு நடப்பதும் நிர்வாக ஆட்சிமுறையின் ஒரு நல்ல அம்சமே.

உங்கள் ஸ்டார்ட் அப் வளர்ந்து பெரிய கம்பெனியாகி இருக்கும் இந்தப் படலத்தில் முக்கியமான விஷயங்கள் ஆராய்ந்து முடிவெடுக்க ஏதுவாக ஆடிட் கமிட்டி, முதலீடு கமிட்டி, இழப்பீடு கமிட்டி என்று ஸ்பெஷல் கமிட்டிகளை உருவாக்கி அவர்கள் சொல்வதை கம்பெனி போர்டின் ஒப்புதலோடு செயல்படுத்துங்கள். யார் கண்டது, உங்கள் நல்ல மனசுக்கும் நிர்வாக ஆட்சிமுறைக்கும் உங்கள் ஸ்டார்ட் அப் போஷாக்கு பெற்று புஷ்டியாகி பன்னாட்டு கம்பெனி ரேஞ்சுக்கு போகலாம்.

போகும்!

45. நிர்வாக ஆட்சிமுறைப் பயன்கள்

நிர்வாக ஆட்சிமுறை பற்றித்தான் இந்த மூன்றாவது அத்தியாயத்திலும் பார்க்கப்போகிறோம். ஏன் இப்படி என்று கேட்பவர்களுக்கு, இது லேசுப்பட்ட மேட்டரும் அல்ல, லேசுபட விளக்கும் விஷயமும் அல்ல என்று உங்களுக்கு உணர்த்தத்தான்.

உங்கள் ஸ்டார்ட் அப்பில் நிர்வாக ஆட்சிமுறை கோட்பாட்டை தெளிவாய் வகுத்து, அழகாய் தொகுத்து, பதமாக வளர்த்தால் ஏற்படும் பயன்கள்பற்றி தொடர்ந்து பேசுவோம்.

சண்டை சச்சரவுகளைக் குறைக்கும்

நிர்வாக ஆட்சிமுறை கம்பெனி போர்ட், நிர்வாகம் மற்றும் பங்குதாரர்களுக்கிடையே நிலவவேண்டிய உறவுமுறையைத் தெளிவாக்குவதால் ஒவ்வொருவரின் பொறுப்பும் பங்கும் அவரவருக்கு தெளிவாகப் புரிகிறது. யாருக்கு என்ன பங்கு, என்ன பொறுப்பு என்பதிலுள்ள தெளிவின்மையால்தான் சச்சரவு ஆரம்பித்து சண்டையாக வளர்ந்து சந்தி சிரிக்கும் லெவலுக்கு கம்பெனி சரிகிறது. தெளிவான நிர்வாக ஆட்சிமுறை வகுத்துக் கொண்டால் சண்டை சச்சரவுகள், சந்தி சிரிப்புகளைக் குறைக்கலாம்!

சிக்கலான முடிவுகளை எளிதாக்கும்

ஸ்டார்ட் அப் என்பதால் எடுக்கவேண்டிய முடிவுகள் அதற்கேற்ப சின்ன சைசில் லேசுபட்டதாக இருக்கும் என்று நினைக்காதீர்கள். பன்னாட்டு கம்பெனிகளில் எடுக்கப்படும் முடிவுகளின் சிக்கலுக்கு சற்றும் குறைந்தவை அல்ல ஸ்டார்ட் அப்ஸ். முடிவெடுக்கும் செயல்முறையை, யார் யாருக்கு முடிவெடுப்பதில் என்ன பொறுப்பு போன்றவைகள் தெளிவாக வரையறுக்கப்படும் போது முடிவெடுப்பது சற்றேனும் எளிதாகிறது. அதுவும் சிக்கலான முடிவெடுக்கும்போது முடிவெடுக்கவேண்டியவர் தன் பொறுப்புணர்ந்து சம்பந்தப்பட்டவர்களிடம் தகவல் பெற்று கலந்தாலோசித்து சரியான முடிவெடுக்கும் சாத்தியக்கூறு அதிகரிக்கிறது. இப்படி எடுக்கப்படும் எல்லா முடிவுகளும் அலங்கார கோலங்களாக இல்லாவிட்டாலும் அட்லீஸ்ட் அவசரத்தில் எழுதப்பட்ட அலங்கோலமாக முடியாது!

நேர விரயத்தைத் தடுக்கும்

தவறான முடிவுகள் எடுப்பது ஒருவித பிரச்னைஎன்றால் முடிவெடுப்பதில் தாமதம் ஏற்பட்டு அதனால் நல்ல முயற்சிகள் தோல்வியடைவது ஸ்டார்ட் அப்பில் அரங்கேறும் அக்மார்க் அவலம். ஸ்டார்ட் அப்பில் அனுபவமுள்ளவர்களுக்குத் தெரியும், விரைவில் முடிவெடுப்பதன் முக்கியத்துவம்பற்றி. ஒரு நல்ல திட்டம் வெற்றி பெறுவதும் தோல்வியைத் தழுவுவதும் அதைச் சார்ந்த முடிவுகளை எடுக்கும் வேகத்தில்தான்.

'என்னது, இந்த முடிவை நான் எடுக்கனுமா? அவர் என்றல்லவா நினைச்சேன்' போன்ற டபாய்கல்ஸ் நடக்காது நிர்வாக ஆட்சிமுறை வரையறுக்கப்படும் ஸ்டார்ட் அப்பில். சரியான முடிவுகளை, சரியான ஆட்கள், சரியான நேரத்தில், சரியாக எடுப்பது நிர்வாக ஆட்சிமுறை செயல்படுத்தப்படும் ஸ்டார்ட் அப்புகளில் ஒரு கம்பெனி கலாச்சாரமாகவே மாறிவிடும். மாறவேண்டும்.

முதலீட்டாளர்கள் நம்பிக்கையை கூட்டும்

எந்தத் தொழிலுக்கும் பணம் பிரதானம் என்றால் ஸ்டார்ட் அப்புக்கு பணம்தான் ஆதியும் அந்தமும் அதோடு அனைத்தும். தேவைப் படும் போது பணம் கிடைப்பதுதான் ஸ்டார்ட் அப்புகளின் பிரச்னையே. முதலீட்டாளர்களின் நம்பிக்கையைப் பெற்றால் மட்டுமே ஸ்டார்ட் அப்புக்கு சில்லறை தட்டுப்பாடில்லாமல் கிடைக்கும்.

அதைக் கொண்டுவந்து கொட்டும் முதலீட்டாளர்கள் முக்கியமாக கவனிப்பது ஸ்டார்ட் அப்பின் ஐடியாவை மட்டுமல்ல, அந்த கம்பெனி தனக்கென்று வகுத்திருக்கும் நிர்வாக ஆட்சிமுறையை. ஸ்டார்ட் அப்பில் நிர்வாக ஆட்சிமுறை சரியாக வகுக்கப்பட்டு, அனைவரின் பங்கு முதல் முடிவெடுக்கும் அதிகாரம்வரை பொறுப்புகள் சரியாக வரையப்பட்டிருந்தால் முதலீட்டாளர் களுக்கு அந்த ஸ்டார்ட் அப்பின் மீது நம்பிக்கை பிறக்கிறது. தங்கள் முதலீடு இவர்களுக்குப் பயன்படுவதோடு அவர்களும் அதைச் சரியாகப் பயன்படுத்துவார்கள், பன்மடங்காக அது வளரும் என்று புரிந்துகொள்ளமுடிகிறது. வேறு எதற்காக இல்லாவிட்டாலும் இந்த விஷயத்திற்காகவாவது ஸ்டார்ட் அப்ஸ் தங்களுக்கென்று ஒரு தெளிவான நிர்வாக ஆட்சிமுறை கோட்பாட்டை வடிவமைத்துக் கொள்வது நல்லது.

ஐபிஓ செல்ல உதவும்

பிரைவேட் கம்பெனிகள் முதன் முறையாக மக்களிடம் பங்குகளை விற்க முயல்வதை Initial public offering என்பார்கள். பிரைவேட் கம்பெனி பப்ளிக் கம்பெனியாக மாறுவது. அப்படி ஷேர் மார்க்கெட் சென்று முதலீடு பெற நினைக்கும் கம்பெனிகள் முதலில் செய்ய வேண்டியது தங்களுக்கென்று ஒரு நல்ல நிர்வாக ஆட்சிமுறையை நிலைநிறுத்திக்கொள்வதுதான் என்பது இப்பொழுது நான் சொல்லாமலேயே உங்களுக்குப் புரிந்திருக்கும். புரிந்திருக்க வேண்டும்.

தவறான நிர்வாகம், கம்பெனி சட்டதிட்டங்களில் ஓட்டை உடைசல்கள், முடிவெடுப்பதில் தெளிவின்மை இல்லாமை போன்ற வக்கிரங்கள் இருந்தால் யாராவது அந்த கம்பெனி ஷேர்களை வாங்குவார்களா? இந்த கம்பெனியில் சின்னத் தனங்களும் சில்லறைத்தனங்களும் எதுவும் இல்லை, சீரான ஒரு நிர்வாக ஆட்சிமுறையை வகுத்திருக்கிறார்கள் என்று முதலீடு செய்ய நினைப்பவர்கள் நம்பும்படி அதை செயல்படுத்தி வந்தால்தான் ஐபிஓ வெற்றி பெறும். ஸ்டார்ட் அப் நினைக்கும் முதலீடு அபரிமிதமாகவே கிடைக்கும்.

ஆக, எப்படி கூட்டி கழித்து, பெருக்கிப் பார்த்தாலும் நீங்கள் சரியாக வகுக்கவேண்டியது உங்கள் ஸ்டார்ட் அப்புக்கென்று ஒரு தெளிவான நிர்வாக ஆட்சிமுறையை. அதை முறையாக வடித்து அதைச் சார்ந்த கொள்கைகளைத் தெளிவாக எழுதி வையுங்கள்.

நிர்வாக ஆட்சிமுறை என்பது நிலையானது அல்ல. ஸ்டார்ட் அப் வளர வளர அதுவும் வளரவேண்டும். மேலும் மெருகேற்றப்பட வேண்டும். நிர்வாக ஆட்சிமுறையின்மீது கவனம் செலுத்தி அதன்படி ஸ்டார்ட் அப்ஸ் நிர்வகிக்கப்படும்போதுதான் அதன் வளர்ச்சி அபரிமிதமாகும்.

உங்கள் ஸ்டார்ட் அப் பிறந்த பயனை அடையும்!

46. விற்பனை சரிகிறதா?

நினைப்பதெல்லாம் நடந்துவிட்டால் தெய்வம் ஏதுமில்லை. *ஸ்டார்ட் அப் எல்லாம் தழைத்துவிட்டால் 'ஸ்டார்ட் அப் சக்சஸ்' புத்தகம் தேவையில்லை!*

சமயங்களில் ஸ்டார்ட் அப்பில் எதிர்பார்த்த விற்பனை நடப்பதில்லை. விரும்பிய வருமானம் கிடைப்பதில்லை. அது போன்ற ஏழரை நாட்டு சனி பிடித்த சமயங்களில் என்ன செய்வது?

கம்பெனியில் கணபதி ஹோமம் செய்யலாம். குலதெய்வத்திற்குக் கிடா வெட்டி பொங்கல் வைக்கலாம். இதைச் செய்தால் விற்பனை கூடும் என்றால் கணபதி ஹோமம் செய்யும் சாஸ்திரிகள் அனைவரும் பிஸியாக இருப்பார்கள். ஊரில் ஒரு கிடா பாக்கி இருக்காது. என் போன்ற கன்சல்டண்டுகளுக்கு வேலை இருக்காது. நல்ல காலம், ஆண்டவன் என் போன்றவர்களைக் கைவிட வில்லை.

கன்சல்டண்டுகள் தங்கள் தொழில் தழைக்க கிடா வெட்டினார்களா என்பதுபற்றி தகவல் இல்லை!

நீங்கள் ஸ்டார்ட் அப் துவங்கும்போது நிறைய கனவு கண்டிருப்பீர்கள். ஸ்ட்ராங் ஐடியா, சூப்பர் ப்ளான், செம்ம டீம் எல்லாம் ரெடி. இனி பிராண்டை பெட்டி பெட்டியாக விற்று கத்தை

கத்தையாகப் பணம் பெற்று புதிது புதிதாக பிசினஸ் செய்து பணக்காரர் லிஸ்ட்டில் பில் கேட்ஸ் பெயருக்குப் பக்கத்தில் இடம்பெறலாம் என்று கண்ணைத் திறந்துகொண்டே கனவு கண்டிருப்பீர்கள். ஆனால் ஆரம்பித்த நாள் முதல் சில்லறை கேட்டுகூட உங்கள் கடைக்கு யாரும் வரவில்லை என்றால் என்ன செய்வது! அட்ரஸ் விசாரிக்கக்கூட உங்கள் ஆபீசில் ஆள் நுழையவில்லை என்றால் யாரைச் சொல்வது! எத்தைத் தின்றால் பித்தம் தெளியும் என்ற நிலையில் என்னத்தை செய்வது?

பெரியதாக ஒன்றும்வேண்டாம், உங்களை நீங்களே சில கேள்விகள் கேட்டுப் பாருங்கள். விட்டேத்தியாக பதில் தேடாமல் விவரமாகப் பாருங்கள். வியாபார வில்லங்கள் விளங்கும். விடியலுக்கு வழி தெரியும்.

விற்கும் பிராண்ட் வாடிக்கையாளருக்குத் தேவையா?

இந்தக் கேள்விக்கு பதில் கிடைத்தவுடன்தான் ஸ்டார்ட் அப் துவங்கியிருக்கவேண்டும். ஆனால் பலர் ஆர்வக் கோளாறில் கிடைத்த ஐடியாதான் அடுத்த ஜாக்பாட் என்று அவசரப்பட்டு ஆராயாமல் தொழில் துவங்கி அவதிப்படுகின்றனர். உங்கள் பொருள் வாடிக்கையாளரின் தேவையை மற்றப் போட்டியாளர் களைவிட பெட்டராக பூர்த்தி செய்கிறதா என்று பாருங்கள். இல்லையெனில் போட்டியாளர்களைவிட உங்கள் பிராண்டை வித்தியாசப்படுத்தும் வழி தேடுங்கள்.

பிராண்ட் வெற்றிபெற அது வாடிக்கையாளருக்குத் தேவையானதாக இருக்கவேண்டும். போட்டி பொருள்களிலிருந்து வித்தியாசப்பட வேண்டும். உங்கள் பிராண்ட் வித்தியாசம் காலப்போக்கில் குறையலாம். அதனால் விற்பனை சரியலாம். பிராண்ட் வித்தியாசம் குறையாமல் பார்த்து போட்டியாளர்களை விட பெட்டர் என்று காட்டவேண்டிய பொறுப்பு உங்களுடையது. செய்து பாருங்கள். சரிந்த விற்பனை விரிந்து நிற்கும்!

ப்ராண்டின் விலை சரியாக நிர்ணயிக்கப்பட்டிருக்கிறதா?

பொருள் விலையைக் குறைத்தால் விற்பனை கூடும் என்பது எல்லா நேரங்களிலும் நடப்பதில்லை. எல்லாப் பொருள்களுக்கும் பொருந்துவதில்லை. மற்றவற்றைவிட எங்கள் மினரல் வாட்டர் பாட்டில் விலை கம்மி வெறும் எட்டு ரூபாய் மட்டுமே என்று விற்றுப் பாருங்கள். முகம் அலம்பக்கூட மக்கள் அதை வாங்க மாட்டார்கள். அத்தனை குறைவான விலையில் விற்கப்படும்

தண்ணீர் எப்படி தரமானதாக இருக்கமுடியும் என்று சந்தேகப் படுவார்கள்.

உங்கள் பிராண்டின் தன்மைக்கும், தரத்திற்கும், பயனுக்கும் ஏற்றபடி விலை நிர்ணயிக்கப்பட்டிருக்கிறதா என்று பாருங்கள். அங்கு பிரச்னை இருந்தால் சரி செய்யுங்கள். போட்டியாளர் களைவிட உங்கள் பொருள் விலை அதிகமாகக்கூட இருக்கலாம், தப்பில்லை. அதன் பயன் வாடிக்கையாளருக்குத் தேவையானதாக இருக்கவேண்டியது முக்கியம். 'அக்வா ஃபீனா' மற்ற பிராண்டுகளைவிட இரண்டு ரூபாய் அதிகம் இருந்தும் அமோகமாக விற்பதைக் கவனியுங்கள்.

பிராண்ட் பற்றிய தெரிதல் புரிதல் இருக்கிறதா?

தெரியாத பிராண்டை யார் வாங்குவார்கள்? பிராண்டைப்பற்றி முழுமையாகத் தெரியாதபோது எப்படி வாங்குவார்கள்? பிராண்ட் பற்றி விழிப்புணர்வு தேவையான அளவு இருக்கிறதா என்று தேடுங்கள்.

வெறும் விழிப்புணர்வு மட்டுமே பத்தாது. பிராண்ட் பெயர் தெரிந்தால் மட்டுமே யாருக்கும் வாங்கத் தோன்றாது. பிராண்டின் தன்மைகளும் பயன்களும் வாடிக்கையாளர்களுக்கு முழுமையாகத் தெரிந்திருக்க வேண்டும். அவர்கள் தேவையை பிராண்ட் பூர்த்தி செய்யும் விதம் புரிந்திருக்கவேண்டும். அப்பொழுதுதான் பிராண்ட் வாடிக்கையாளர் கண்ணில் படும், மனதில் நிற்கும், வாங்கவும் தோன்றும். உங்கள் பிராண்ட்பற்றி உங்களுக்குத் தெரிந்திருக்கும் அளவிற்கு வாடிக்கையாளருக்குத் தெரிந்திருந்தால்தான் உங்கள் கல்லா களை கட்டும்.

பிராண்ட் சரியாக வினியோகிக்கப்படுகிறதா?

பொருள்பற்றி தெரிதலும் சரியான விலையும் இருந்தால் மட்டும் பத்தாது. வினியோகமுறையும் சரியானதாக இருத்தல் அவசியம். பல நேரங்களில் பிராண்ட் விற்பனை குறைவிற்குக் காரணம் அது சரியான வினியோக முறைப்படி விற்கப்படாததால்.

ஒன்று, பிராண்ட் உங்கள் வாடிக்கையாளர் வாங்கும் கடையில் இல்லாமல் போகலாம். இல்லை வாடிக்கையாளர் கண்ணில்படாத வண்ணம் கடையில் மறைந்திருக்கலாம். இன்றைய அவசர உலகில் வாடிக்கையாளர் உங்கள் பிராண்ட் கடையில் இல்லாதபோது அடுத்த கடை தேடிப் போகமாட்டார். கண்ணில் படாமல் இருந்தால் தேடி வாங்கும் பொறுமை இல்லாமலும் இருப்பார்.

இவ்வளவுதான் ப்ராப்ளங்களா? இதைச் சரிசெய்துவிட்டால் தொங்கிக்கொண்டிருக்கும் என் தொழிலைத் தூக்கிச் செங்குத்தாக நிறுத்திவிடமுடியுமா என்று கேட்பவர்களின் ஆர்வத்தை மனமாரப் பாராட்டுகிறேன். ஸ்டார்ட் அப் அத்தனை ஈசியென்றால் அனைவரும் ஆரம்பித்திருப்பார்களே. ஏன், நானேகூட ஆரம்பித்திருப்பேனே. இப்படி கன்சல்டண்ட்டாக புத்தகம் எழுதிக்கொண்டிருக்க மாட்டேனே!

விற்பனை வில்லங்களும் விவரங்களும் இன்னமும் விலாவாரியாக உண்டு. தொடர்ந்து விவாதிப்போம்.

47. விற்பனை விருத்திக்கு

ஸ்டார்ட் அப் துவங்கிவிட்டு ஸ்டார்ட்டிங் ட்ரபுள் இருந்தால் என்னசெய்வது, அதை எப்படிச்செய்வது என்பதுபற்றி பேசிக் கொண்டிருந்தோம். நினைத்தபடி விற்பனை இல்லை என்றால் எங்கு தேடவேண்டும் எதைத் தேடவேண்டும் என்பதில் சிலவற்றை சென்ற அத்தியாயத்தில் பார்த்தோம். மீதி இங்கு.

ரெவென்யூ மாடலில் மாற்றம் தேவையா?

உங்கள் ஸ்டார்ட் அப் பிசினஸ் மாடல் சரியாக வேலை செய்கிறதா, அதில் மாற்றம் தேவையா என்பதை ஆராயுங்கள். யார் வாடிக்கையாளர், அவருக்கு என்ன விற்கப் போகிறீர்கள், அவரிடமிருந்து என்ன, எப்படி, எப்பொழுது பணம் பெறத்திட்டம், வருவாய்க்கு வேறென்ன வழிகள் போன்ற கேள்விகளுக்கான விடைதான் பிசினஸ் மாடல். மார்க்கெட், தொழில் நுட்பம், சந்தைப்போக்குகள் மாறும்போது விற்பனை குறையலாம். அப்படி குறைகிறதா என்று பார்த்து அதற்கு ஈடு கொடுக்கும்வகையில் வருவாய் ஈட்டும் வழியில் மாற்றம் செய்யவேண்டியிருக்கும்.

'புக் மை ஷோ' கதையை நான் ஏற்கெனவே சொன்னது நினைவிருக்கலாம். அந்த ஸ்டார்ட் அப் தியேட்டர்களிடமிருந்து டிக்கெட்டுகளை வாங்கி தன் சைட்டிற்கு வருபவர்களிடம் விற்க

முடியாமல் தவித்தபோது தன் பிசினஸ் மாடலில் மாற்றம் செய்தது. அது தியேட்டர்களோடு ஒப்பந்தம் செய்து, வாடிக்கையாளர்கள் தன் மூலம் வாங்கும் டிக்கெட்டுகளுக்கு மட்டும் தியேட்டரிடமிருந்து கமிஷன் வசூலிக்கிறது. அது மட்டுமல்ல. சினிமாவைமட்டும் நம்பியிருந்தால் சில்லறை தேறாது என்பதை உணர்ந்து கலை, விளையாட்டு நிகழ்ச்சி அமைப்பாளர்களோடு ஒப்பந்தம் செய்துகொண்டு அந்த டிக்கெட்டுக்களையும் விற்று கமிஷன் பெறும் வகையில் தன் பிசினஸ் மாடலை மாற்றிக்கொண்டது. இன்று கவலையின்றி கல்லா கட்டுகிறது.

மார்க்கெட்டிங் சேல்ஸ் துறைகள் சேர்ந்து இயங்குகிறதா?

இரண்டு துறையும் ஒழுங்காக பணி செய்கிறார்களா என்று பார்க்கச் சொல்லவில்லை. அதையும் பார்க்கவேண்டும்தான். மார்க்கெட்டிங் தான் கம்பெனிக்கு பிரதானம் என்றாலும் சமயங்களில் ஒரு விற்பனையை வெற்றிகரமாக முடிக்க சேல்ஸ் உதவி தேவை. குறிப்பாக B2B - Business-to-Business தொழில்களில்.

வாடிக்கையாளர்கள் மாறி வரும் இந்நாளில் பழைய முறையில் விற்கமுடியாது. அப்பாயிண்ட்மெண்ட் இல்லாமல் ரைட் ராயலாக பார்க்க வரும் விற்பனையாளரின் கோல்ட் காலை கஸ்டமர்கள் இப்பொழுது விரும்புவதில்லை. ஆன்லைனில் பொருளைப்பற்றி தெரிந்துகொள்ளும் போக்கு அதிகரித்திருக்கிறது. போதாக்குறைக்கு இந்த சோஷியல் மீடியா வேறு. அதோடு பொருள் பற்றி மற்றவர்களிடம் விசாரித்து வாங்கும் வழக்கம் பரவியிருக்கிறது. இந்தச் சூழலில் மார்க்கெட்டிங் சேல்ஸ் துறைகள் தனித்தனியாக வேலை செய்தால் வாடிக்கையாளர்கள் சேர்ந்து வெளியேறுவார்கள். விற்பனையும் வெகுவாகக் குறையும்.

வாடிக்கையாளருக்கு உங்கள் பிராண்டைப்பற்றிய விழிப்புணர்வு ஏற்படுத்தும் நேரம்முதல் அதை வாங்கிப் பயன்படுத்துவதுவரை அந்த மொத்தப் பாதையிலும் அவருக்கு பிராண்ட்பற்றிய ஒருமித்த அனுபவம் அளிப்பது அவசியம். இதற்கு வாடிக்கையாளர்பற்றிய தெளிவான புரிதல் இருப்பதோடு அவரைப்பற்றி அவர் வாங்கும் முறைபற்றி அவர் பிராண்டை பயன்படுத்தும் வழியான கஸ்டமர் பாதை பற்றி மொத்தத்தையும் தெரிந்திருக்க வேண்டும். இந்த இரண்டு துறைகளும் இணைந்து செயல்பட்டால் மட்டுமே கஸ்டமருக்கு மொத்த பிராண்ட் அனுவத்தை அளிக்க முடியும். செய்து பாருங்கள். வாடிக்கையாளர் மயங்குவதை, விற்பனை கூடுவதை, சில்லறை சேருவதைக் கண்கூடாகக் காண்பீர்கள்.

ஊழியர்களை ரெடி செய்திருக்கிறீர்களா?

காலையில் ஆபிஸை திறந்து அவர்களுக்கு டேபிள் சேர் தந்து ஏசி போட்டு வைப்பதை சொல்லவில்லை. பல சமயங்களில் விற்பனை சரிவிற்குக் காரணம் கம்பெனியின் ஊழியர்களே. அவர்கள் வாடிக்கையாளரை சரியாகக் கவனிக்காமல், அவருக்கு பிராண்டை பற்றி ஒழுங்காக விவரிக்காமல், செய்யும் பணியை சரியாகச் செய்யாமல் இருப்பதால் விற்பனை இழப்பது ஒருபுறம் என்றால் அவர்களுக்குப் போதிய பயிற்சி அளிக்காமல், சரியான விற்பனை நுட்பங்களை கற்றுத் தராமல் 'வாடிக்கையாளரிடம் எப்படியோ சென்று எப்படியாவது விற்றுவிட்டு வா' என்றால் எப்படி விற்பார்கள்.

பல கம்பெனிகள், ஊழியர்களுக்கென்று தெளிவான பயிற்சி மற்றும் மேம்பாட்டுச் செயல்கள் லவலேசம் செய்வதில்லை. போட்டி நெருக்கித் தள்ளும் இன்றைய உலகில் உங்கள் வாடிக்கையாளரைக் கவர ஒரு கூட்டமே காத்துக்கொண்டிருக்கிறது. உங்கள் கம்பெனியின் ஒவ்வொரு ஊழியருக்கும் பிராண்ட்பற்றிய விழிப்புணர்வு முதல் பொருள் பற்றிய அடிப்படை அறிவுவரை, மார்கெட்பற்றிய செய்திகள் முதல், வாடிக்கையாளரைக் கவரும் வழிகள்வரை பயிற்சி வகுப்புகள் நடத்தினால்மட்டுமே சாதிக்க முடிகிறதோ இல்லையோ அட்லீஸ்ட் சர்வைவ் ஆக முடியும்.

அதற்காக அத்தி பூத்தாற்போல் ஒருமுறை பயிற்சி அளித்துவிட்டு அடுத்த வேலை பார்க்கப் போகக்கூடாது. நல்ல கம்பெனிகள் தங்கள் ஊழியர்களுக்கு மார்கெட்டிங், சேல்ஸ், கஸ்டமர் சர்வீஸ் பயிற்சிகள் தந்து புதுப்பித்துக்கொண்டேஇருப்பார்கள். நீங்களும் செய்து பாருங்கள். சரியும் விற்பனையைச் சரி செய்யமுடியும்!

உங்கள் ஊழியர்கள்தான் உங்கள் பிராண்ட் மற்றும் கம்பெனியின் முகம் என்பதை உணருங்கள். அவர்களும் அதை உணரும்படிச் செய்யுங்கள். அதோடு உங்கள் ஊழியர்களை உங்கள் போட்டியாளர்களின் ஊழியர்களோடு கம்பேர் செய்து பார்த்துக் கொண்டே வாருங்கள். அவர்களைவிடச் சிறந்து விளங்கு கிறார்களா? போட்டியாளர்களின் விற்பனையாளர்களைவிட உங்கள் விற்பனையாளர்கள் சராசரியாக அதிகம் விற்கிறார்களா? அதிகமான வாடிக்கையாளர்களைச் சந்தித்து அதிக அளவில் விற்பனையை முடிக்கிறார்களா? இதுபோன்ற கேள்விகள் கொண்டு சப்ஜாடாய் கம்பேர் செய்யுங்கள்.

பள்ளிக் காலத்தில் ரிப்போர்ட் கார்ட் எதற்குத் தந்தார்கள் என்று நினைத்தீர்கள். சக மாணவர்களுடன் கம்பேர் செய்யும்போது உங்கள் லட்சணத்தைத் தெரிந்துகொள்ள. அதையே உங்கள் தொழிலில் செய்யுங்கள்.

ரேங்க் கம்மியானால் சொல்லித் தர ட்யூஷன் வைப்பதுபோல் உங்கள் ஊழியர்கள் போட்டியாளர்களைவிட கம்மியான ரேங்கில் இருந்தால் பயிற்சி வகுப்புக்கள் அதிகம்வேண்டும் என்பதை உணருங்கள். அதை முதற் காரியமாக செய்யுங்கள்.

பள்ளிக் காலத்தில் செண்டம் எடுத்தீர்களோ இல்லையோ, உங்கள் ஸ்டார்ட் அப்பில் எடுப்பீர்கள்!

48. கற்பனைக்கெட்டா விற்பனைக்கு

ஸ்டார்ட் அப்பில் ஸ்டார்ட்டிங் ட்ரபுள் வந்தால் செய்யவேண்டிய ரிப்பேர்கள் பற்றிப் பேசினோம். சிக்கல் வரும்வரை காத்திருக் காமல் வரும் முன் காக்கும் முறைகள்பற்றி இங்கு பேசுவோம்.

ஸ்டார்ட் அப் என்பது ஒரு பகாசுரன் மாதிரி என்கிறார்கள் 'ட்ரு வில்லியம்ஸ்' மற்றும் 'ஜோனாதன் வெர்னி'. அதற்கு தீனி போட்டுக் கொண்டே இருந்தால்தான் அது வளரும் என்கிறார்கள், தாங்கள் எழுதிய 'ஃபீட் தி ஸ்டார்ட் அப் பீஸ்ட்' என்ற புத்தகத்தில்.

ஸ்டார்ட் அப்பின் வளர்ச்சிக்கு வித்திடுவது மூன்று 'P' என்கிறார்கள். அவையாவன பொறுமை (Patience), விடா முயற்சி (Persistence), திட்டமிடல் (Plan). முதல் இரண்டும் உங்கள் உள்ளத்தில் அபரிமிதமாக இருக்கவேண்டியவை. இவை இரண்டும் சொல்லித் தந்து சேர்வதில்லை. திட்டமிடலும் அதன் செயலாக்கமும் ஸ்டார்ட் அப்பில் உள்ள அனைவரும் சேர்ந்து செய்யவேண்டிய கூட்டு முயற்சி. அதற்குத் தேவையான ஏழு படிகளை அவர்களே விளக்குகிறார்கள்.

கேள்வி கேளுங்கள்

நன்றாக இருந்ததா, மீண்டும் வாங்குவீர்களா என்றெல்லாம் உங்கள் பிராண்டை வாங்கியவர்களிடம் கேட்காமல் அவர்களிடம் ஒரே ஒரு

கேள்வி கேளுங்கள். இந்த பிராண்டை மற்றவர்களுக்கு பரிந்துரைப் பீர்களா? இக்கேள்விக்கான பதில்தான் உங்கள் ஸ்டார்ட் அப்பின் தலையெழுத்தை நிர்ணயிக்கும். தான் திருப்தியாவதோடு பிராண்ட் தன்னை மகிழ்விக்கும்போதுதான் வாடிக்கையாளர் அதன் ரசிகராக மாறுகிறார். ரசிகராகும் வாடிக்கையாளர்தான் மற்றவர்களிடம் தானே வலியச் சென்று பிராண்ட்பற்றி நான்கு நல்ல வார்த்தைகள் கூறி பரிந்துரைக்கவும் செய்வார்.

வாடிக்கையாளரோடு நிஜமான தொடர்புகொள்ளுங்கள்

வாடிக்கையாளர் கிடைத்தார் என்று அவரிடம் பிராண்டை விற்று அந்த இடத்தைக் காலி செய்யாமல் அவரோடு என்கேஜ் செய்யுங்கள். உங்கள் பிராண்ட்பற்றிய முழு விவரம் அவருக்குத் தெரிந்திருக்கிறதா? அவருக்குத் தேவையான அளவில், முறையில் விற்கிறோமா? அவருக்கு பிராண்டில் ஏதேனும் குறை இருக்கிறதா? என்று ஆராய்ந்து தெரிந்துகொள்ளுங்கள். சுருக்கமாகச் சொல்லவேண்டுமென்றால் அவரோடு ஒரு நீண்ட நெடிய உறவு மலரத் தேவையான அனைத்தையும் செய்யுங்கள்.

ஒவ்வொரு வாடிக்கையாளரும் அவசியம்

நம் வீட்டு கல்யாணத்திற்கு என்ன கூட்டம் வந்தாலும் அனைவரையும் வாங்க என்று மொத்தமாக வரவேற்காமல் ஒவ்வொருவராகச் சென்று கை பிடித்து வரவேற்று வாய் நிறைய வாங்க என்று அன்பாக உபசரிக்கிறோம். வந்தவர்களும் அதையே விரும்புகிறார்கள். வாடிக்கையாளர்கள் மட்டும் விதிவிலக்கா என்ன? உங்கள் பிராண்டை வாங்கும் அனைவரையும் ஒட்டு மொத்தமாகச் சேர்த்து உபசரிக்காமல் முடிந்தவரை ஒவ்வொருவ ரோடும் பதமாகப் பேசி பரிவாக நடந்துகொள்ளுங்கள். ஒவ்வொருவரின் தனிப்பட்ட திருப்திதான் ஒட்டுமொத்த உங்கள் வெற்றிக்கு அடித்தளம் என்பதை உணருங்கள்

வாடிக்கையாளர் மனதில் பட்டுக்கொண்டே இருங்கள்

வேகமான வாழ்க்கை, குறைந்து வரும் மக்கள் ஞாபசக்தியோடு பெருகும் போட்டி நிறைந்த காலம் இது. இந்தக் கூட்டத்தில், காட்டுக் கத்தலில் வாடிக்கையாளர் கண்ணில் எந்த ரூபத்திலாவது எந்த விதத்திலாவது பட்டுக்கொண்டே இருந்தால்தான் அவர் ஞாபகத்தில் இருந்துகொண்டே இருக்க முடியும். அவுட் ஆஃப் சைட் இஸ் அவுட் ஆஃப் மைண்ட். இதை மறக்காதீர்கள். சதா விளம்பரம் செய்யுங்கள் என்று சொல்லவில்லை. அவர் மனதில்

நீங்காமல் இருக்கும்படி மார்க்கெட்டிங் செயல்களை வடிவமையுங்கள்.

வாடிக்கையாளரைப் பெற வித்தியாசமாக சிந்தியுங்கள்

கூட்டம் சேர்க்க கழைக்கூத்தாடி மேளம் தட்டி வழிப்போக்கர்களின் கவனத்தைக் கவர்வதுபோல் வாடிக்கையாளரைக் கவர வித்தியாசமாக ஈர்க்கும் வழிகளைத் தேடுங்கள். உங்கள் மார்க்கெட்டிங் செய்கைகள் அவர்கள் கவனத்தை ஈர்ப்பதோடு உங்களைப்பற்றிய ஓர் உயரிய எண்ணத்தையும் அவர்கள் மனதில் விதைத்தால் மட்டுமே அவர்கள் 'அட' என்று உங்கள் பிராண்டை திரும்பிப் பார்ப்பார்கள். உங்கள் பிராண்ட் அவர்களுக்கு ஒரு புதிய அனுபவத்தைத் தந்தால் மட்டுமே அவர்கள் மனதில் உங்களால் நுழையமுடியும். நுழைவது என்ன நுழைவது, அங்கு இடத்தைப் பிடித்து மடத்தையே மடக்க முடியும்!

வாடிக்கையாளரை உங்கள் பிராண்டின் ரசிகராக்குங்கள்

நாம் ஏற்கெனவே பார்த்தது போல் வாடிக்கையாளர்களை உங்கள் பிராண்டின் ரசிகர்களாக்கும்போதுமட்டுமே அவர்கள் உங்களுடனே இருந்து, உங்கள் பிராண்டை அதிகமாக வாங்கி மற்றவர்களிடமும் உங்கள் பிராண்ட்பற்றிப் பேசி அவர்களையும் வாங்கச் செய்வார்கள். 'புல்லட்' பைக்கின் வாடிக்கையாளர்கள் அதற்கு ரசிகர் மன்றமே வைத்திருப்பதால்தான் விளம்பரமே இல்லாமல்கூட அன்றுமுதல் இன்றுவரை அந்த பிராண்டால் இந்திய முழுவதும் விர்ரென்று பறக்கமுடிகிறது.

மாற்று விகித மேட்டரை மறக்காதீர்கள்

கல்லாப் பெட்டியை மட்டுமே வைத்த கண் வாங்காமல் பார்த்துக் கொண்டிராமல் முக்கியமான நான்கு மாற்று விகித நம்பர்களை கவனித்துக்கொண்டே வாருங்கள். வாங்கக்கூடியவர்களில் எத்தனை சதவிகிதம் பேரை நீங்கள் தொடர்புகொண்டிருக்கிறீர்கள். தொடர்பு கொண்டவர்களில் எத்தனை பேர் உங்கள் பிராண்டை வாங்க விருப்பம் தெரிவித்திருக்கிறார்கள். விருப்பம் தெரிவித்த வர்களில் எத்தனை பேர் வாடிக்கையாளர்களாக மாறியிருக் கிறார்கள். வாடிக்கையாளர்களில் எத்தனை பேர் அதன் ரசிகர்களாகியிருக்கிறார்கள்!

உங்கள் பிராண்டை விற்பதில் வெற்றி பெற அதை உருவாக்க நீங்கள் எத்தனை கவனம், தீவிரம், புதுமை செலுத்தினீர்களோ

அத்தனைக்கும் குறையாமல் மார்க்கெட்டிங் செயல்களிலும் செலுத்தவேண்டும். இது லேசுப்பட்ட காரியமல்ல. அதற்காக கோடிக்கணக்காக பணம் செலவழிக்க வேண்டியதுமில்லை. உங்களுக்குத் தேவை சாமர்த்தியமும் சமயோஜிதமும்தான்.

உங்கள் ஸ்டார்ட் அப் பகாசுரனுக்கு தீனி போட்டுக்கொண்டே வாருங்கள். அவனும் உங்களுக்கு தங்க முட்டையை மூட்டை மூட்டையாக போட்டுக்கொண்டே வருவான்!

49. தோற்றவரிடமிருந்து தேற்றுவோம்

வெற்றிபெற்ற ஸ்டார்ட் அப்ஸ்பற்றி இதுவரை பார்த்தோம். வெற்றிக்கு வழி தேடுவதற்கு முன் தோல்வியடையும் ஸ்டார்ட் அப்ஸ் பற்றியும் அது தோல்வி அடையும் விதங்கள்பற்றியும் சற்று பேசுவோம். இந்தியாவில் துவங்கப்படும் பத்து ஸ்டார்ட் அப்ஸ்ஸில் ஒன்பது பூட்ட கேஸ் என்கின்றன ஆய்வுகள். திண்டுக்கல் பூட்டுக்கு ஆர்டர் செய்யப்பட்டு சாதி சனத்துக்கு செய்தி சொல்லப்படுகிறதாம்.

சிந்தித்துப் பாருங்கள். ஒரு மருத்துவமனையில் அட்மிட் ஆகும் பத்து பேஷண்டுகளில் ஒன்பது பேர் அவுட் என்று தெரிந்தால் அங்கு யாராவது அட்மிட் ஆவாரா? செத்தால் சொந்த வீட்டில் சாகிறேன் என்று எஸ்கேப் ஆகமாட்டாரா? இருந்தும் ஸ்டார்ட் அப் துவங்க ஒரு கூட்டம் இந்நாட்டில் ரெடியாக இருக்கிறது. துணிவே துணை என்று புதைகுழியில் இறங்கிப் போராடும் கூட்டம் அதிகரிக்கவே செய்கிறது. இது ஆண்டவன் அருளில் அதிகரிகட்டும். இந்நாட்டின் தலையெழுத்தை மாற்றி வேலை வாய்ப்புக்கும் வளமைக்கும் வழி செய்யட்டும்.

ஆண்டுதோறும் நண்டு சிண்டாக பதினைந்தாயிரம் ஸ்டார்ட் அப்ஸ் துவங்கப்படுகின்றன என்கிறது NASSCOM ஆய்வு. அதில் ஒரு சில மட்டும் வெற்றி பெறுகின்றன. மற்றவை தோற்றாலும்

மற்றவர்களுக்குப் பாடங்களாகின்றன. அப்பாடங்களில் சிலவற்றை இந்த அத்தியாயத்தில் ரிவைஸ் செய்வோம்.

இதில் ஆச்சரியம் என்னவென்றால் பணமின்றி ஃபெயிலாகும் ஸ்டார்ட் அப்ஸ் சொற்பம்தானாம். யார் செய்த புண்ணியமோ, இந்த ஏழை நாட்டில் ஸ்டார்ட் அப்ஸ் துவங்க பணத்திற்குப் பஞ்சமில்லை. சொல்லப் போனால் அத்தனை பணம் வருவதுதான் சில ஸ்டார்ட் அப்ஸுக்கு ப்ராப்ளமே. வந்த பணம் தொழிலின் வருவாய் அல்ல அதற்கான முதலீடே என்பதை மறந்து வாரி இறைக்கிறார்கள். வழுக்கி விழுகிறார்கள்.

ஸ்டார்ட் அப்பின் அடிப்படைத் தேவை வாடிக்கையாளரின் பூர்த்தி செய்யப்படாத ஒரு தேவை. அத்தேவையை வேறு யாரும் அதுவரை பூர்த்தி செய்யாமல் இருக்கவேண்டும். அல்லது மற்றவர்களைவிட பெட்டராக பூர்த்தி செய்யவேண்டும். மற்றவர் பூர்த்தி செய்யும் தேவையை நானும் பூர்த்திசெய்கிறேன் என்று கிளம்புவதால்தான் ஸ்டார்ட் அப் தோற்கின்றன. ஃபுட் டெலிவரி செய்ய ஏற்கெனவே பல கம்பெனிகள் இருக்க நானும் அதைச் செய்கிறேன் என்று கிளம்பிய 'டேஸ்லோ', 'ஈட்லோ', 'ஸ்பூன்ஜாய்', 'யம்மிஸ்ட்' என்று டஜன் ஸ்டார்ட் அப்ஸ் பேக் அப் ஆனது. கூட்டத்தோடு கோவிந்தா போட்டால் ஸ்டார்ட் அப் கோவிந்தா என்பதே தோற்றவர்கள் கற்றுத் தரும் பாடம்.

ஸ்டார்ட் அப் ஐடியா வித்தியாசமாக இருப்பது ஒருபுறமென்றால் அந்த ஐடியாவை மற்றவர் காப்பியடிக்க முடியாமல் இருக்க வேண்டியதும் அவசியம். 'டையல் எ செலப்' (Dial a Celeb) என்ற ஸ்டார்ட் அப் உங்களுக்குப் பிடித்த பிரபலத்தோடு வீடியோவில் பேசலாம் என்று துவங்கப்பட்ட ஸ்டார்ட் அப். பிரபலம் என்றால் வாயில் வழிவதைத் துடைக்காமல் வேடிக்கை பார்க்கும் இந்நாட்டில் இது நல்ல ஐடியாதான். என்ன பிரயோஜனம், 'ஐடியா நல்லா இருக்கே' என்று பிரபலங்களே நேரடியாக மக்களோடு பேசத் துவங்க அந்த ஸ்டார்ட் அப் க்ளோஸ் அப் ஆனது!

ஸ்டார்ட் அப்ஸ் தோற்க இன்னொரு காரணம் அவர்கள் ஐடியா வித்தியாசமாக இருந்தாலும் அது பணம் பண்ண முடியுமா என்று யோசிக்காமல் துவங்கப்படுவதுதான். ஐடியாவில் கவனம் செலுத்தும் அளவு ஸ்டார்ட் அப்பின் ரெவன்யூ மாடலில் கவனம் செலுத்தத் தவறுகின்றன. மார்க்கெட்டில் தவறி விழுகின்றன.

'பேபி பெர்ரி' என்ற ஸ்டார்ட் அப் குழந்தையின் அறிவாற்றல், உடல் நலம் போன்ற விஷயங்களை ஆப் மூலம் பெற்றோர்க்குத்

தருகிறேன் என்று துவங்கியது. குழந்தைக்கு தடுப்பூசி தர நினைவூட்டுகிறேன், குழந்தை மருத்துவரிடம் அப்பாயிண்ட்மெண்ட் வாங்கித் தருகிறேன் என்றெல்லாம் கூறியது. இதையெல்லாம் பெற பெற்றோர்கள் தயாராக இருப்பார்கள் என்பதைத் தெரிந்த ஸ்டார்ட் அப்புக்கு, அதற்குப் பணம் தந்து வாங்குவார்களா என்பதைத் தெரிந்துகொள்ளத் தவறியது. ஃப்ரீயாய் வேண்டுமானால் தா என்று பெற்றோர்கள் கறாராகக் கூற தன் தொழிலுக்கு எங்கு தடுப்பூசி கிடைக்கும், யாரிடம் அப்பாயிண்ட்மெண்ட் வாங்கலாம் என்று தேடி வாடியது. ரெவென்யூ மாடல் இல்லை. அதனால் ரெவென்யூவும் இல்லை. அந்த ஸ்டார்ட் அப்பும் இன்றில்லை!

ஸ்டார்ட் அப் வெற்றி பெற அதன் ஐடியா புதுமையாக இருக்க வேண்டும். இதிலும் சிலர் கோட்டை விடுகின்றனர். தொழில் துவங்கும் ஐடியா அண்டசராசரத்தையே அடக்கும்படி இருக்க வேண்டியதில்லை. அட்லீஸ்ட் லவலேசமாவது புதுமையாக இருந்து வாடிக்கையாளருக்கு அதுவரை தரப்படாத பயனைத் தருவதாக இருக்கவேண்டும். அதேபோல் அயல் நாடுகளில் வெற்றிகரமாக இருக்கும் ஸ்டார்ட் அப் ஐடியாக்களை காப்பி அடிக்கலாம், தப்பில்லை. ஆனால் அந்த ஐடியா இந்தியாவிற்குப் பொருந்துமா என்று பார்த்து நம்மூர் மக்களுக்குப் பயன்படும் வகையில் ஐடியாவில் சிறு மாற்றங்கள் செய்வது முக்கியம்.

பிஞ்சிலேயே பழுப்பது தப்பாட்டம். பழங்களிலிருந்து குழந்தைகள் வரை அனைத்துக்கும் பொருந்தும் இதில் ஸ்டார்ட் அப்ஸையும் சேர்த்துக்கொள்ளலாம். சொந்த ஊரில் சரியாக வளரத் துவங்கும் முன் நாடெங்கும் விரிய விரும்பப்பட்டு அவசரப்படும் ஸ்டார்ட் அப்ஸ் சரிகின்றன. நிற்கவே ஆரம்பிக்காத குழந்தை ஓட ஆசைப்பட்டால் என்னாகும்? அந்தக் கதிதான் பிறந்தவுடனேயே பழுக்க நினைத்து பரவ நினைக்கும் ஸ்டார்ட் அப்புக்கும்.

'தூத்வாலா' என்ற ஸ்டார்ட் அப்பின் சோகக் கதை இதை விளக்கும். பூனா, பம்பாய் மற்றும் ஐதராபாத்தில் பால் சப்ளை செய்ய அங்குள்ள பால்காரர்களோடு ஒப்பந்தம் செய்து ஆரம்பித்தது. ஸ்டார்ட் அப் ஸ்பீட் எடுக்க ஆரம்பிக்கும் முன்னேயே 'சே! போயும் போயும் மூன்று நகரங்களில் மட்டுமா நம்மைச் சுருக்குவது?' என்று நினைத்து அகலக் கால் வைத்து நாடு முழுவதும் கடை பரப்பியது. 'ஒருத்தனுக்கு எழுந்து நிற்கவே வக்கில்லையாம், அவனுக்கு ஒன்பது பொண்டாட்டி கேக்குதாம்' என்ற வசனம் ஞாபகம் வருகிறதா. அதுதான் இந்தக் கதையின் கிளைமேக்ஸ். காலை

ஊன்றக் கற்றுக்கொள்ளாமல் செய்யும் தவறுகளை சின்னதாக இருக்கும்போதே திருத்திக்கொள்ளாமல் காலை பெப்பரப்பே என்று பரப்பினால் ஃபணால்தான் என்று மற்றவர்களுக்குப் பாடமாகியது.

பட்டுக்கொண்டு அதன் மூலம் படிப்பினை பெறலாம் என்று நினைப்பது மடத்தனம். பட்டுக்கொண்ட பலரைப் பார்த்து அதிலிருந்து பாடம் பயில்வது புத்திசாலித்தனம். ஸ்டார்ட் அப் துவங்க ஆசையிருந்தால் இதுபோல் தோல்விக் கதைகளைத் தேடிப் படியுங்கள். உங்கள் ஸ்டார்ட் அப்புக்கு புண்ணியமாகப் போகும்!

50. காலம் காலமாக கோலோச்ச...

ஸ்டார்ட் அப் வளர்ச்சியைத் தடுக்கும் விஷயங்களும் அதைத் தீர்க்கும் விதங்களும் ஒருபுறமிருக்கட்டும். ஸ்டார்ட் அப் வேகமாக வளர்வதும் பிரச்னையே. வேகமான வளர்ச்சி ஸ்டார்ட் அப்பை வழுக்கி விழச் செய்யும்.

வளர்ச்சியில் மயங்கி ஸ்டார்ட் அப்பைத் துவக்கியவர்கள் அதற்குத் தேவையான ஒழுக்கத்தை, கட்டுப்பாடுகளை விதிக்க மறக்கிறார்கள். அப்படிச் செய்தால் வளர்ச்சி தடைபடும் என்று நினைக்கிறார்கள். வேகமான வளர்ச்சியால் ஸ்டார்ட் அப்பில் குழப்பம் துவங்கி, செயல் திறன் குறைந்து சமயத்தில் மொத்த பிசினஸ்ஸும் தனது பாரம் தாங்காமலே சரிகிறது.

ஸ்டார்ட் அப் வளர்ந்து முதிர்ந்த கம்பெனியாக தேவை அதன் வளர்ச்சியை நேர்படுத்த உதவும் நான்கு செயல்கள் கொண்ட கட்டமைப்பு என்கிறார்கள் 'ரன்ஜய் குலாட்டி' மற்றும் 'அலிஷியா டிசண்டோலா'.

நூற்றுக்கணக்கான ஸ்டார்ட் அப்பை ஆராய்ந்து அதன் வளர்ச்சியே அதனை வீழ்த்தாமல் இருக்கும் வழிகளை 'ஹாவர்ட் பிசினஸ் ரெவ்யூ' என்ற ஜர்னலில் 'ஸ்டார்ட் அப்ஸ் தட் லாஸ்ட்' என்ற ஆராய்ச்சி கட்டுரையாக எழுதினார்கள். இந்த நான்கு செயல்களும் ஸ்டார்ட் அப்பை நேர்பட வளரச் செய்வதோடு மார்க்கெட்

வாய்ப்புக்களை சரியாக பயன்படுத்திக்கொள்ளவும் உதவும் என்கிறார்கள்.

கம்பெனி செயல்பாடுகளை நேர்படுத்துங்கள்

ஸ்டார்ட் அப் துவங்குபவர் முதலில் தனி மரமாக எல்லா வேலைகளையும் தன் தலையில் போட்டுக்கொண்டு செயல் படுகிறார். ஆரம்ப ஜோர், சிறிய சைஸ் தொழில் என்பதால் ஒரு கை ஓசை, ஓகே ஆகலாம். தொழில் வளரும்போது பணிகளில் சிக்கல் அதிகமாகும். சவால்கள் முளைக்கும். தொழில் செயல்பாடுகளை நேர்படுத்துவது அவசியமாகும். மார்க்கெட்டிங், மனித வளம், ஆர் அண்ட் டி என்று கம்பெனியின் செயல்பாடுகளை பிரிவுபடுத்துவது சிக்கல்களை சீர்படுத்தும். ஒவ்வொரு பிரிவு ஊழியர்களும் தம் பணிகள் மட்டும் செய்வதால் அதில் அதிக தேர்ச்சி பெறுவார்கள். அதன் மூலம் தங்கள் பிரிவில் சிறந்த நடைமுறைகளை அறிமுகப்படுத்துவார்கள். இதனால் கம்பெனியில் செயல்பாடுகள் நேர்படுவதோடு செயல்திறனும் கூடும்.

நிர்வாக அமைப்புக்களை நிறுவுங்கள்

கம்பெனியில் சிறப்புப் பிரிவுகளை நிர்மாணிப்பது முதல் படி என்றால் அதற்கேற்ற நிர்வாக அமைப்புக்களை நிறுவுவது அடுத்த படி. ஒருவரே அனைத்துப் பிரிவுகளையும் நிர்வகித்தால்தான் கம்பெனி கட்டுக்கோப்பாக இருக்கும் என்று பலர் தப்பு கணக்குப் போட்டு அனைத்துப் பிரிவுகளையும் சப்ஜாடாக தன் வசம் வைத்திருப்பார்கள். இதனால் கம்பெனி செயல்பாடுகளில் மேற்பார்வை அளவு சரிகிறது. ஊழியர்கள் பணி நிமித்தமான சந்தேகங்களுக்குத் தீர்வு காணத் தேவையான நிர்வாக வழிகாட்டல் குறைகிறது. முடிவுகள் எடுக்க முடியாமல் கம்பெனி பிரிவுகள் ஸ்தம்பிக்கின்றன.

இதற்கு தீர்வு கம்பெனியின் முக்கிய பிரிவுகளுக்கு விரைவாக முடிவெடுக்கும் அதிகாரம் கொண்ட மேற்பாளர்களை அமர்த்துவது. முடிவுகள் விரைவாக எடுக்கப்படுவதோடு எடுக்கப்படும் முடிவுகளுக்கு தாங்கள்தான் பொறுப்பு என்ற எண்ணம் அவர்கள் பொறுப்புணர்வைக் கூட்டுகிறது. உத்வேகத்தை அதிகரிக்கிறது.

திட்டமிடுதலில் ஒழுக்கம்

ஸ்டார்ட் அப் வளரும் படலத்தில் அதை வழிநடத்த இலக்குகளும் திட்டமிடுதலும் அவசியம். எங்கு செல்கிறோம், அங்கு எப்படி

செல்வதாக உத்தேசம் என்பதில் தெளிவு தேவை. அப்பொழுதுதான் புதுமைகளைப் புகுத்த முடியும். அதோடு வேகமாக மாறி வரும் மார்க்கெட்டிற்கு ஏற்ப தங்களை மாற்றிக்கொள்ளவும் முடியும்.

கம்பெனி கலாச்சாரத்தை வளருங்கள்

கூலிக்கு மாரடிக்கத்தான் வாழ்க்கை என்றாலும் கூலி மட்டும் திறமையான ஊழியர்களை ஸ்டார்ட் அப்பில் சேர வைப்பதில்லை. சக ஊழியர்களுடன் சேர்ந்து தெளிவான இலக்கை நோக்கிப் பயணிக்கப் போகிறேன் என்ற எண்ணமே அவர்களை ஸ்டார்ட் அப்பில் சேர ஈர்க்கும். அவர்கள் சேர்ந்தபிறகு அவர்கள் மனதில் உத்வேகத்தை வளர்த்து இரவு பகல் பாராமல் பணி செய்ய வைப்பது ஸ்டார்ட் அப்பில் நிலவும் கலாச்சாரம். இதைப்பற்றி ஏற்கெனவே நிறைய பேசியிருக்கிறோம். கம்பெனி கலாச்சாரம்தான் ஒற்றுமையை வளர்த்து அனைவரையும் ஒன்று சேர இலக்கை நோக்கி ஸ்டார்ட் அப்பை இட்டுச் செல்லும் ஒரே வழி.

ஸ்டார்ட் அப் வளர்ச்சியில் உள்ள வில்லங்கைகளை உங்களுக்கு விரிவாகப் புரிய வைக்க 'மைக்ரோமேக்ஸ்' கதையை விலா வாரியாக விளக்கவேண்டியிருக்கிறது. தான் விற்ற செல்ஃபோன்கள் போலவே சிறியதாகத் துவங்கிய இந்த ஸ்டார்ட் அப் அசுர வேகத்தில் வளர்ந்தது. மாதம் பத்து லட்சம் செல்ஃபோன்கள் விற்கப்பட இந்தியா மட்டும் பத்தாது என்று மற்ற நாடுகளுக்கும் காலடி எடுத்து வைத்து செல்ஃபோன்களும் பத்தாது என்று வேறு எலக்ட்ரானிக் பொருள்களையும் விற்கத் துவங்கியது.

வெளியிலிருந்து பார்க்கையில் வேகமான வளர்ச்சியாகத் தெரிந்தாலும் கம்பெனியில் ஏகப்பட்ட பிரச்னைகள். எக்கச்சக்கக் குழப்பம். இலக்குகள், செயல்திறன் திட்டமிடுதல், திட்டமிடாமல் தகர்த்தப்பட்டது. தகவல் பரிமாற்றம் அறவே இல்லை.

என்ன விற்றது என்று தயாரிப்புப் பிரிவுக்குத் தெரியவில்லை. வாடிக்கையாளர்களுக்கு என்ன பிடிக்கிறது என்பது ஆர் அண்ட் டிக்குக் கூறப்படவில்லை. யாரிடமும் ரியல் டைம் டேட்டா இல்லை. இதனால் ஏகப்பட்ட குளறுபடி. கேஷ் ஃப்ளோ ப்ராப்ளம் வேறு. இதனால் புதிய பிராண்டுகளை அறிமுகம் செய்ய முடியவில்லை. மைக்ரோ கம்பெனிக்கு மேக்ஸிமம் தலைவலி!

பிரச்னைகள் பூதாகரமாக, கம்பெனி போர்ட் மீட்டிங்கில் நிர்வாக சீர்திருத்தங்கள் செய்யவேண்டிய அவசியம் உணரப்பட்டது. கம்பெனி துவங்கியவர்களைத் தாண்டி வெளியிலிருந்து திறனான

ஒரு சி.இ.ஓ. நியமிக்கப்பட்டார். கம்பெனியின் முக்கிய பிரிவுகளை நிர்வகிக்க சிறந்த கம்பெனிகளிலிருந்து திறமையான நிர்வாகிகள் கொண்டு வரப்பட்டனர். கம்பெனியின் செயல்பாடுகள் சீர்படுத்தப்பட்டன. தொலைநோக்குப் பார்வையுடன் தெளிவான இலக்குகள் நிர்ணயிக்கப்பட்டன. தேறாத வெளிநாட்டுக் கிளைகள் மூடப்பட்டன. இன்வென்ட்ரி ப்ளானிங் சரிசெய்யப்பட்டது. கேஷ் ஃப்ளோ சீரானது. கம்பெனி மீண்டும் மூச்சு விட்டு வளரத் துவங்கியது!

ஸ்டார்ட் அப் வளரும்போது தெளிவான இலக்குகள், வழிகாட்டி முறைகள் நேர்படுத்தப்பட வேண்டிய அவசியத்தை, தகவல் பெற்று அதை அனைவரிடமும் பரிமாறவேண்டிய அவசரத்தை, செயல்படுபவர்களைக் காட்டிலும் செயல்முறைகள் கொண்டு கம்பெனி நிர்வகிக்கப்படவேண்டிய முக்கியத்துவத்தை படம் வரைந்து பாகங்களைக் குறிப்பிட்டு நமக்கு உணர்த்துகிறது மைக்ரோமேக்ஸ்.

51. சர்வம் பிராண்ட் மயம்

இந்தியாவில் ஸ்டார்ட் அப் சமாச்சாரம் துளிர்விடத் துவங்கிய புதிதில் பிறந்தவை பெரும்பாலும் பி2சி (Business-to-Consumer) தொழில்கள்தான். நுகரும் வாடிக்கையாளருக்கு நேரடியாக விற்கப்படும் பொருள்கள். சோப்பு, சீப்பு, கண்ணாடி இன்ன பிற.

ஆனால் கடந்த ஐந்து வருடங்களில்தான் பி2பி (Business-to-Business) - மற்ற தொழில்களுக்கு விற்கும் ஸ்டார்ட் அப்ஸ் அதிகமாக துவங்கப்பட்டு வருகின்றன. இந்தியாவில் சமீப காலங்களில் மூன்று மடங்கு வளர்ச்சி கண்டிருக்கிறதாம் பி2பி ஸ்டார்ட் அப்ஸ்.

இவ்வகைத் தொழில்கள் விசேஷமாக ஏதேனும் செய்ய வேண்டுமா? இவைகளைத் துவங்க நினைப்பவர்களுக்கு இதிலிருந்து அறிவிப்பது என்னவென்றால்...

முதல் காரியம், பி2பி ஸ்டார்ட் அப்ஸும் பிராண்ட் செய்யப்பட்டு விற்கப்படவேண்டும். பி2பி தொழில்களை பிராண்ட் செய்வதா என்றே பலருக்கு ஆச்சரியம். செய்யமுடியும் என்பதில் நம்பிக்கையும் இல்லை. இவ்வகைப் பொருள்கள் கமாடிடி. இவைகளை பி2சி பொருள்கள்போல் வித்தியாசப்படுத்தி விற்கமுடியாது என்று சிலர் தாங்கள் பிடித்த முயலுக்கு மூன்று கால்

என்று ஒற்றைக் காலில் நின்று உளறுகிறார்கள். அவர்கள் ஏதோ சொல்லிக்கொண்டு போகட்டும். பி2பி தொழில் துவங்க நினைப்பவர்கள் அவர்கள் பேச்சு 'கா' விட்டு இந்த அத்தியாயத்திற்கு 'பழம்' விட்டுத் தொடர்ந்து படியுங்கள்.

கமாடிடி என்று ஓர் எழுவும் கிடையாது. பொருளை வித்தியாசப் படுத்தி விற்கமுடியாது என்று நினைக்கும் தொழிலதிபர்தான் கமாடிடி, என்று அறுபதுகளிலேயே கூறினார் 'ஹாவர்ட் பல்கலைக்கழக' மார்க்கெட்டிங் பேராசிரியர் 'தியோடர் லெவிட்'. விற்க முற்படும் எதையுமே வித்தியாசப்படுத்தும் போதுதான் அதற்கு ஒரு தனித்துவம் வருகிறது. வாடிக்கையாளருக்கு அந்தத் தனித்துவம் தேவையானதாகத் தெரியும்போதுதான் அது பிராண்ட் ஆகிறது. வாடிக்கையாளரைக் கேட்டு வாங்க வைக்கிறது. துவங்கிய தொழிலும் தழைக்கிறது.

பி2பி மட்டுமில்லை. சேவைத் தொழில்கள் (Services), தொழில் நுட்பக் கம்பெனிகள் (Technology), கடைகள் (Retail) எதையும் வித்தியாசப்படுத்தி பிராண்டாக விற்கமுடியாது என்று பலர் நினைக்கின்றனர். இத்தொழில்களுக்கு மார்க்கெட்டிங் தேவை இல்லை என்று சூடம் ஏற்றி சத்தியம் செய்கின்றனர். அக்கிரமத்திற்கு தப்பாட்டம் இது. தப்பான கருத்தை கெட்டியாகப் பிடித்துக்கொண்டு தன் பிசினஸை கெடுப்பது போதாதென்று மற்றவர்களுக்கும் கொரோனாவாகப் பரப்புகின்றனர். அது போதாதென்று இவர்கள் பிராண்ட், மார்க்கெட்டிங் தத்துவங்களை சரியாகப் புரிந்து கொள்ளாமலும் இருக்கின்றனர். புரிந்துகொண்ட கொஞ்சமும் தப்பும் தவறுதலுமாக.

பிராண்ட் என்றால் பி2சி கம்பெனிகள்தான் இவர்கள் நினைவிற்கு வருகிறது. ஏனெனில் பிராண்ட், மார்க்கெட்டிங் என்றாலே டீவியிலும் பேப்பரிலும் விளம்பரம் செய்வது என்று இவர்கள் நினைப்பதால். பி2சி கம்பெனிகள் விளம்பரம் செய்வதற்குக் காரணம் அதன் கோடிக்கணக்கான வாடிக்கையாளர்கள் இந்த நாடெங்கும் பரவி இருப்பதால்.

ஆனால் பி2பி கம்பெனிகளுக்கு விளம்பரம் தேவையில்லை. ஏனெனில் அவர்களுக்கு வாடிக்கையாளர்கள் மிஞ்சிப் போனால் நூற்றுக்கணக்கில் மட்டுமே இருப்பதால். 'ப்ரேஸ் இந்தியா' என்ற பி2பி கம்பெனி விளம்பரப்படுத்தாமல் இருப்பதற்குக் காரணம் என்ன? அவர்கள் தயாரித்து விற்கும் பொருள்களை நீங்களும் நானும் போய் வாங்குவதில்லை என்பதால். ஊரிலுள்ள ஒரு சில கார் கம்பெனிகள் மட்டுமே பல்க்காய் வாங்குவதால்!

அதேபோல் பி2சி வாடிக்கையாளர்கள் தங்கள் மனதிற்குப் பிடித்த பொருளை அவர்கள் உணர்வைத் தொடும்வகையில் விளம்பரப் படுத்தப்படும் பிராண்டுகளில் மயங்கி வாங்குகிறார்கள். ஆனால் பி2பி வாடிக்கையாளர்கள் அப்படியல்ல. அவர்கள் பொருளின் தரம், விலை, தொழில் நுட்பம் போன்றவற்றை அறிவு பூர்வமாக சீர்தூக்கி, உணர்ச்சிகளை ஒதுக்கி வைத்தே வாங்குகின்றனர் என்று தவறாக நினைக்கிறார்கள்.

பி2பி ஆகட்டும் அல்லது பி2சி ஆகட்டும், பொருளை வாங்குவது மனிதன் என்றால் அந்த மனம் உணர்வு, உணர்ச்சிபூர்வமாகத்தான் வாங்கும். பி2பி பிராண்டுகளில் இது கூடக்குறைய இருக்கலாம். அவ்வளவே. ஆனால் அனைத்து பி2பி பொருள்களையும் வாடிக்கையாளர்கள் அப்படியே அறிவுபூர்வமாக மட்டுமேதான் சிந்தித்து வாங்குகிறார்கள் என்பதெல்லாம் உடான்ஸ். 'பிஹேவியரல் எகனாமிக்ஸ்' தத்துவம் பிறந்து இந்தப் பிதற்றலை எல்லாம் உடைத்து உருத்தெரியாமல் ஆக்கிவிட்டது. பலர் இதையெல்லாம் படிப்பதில்லை. படித்தார் சொன்னால் கேட்பதுமில்லை. பழைய சிலபஸையே இன்னமும் புரட்டிக் கொண்டிருக்கிறார்கள்!

இதே கதைதான் தொழில் நுட்ப கம்பெனிகளிலும். தொழில் நுட்பம் தங்கள் தொழிலை வித்தியாசப்படுத்தும் என்று இருந்து விடுகிறார்கள். இன்றைய தொழில் நுட்பம் மாறி நாளையே இன்னொரு புதிய தொழில் நுட்பம் வரும்போது தான் காணாமல் போவோம் என்பதை அறியாமல். தங்கள் தொழிலை பிராண்ட் செய்யவேண்டும், அந்த பிராண்ட்தான் தங்கள் தொழிலைப் பாதுகாக்கும் என்பது இவர்களுக்கும் புரியவில்லை.

மேலே கூறிய துறைகளை பிராண்ட் செய்யமுடியாது என்று பலர் நினைப்பது ஒருபுறம் என்றால் சேவைத்துறையைச் சேர்ந்த பொருள் பிரிவுகளான பாங்க், மருத்துவமனை, கல்லூரி, ப்யூட்டி பார்லரை சேர்ந்த பலர் பிராண்ட் என்றால் என்ன என்பதையே புரியாமல் இருக்கின்றனர். கடைகளும் இந்த ஜோதியில் ஐக்கியம்.

ஏகப்பட்ட ஜவுளிக் கடைகள், நகைக்கடைகள் கோடிக்கணக்கில் விளம்பரம் செய்தாலும் அதைச் செய்யும் பிராண்ட் பெயரைச் சொன்னால் ஏதாவது வித்தியாசமாக உங்களுக்குப் படுகிறதா? இல்லை தனித்துவமாகத்தான் அப்பிரிவிலுள்ள பிராண்டுகள் தெரிகிறதா? கோடிக்கணக்கில் இவர்கள் விளம்பரங்களுக்கு செலவழிப்பது தங்களுடையது பிராண்ட் இல்லை என்ற

விஷயத்தை மூடி மறைக்கத்தான்! இதைச் சொன்னால் கடைக்காரர்களுக்கு கோபம் தான் வருகிறது.

பி2பி, சேவை, டெக்னாலஜி, கடைகள் எல்லாத் துறைகளுக்கும் பிராண்டிங் அவசியம். மார்க்கெட்டிங் முக்கியம். பி2சி கம்பெனிகளுக்கு மட்டும் ஒதுக்கப்பட்ட இலாகா அல்ல பிராண்டிங். ஒன்றும் வேண்டாம். உலகின் மிகப்பெரிய பத்து கம்பெனிகளில் எட்டு கம்பெனிகள் பி2பி ஜாதி என்றால் உங்களுக்கு ஆச்சரியமாக இருக்கிறதா. அதை விடுங்கள். உலகின் மிகப் பெரிய கம்பெனி ஒரு கடை. சகலமும் சப்ஜாடாகக் கிடைக்கும் சமுத்திர சைஸ் கடை. உலகெங்கும் பதினோராயிரத்து ஐநூறு கிளைகளுக்கும் மேல். ஆண்டு விற்பனை சுமார் ஐநூற்றி பதினான்கு பில்லியன் டாலர்கள். கடையின் பெயர் வால்மார்ட்!

பி2பி முதல் தொழில் நுட்ப ஸ்டார்ட் அப் வரை, கடைகள் முதல் சேவை தொழில்கள் வரை எதுவாக இருந்தாலும் வாடிக்கை யாளரைப் புரிந்து, தெளிவாகப் பயன்களைப் புகுத்தி, பிராண்டுகளாக தங்கள் பொருள்களை விற்றால்தான் எந்த ஸ்டார்ட் அப்பும் இனி பிழைக்கும். தழைக்கும்.

விதிவிலக்கே இல்லாத விதி இது!

52. பி2பி ஸ்டார்ட் அப்

பொருளை அல்லது சேவையை விற்கும் எந்தத் தொழிலும் அதை பிராண்டாக மாற்றி விற்றால்தான் விமோசனம். இந்த விதி பிஸினஸ் டு பிசினஸ் (பி2பி) தொழில்களுக்கும் பொருந்தும் என்பதை பார்த்தோம்.

தொழில்கள் நுகரும் கடைசி வாடிக்கையாளருக்கு விற்காமல் மற்ற தொழில்களுக்கு விற்பதற்கு பி2பி என்று பெயர். ஷாம்பு, சட்டை, கார் போன்றவற்றை நீங்களும் நானும் வாங்குகிறோம். இது பிசினஸ் டு கன்ஸ்யூமர் (பி2சி) மார்க்கெட்டிங். நட்டு, போல்ட், இன்ஜின், ப்ளேன் போன்றவற்றை வாங்குவது கம்பெனிகள். இவற்றை தங்கள் தயாரிப்புக்கு உட்பொருளாக வாங்கி மற்றவர்களுக்கு விற்கின்றனர். இதுதான் பிசினஸ் டு பிசினஸ் (பி2பி) மார்க்கெட்டிங்.

இவைகள் விளம்பரம் செய்வதில்லை என்பதால் இவைகளை வித்தியாசப்படுத்தி பிராண்டாக்கி விற்க முடியாது என்பதில்லை. உங்கள் ஸ்டார்ட் அப் பி2பி துறை சேர்ந்தது எனில் அதை விற்கத் துவங்கும் முன் முதல் காரியமாக பிராண்ட் ஆக்கும் வழியைப் பாருங்கள். அந்த வழிகளில் சிலவற்றை மட்டும் இன்று பார்ப்போம்.

மேன்மையாக்குங்கள்

எந்தப் பொருளையும் பிராண்டாக்க சுலபமான வழி அதை மற்ற பொருள்களைவிட மேன்மையாக்குவது. வாடிக்கையாளர்களுக்கு தேவையான ஒரு பயனை போட்டிப் பொருள்களைவிடச் சிறந்த செயல்திறன் மூலம் அளித்து வித்தியாசப்படுத்துவது. இதை பிராண்ட் சுப்பீரியாரிடி என்பார்கள். கம்ப்யூட்டரின் ஆபரேடிங் சிஸ்டத்தை மற்ற கம்பெனிகளைவிட சிறந்ததாக உருவாக்கித் தந்த 'மைக்ரோசாஃப்ட்'டின் 'விண்டோஸ்' ஆபரேடிங் சிஸ்டம் செய்தது போல.

வித்தியாசப்படுத்துங்கள்

பிராண்ட் தரும் பயன் போட்டியாளர் பிராண்டைவிட வித்தியாசமானது என்று காட்டும்வகையில் உங்கள் பி2பி ஸ்டார்ட் அப்பை பொசிஷனிங் செய்து விற்கலாம். இதை பிராண்ட் டிஃப்ரென்சியேஷன் என்பார்கள். மேன்மையாக்குவது என்பது பொருளின் செயல்திறன் மற்ற போட்டியாளர்களைக் காட்டிலும் பெட்டர் என்று நிரூபிப்பது. வித்தியாசப்படுத்துவது என்பது வழக்கத்திற்கு மாறான பயன் ஒன்றை வாடிக்கையாளருக்குத் தந்து அதன் மூலம் அவர்களைக் கவர முயல்வது.

'டேலாஸ்' என்று ஒரு கம்பெனி. ஃபாக்டரியில் பணி செய்பவர்களின் கண்களை நெருப்புப் பொறியிலிருந்து பாதுகாக்கும்படியான கண்ணாடி தயாரித்து விற்கும் கம்பெனி.

பொதுவாக ஊழியர்கள் கனமான, முகத்தைப் பாதி மூடும்படியான இவ்வகைக் கண்ணாடிகளை அணிந்து பணி செய்ய அவர்களுக்குப் பிடிப்பதில்லை. இதனால் கண்கள் பாதிப்புக்குள்ளாகி, பணி தடைபட்டு கம்பெனிக்கு நஷ்டம் உண்டாகிறது. ஆனால் ஃபாக்டரி நிர்வாகங்கள் எவ்வளவு கூறிப் பார்த்தாலும், ஊழியர்களை மிரட்டி உருட்டிப் பார்த்தாலும் பார்க்கக் கன்றாவியாக இருக்கும் கண்ணாடியை ஊழியர்கள் அணியாமல் டபாய்ப்பார்கள். இதை மாற்றும்விதமாக டேலாஸ் ஸ்டைலான கூலிங் க்ளாஸ்போல் இவ்வகைப் பாதுகாப்புக் கண்ணாடிகளை வடிவமைத்து விற்கிறது. தரத்தில் மற்ற கண்ணாடிகளைவிட எந்தவகையிலும் குறையாத டேலாஸ் கண்ணாடிகள் பார்க்க ஸ்டைலாக இருப்பதால் ஊழியர்கள் விரும்பி அணிகின்றனர். கண்களுக்கும் பாதுகாப்பு, பணிக்குத் தடையில்லை என்பதால் ஃபாக்டரிகளும் டேலாஸ் கண்ணாடிகளையே விலை அதிகம் இருந்தும் வாங்குகின்றனர். வித்தியாசப்படுத்தி பெற்ற விக்டரி இது!

தொகுத்து வழங்குங்கள்

மென்மையாக்கவோ வித்தியாசப்படுத்தவோ முடியாதபோது பொருளை தொகுத்து வாடிக்கையாளர்களுக்கு வழங்கலாம். சில சமயம் பி2பி சூழலில் ஒரு பொருளாக வாங்காமல் சில பொருள்களின் கலவையாக வாங்கப்படும். அதுபோன்ற நேரத்தில் தனியாக விற்காமல் அத்தனை பொருள்களையும் தொகுத்து விற்கலாம். இதை 'பிராண்ட் பண்ட்லிங்' என்பார்கள்.

பள்ளி கல்லூரி மாணவர்கள், ஆபீசில் பணி புரிபவர்கள் கழுத்தில் மாட்டிக்கொள்ளும் ஐடி கார்ட் ஒரு பொருள்போல் தோன்றினாலும் பல பொருள்களின் கலவை. புகைப்படக்காரர் ஃபோட்டோ பிடிப்பது ஒரு பணி, அதை ப்ரிண்ட் செய்வது இன்னொரு பணி, கார்டில் பெயர் வயது இன்ன பிற பிரிண்ட் செய்வது மற்றொன்று என்று பலரின் பங்களிப்பு தேவைப்படும் பி2பி பொருள் இது.

சென்னையைச் சேர்ந்த 'கோடெக்' என்ற கம்பெனி தங்கள் வாடிக்கையாளர்களிடம் அனைத்தையும் தானே சேர்த்து தொகுத்து வழங்கும் பொறுப்பை ஏற்று மொத்தமாக பிராண்டாக மாற்றி விற்கிறது. மார்க்கெட்டில் சக்கைப்போடுபோட்டு வளர்ந்தும் வருகிறது!

நுகரும் வாடிக்கையாளரை கவருங்கள்

மேலே கூறிய உத்திகள் பி2பி கம்பெனி, தான் விற்கும் பொருளில் ஏதோ ஒரு வகையில் ஜாலம் செய்து தன்னிடம் வாங்கும் கம்பெனியை கவரும் வழிகள். இதைவிட ஒரு தில்லாலங்கடி டெக்னிக் ஒன்று உண்டு. நாம் விற்கும் கம்பெனியைத் தாண்டி அந்தக் கம்பெனியின் வாடிக்கையாளரைக் கவர்ந்து அவர்களை நாம் விற்கும் கம்பெனியிடம் நம் பிராண்டை கேட்டு வாங்கச் செய்வது.

கம்ப்யூட்டர் வாங்கும்போது நம்மில் பலர் 'இண்டல்' இருக்கிறதா என்று கேட்டு அது இருக்கும் பட்சத்தில் அதிக விலை தந்துகூட வாங்குகிறோம். இண்டல் என்பது மைக்ரோப்ராசஸர் என்பதைத் தவிர பலருக்கு அதைப்பற்றி ஓர் எழவும் தெரியாது. மைக்ரோப்ராசஸர் கம்ப்யூட்டரில் எங்கிருக்கும், என்ன செய்யும் என்பதும் தெரியாது. ஆனால் தெரியாத அந்தப் பொருள் பிரிவு பிராண்டான 'இண்டெல்' இருக்கிறதா என்று தேடி கம்ப்யூட்டர் வாங்குகிறோம்.

ஏன்?

அங்கு இருக்கிறது பி2பி உத்திகளின் உச்சமாக இண்டல் நடத்திய மாயாஜாலம். பலர் மைக்ரோப்ராசஸர் தயாரிக்க, தன் பொருளை வித்தியாசப்படுத்தி கம்ப்யூட்டர் கம்பெனிகளை வாங்க வைப்பது எப்படி என்று சிந்தித்தது இண்டெல். சண்டைக்கார பி2பி கம்பெனி கால் பிடிப்பதைவிட சாட்சிக்கார வாடிக்கையாளர் காலைப் பிடிப்போம் என்று முடிவு செய்தது. 'எச்பி', 'டெல்' போன்ற கம்பெனிகளிடம் 'இண்டெல் இன்சைட்' லோகோவை அவர்கள் கம்ப்யூட்டர் பாக்கேஜிங்கில் பொறித்து, டிவி விளம்பரங்களில் காட்டினால் அவர்கள் இண்டல் வாங்கும் விலையில் தள்ளுபடி தருவதாக அறிவித்தது. கம்பெனிகளும் இணங்கின. வாங்கின.

மைக்ரோப்ராசஸர் என்றால் என்ன என்று தெரியாதவர்கூட இண்டெல் லோகோவை பெரிய கம்ப்யூட்டர் கம்பெனிகள் விளம்பரங்களில், பாக்கேஜிங்கில் பார்த்து 'ஓஹோ, பெரிய கம்ப்யூட்டர் கம்பெனிகளே இண்டல்லை பரிந்துரைக்கிறார்கள் என்றால் இதுதான் சிறந்தது போலும் என்று அதையே கேட்டு வாங்க, இண்டல் இல்லையேல் கம்ப்யூட்டர் இல்லை என்று நிலை. கம்ப்யூட்டர் கம்பெனிகள் இண்டலை வாங்க, இண்டல் இன்சைட் என்று துவங்கி இண்டல் எவ்வரிவேர் என்றானது.

அது போல் உங்கள் பி2பி ஸ்டார்ட் அப்பில் எதைச் செய்து வெல்வதாக உத்தேசம்?

53. சர்வீசஸ் ஸ்டார்ட் அப்

உலகப் பொருளாதாரம் அதிவேகமாக சேவைப் பொருளாதாரமாக மாறி வருகிறது. அதாவது சேவை பொருள்கள்தான் அதிக அளவில் விற்கப்படுகின்றன. அதனாலேயே சமீபமாக சர்வீசஸ் மார்க்கெட்டிங் முக்கியத்துவம் பெற்றிருக்கிறது.

சர்வீசஸ் மார்க்கெட்டிங் என்பது சேவைப் பிரிவு பொருள்களான பாங்க், செல்ஃபோன், ஆயுள் காப்பிட்டு, மருத்துவமனை முதல் ப்யூட்டி பார்லர், ட்யூஷன் செண்டர், இசைக் கச்சேரி வரையான வற்றை எளிதில் விற்கப் பயன்படும் அணுகுமுறையும் உத்திகளும்.

பொருள்களைப்போலவே மார்க்கெட்டிங் செய்யப்பட்டாலும் சேவைகளுக்கென நான்கு விசேஷ குணங்கள் உண்டு. சேவைப் பிரிவைச் சேர்ந்த பிராண்டுகளை தொட்டுப் பார்க்க முடியாது. அதை வாங்கினேன் என்று வாடிக்கையாளர் மற்றவருக்குக் காட்டக் கூட முடியாது. மதுரை 'ஸ்ரீவாசவி ஜுவல்லர்ஸ்' கடையில் நகை வாங்கினால் அதை போட்டுக்கொண்டு ஒரு சுற்று சுற்றி வந்து அனைவரிடமும் காட்டலாம். 'தாஜ் கன்னிமரா' ஹோட்டலில் தங்கியதை எதைக்கொண்டு காட்டமுடியும்?

மேலும் சேவைப் பிரிவு பொருள்கள் எல்லா இடங்களிலும் எல்லா நேரங்களிலும் ஒன்றுபோல் இருப்பதில்லை. 'ஸ்ரீஜா பால்' சென்னையில் குடித்தாலும் திருப்பதியில் குடித்தாலும் ஒரே

டேஸ்ட் தான். ஆனால் எல்லா ஊர்களிலும் அதன் பெயர் 'இந்தியன் ஓவர்சீஸ் பாங்க்' தான் என்றாலும் அதன் கிளைகள் எல்லா இடங்களிலும் எல்லா நேரங்களிலும் ஒன்றுபோலவா சேவை அளிக்கிறது? இந்த பிரான்ச்சைவிட அந்த பிரான்ச் எவ்வளவோ பெட்டர் என்று நாமே ஒரு பாங்கை பற்றி மற்றவர் சொல்லக் கேட்கிறோம் இல்லையா?

சேவைப் பொருள்களைத் தேர்ந்தெடுப்பது சற்றே காம்ப்ளக்ஸ் ஆனவை. சட்டச் சிக்கலைத் தீர்க்க வக்கீல் தேடும்போது நமக்கு சட்டம் பற்றி தெரியாததால் எதைக்கொண்டு இன்னார் நல்ல வக்கீல், இவர் சுமார் கேஸ் என்று தேர்ந்தெடுப்பது? அதே அரிசி வாங்கச் செல்லும்போது பல பிராண்டுகளைப் பார்த்து சுவைத்துத் தெரிந்து வாங்க முடிகிறது. சேவைப் பிரிவு பொருள்களை தேடி வாங்கித் தெரிந்துகொள்வதை விட வாங்கி அனுபவித்துதான் தெரிந்துகொள்ள வேண்டியிருக்கும். இன்னும் சொல்லப் போனால் வாங்கி அனுபவித்த பின்னும் சரியாக வாங்கினோமா என்று தெரிவதில்லை. பற்குழி சரி செய்ய பல் டாக்டரிடம் சென்று வருகிறீர்கள். அவர் சரியாகச் செய்தாரா சிமெண்ட் போட்டு முடினாரா என்று எப்படித் தெரிந்துகொள்வது!

சேவைப் பிரிவு பொருள்கள் பெரும்பாலும் செய்யும் இடத்திலேயே விநியோகம் செய்து வாங்கப்படுகிறது. 'ஜானி வாக்கர்' ஸ்காட்ச் ஸ்காட்லாண்டில் தயாரித்தாலும் உலகெங்கும் வாங்கப்பட்டு குடிக்கப்படுகிறது. அதாவது தயாரிப்பு ஓர் இடத்தில் இருந்தாலும் அது பருகப்படுவது பல்வேறு இடங்களில். சேவை பிரிவைச் சேர்ந்த பொருள்கள் அப்படியல்ல. சலூனுக்குச் சென்று, 'இந்தாப்பா என் முடி, இதை வெட்டி வை. மார்க்கெட்டுக்குப் போயிட்டு வந்து எடுத்துக்கறேன்' என்று சொல்ல முடியுமா? அதனாலேயே சேவைப் பிரிவு பொருள்கள் பெரும்பாலும் உடனேயே அழுகும் தன்மை உடையவை. அதற்காக பூ, பழம், காய்கறி என்று நினைக்காதீர்கள். இன்று சென்னையிலிருந்து மதுரை செல்லும் 'இண்டிகோ' விமானத்தில் பாதி சீட்டுகள் காலியாகச் சென்றன என்பதால் இன்றைக்கு இழந்த சீட்டுகளை நாளைக்கு விற்க முடியுமா!

சேவைப் பிரிவு ஸ்டார்ட் அப்பின் சவால் துவங்குவது அதன் பொருள் வடிவமைப்பில். வாடிக்கையாளர்களுக்கு என்னவித அனுபவத்தை தர விரும்புகிறோம் என்பதை முதலில் முடிவு செய்து அதற்கேற்ப சேவையை வடிவமைக்கவேண்டும். உங்கள் சேவை பிராண்ட் எதனால் வாடிக்கையாளர்களால் விரும்பப்படவேண்டும் என்று முடிவு செய்து அதற்கேற்ப உங்கள் சேவை ஸ்டார்ட் அப்பை

வடிவமைக்கவேண்டும். உங்கள் ரெஸ்டாரண்டிற்கு குழந்தை கஞடன் பெற்றோர்கள் வரவேண்டும் என்று நீங்கள் விரும்பினால் அதற்கேற்ப சீட்டிங் அமைப்பு, குழந்தைகளுக்கான ஸ்பெஷல் சேர், விளையாட்டு ஏரியா போன்றவைகளோடு வடிவமைத்தால்தான் வருவார்கள். சாப்பாட்டு ஐட்டங்கள் அதிக காரமில்லாத வகையில் இருந்தால்தான் மீண்டும் மீண்டும் வருவார்கள்.

சேவைப் பிரிவு பொருள்களை விற்க முயலும் முன், முக்கியமாக ஸ்டார்ட் அப்ஸ் தங்கள் ஊழியர்களை சரியாகத் தயார்படுத்த வேண்டும். வாடிக்கையாளர்கள் பார்ப்பது, வாங்குவது சேவை எனும்போது அதை அளிப்பவர் அல்லவா முக்கியம்?

மருத்துவமனை எவ்வளவு அழகாக இருந்தாலும் என்ன, கடைசியில் பேஷண்ட் அதை மதிக்கப்போவது தனக்கு வைத்தியம் பார்க்கும் டாக்டரின் திறமையையும் நர்ஸின் பராமரிப்பையும் தானே. இருவரும் வள்ளென்று விழுந்து கடித்துக் குதறினால் வியாதியே தேவலை என்றல்லவா வந்தவர் தலைதெறிக்க ஓடுவார். அதனால்தான் சொல்கிறேன், சேவைப் பிரிவு ஸ்டார்ட் அப்பின் முகம் பெரும்பாலும் அதன் ஊழியர்களே. அவர்களுக்கு விற்பனைத் திறமை முதல் வாடிக்கையாளர் சேவைவரை எல்லா சப்ஜெட்டையும் சப்ஜாடாக சொல்லித்தரவேண்டும்.

இதற்குத் தேவை இண்டர்னல் பிராண்டிங். சேவை பிராண்ட்பற்றிய விவரம், செய்தி, உத்தி, சேவை செய்யவேண்டிய முறைகளை வாடிக்கையாளர்களுக்கு விளக்கும்முன் ஊழியர்களுக்குக் கற்றுத் தரவேண்டும். வாடிக்கையாளர்கள் சேவைப் பிரிவு பிராண்டுகள் வாங்கும்போது சந்திப்பது ஊழியர்களை மட்டுமே. அதனால்தான் கீழ்மட்ட ஊழியர் முதல் அனைவருக்கும் தேர்ந்த பயிற்சி வகுப்புகளும் மேம்பாட்டுச் செயல்களும் செய்துகொண்டே இருக்கவேண்டும்.

கனிவான சேவை தருகிறோம் என்று சொல்லும் உங்கள் ப்யூட்டி பார்லர் வாசலில் நிற்கும் செக்யூரிட்டி, பீடி பிடித்தபடி தன்னை விசாரிக்கும் வாடிக்கையாளரிடம் 'யோவ் உள்ள போய் கேளுய்யா, என் உயிர எடுக்காத' என்று கூறினால் வருபவர் செக்யூரிடி மேல் உள்ள கோபத்தைவிட கடை ஓனரான உங்களை வெளியே இழுத்தல்லவா கழுவி ஊற்றிச் செல்வார்!

இந்த விஷயங்களில் சர்வீஸ் ஸ்டார்ட் அப்புகள் உஷாராக இருப்பது அவர்கள் தொழிலுக்கு நலம்!

54. ரீடெயில் ஸ்டார்ட் அப்

நம் நாட்டின் பொருளாதார வளர்ச்சியை நியான் போர்டில் கலர் கலராய் சீரியல் லைட் எரிய தெரியப்படுத்துவது, ஊரெங்கும் தினம் திறக்கப்படும் சைஸ் வாரியான, விதவிதமான கடைகள்.

கண்டதெற்கெல்லாம் கடை திறக்க சான்ஸ் கிடைக்கிறது. ஜவுளிக் கடை என்று இருந்தது இன்று ஆண்கள், பெண்கள் என்று தனித் தனி கடைகளாகப் பிரிந்து அதுவும் பத்தாமல் நைட்டிக்கு தனி, லெக்கின்ஸுக்கு தனி, உள்ளாடைகளுக்கு தனி என்று ஸ்பெஷலிஸ்ட் கடைகள் பிறக்கும் காலம் இது. கூடிய சீக்கிரமே கர்சீப்புக்கென்று தனியாக ஒரு கடை திறந்தாலும் ஆச்சரியப் படுவதற்கில்லை. ரீடெயில் ஸ்டார்ட் அப் துவங்க நினைவில் நிறுத்தவேண்டிய முக்கிய விஷயங்களை இந்த அத்தியாயத்தில் கடை பரப்புவோம்!

மற்ற பொருள் பிரிவுகளைப்போலவே வாடிக்கையாளர் கடையில் நுழையும் முன்பே அங்கு எந்தமாதிரியான பொருள்கள் எந்த விலையில் எதிர்பார்க்கலாம் என்பது அவருக்குப் புரியும்வகையில் கடைகள் பொசிஷனிங் செய்யப்படவேண்டும். இதை பல கடைகள் புரிந்துகொள்வதே இல்லை.

ரீடெயில் ஸ்டார்ட் அப் துவங்க நினைப்பவர்கள் முதல் காரியமாக தான் யார், எவ்வகை வாடிக்கையாளர்களை குறிவைக்கிறோம்,

என்னென்ன பயனைத் தருவதாக உத்தேசம் என்பதை முதலில் முடிவு செய்யவேண்டும். நாம் ஏற்கெனவே மார்கெட்டிங் சம்பந்தப்பட்ட அத்தியாயங்களில் பார்த்ததுபோல் கடைகளும் தனித்துவமாக பொசிஷனிங் செய்யப்படவேண்டும்.

நகைக் கடைகளின் பெயர்களைச் சொன்னால் உங்களுக்கு என்ன தோன்றுகிறது என்று எனக்குத் தெரியாது. ஆனால் 'கல்யாண் ஜ"வல்லர்ஸ்' என்று கூறினால் உங்களுக்கு முதலில் நடிகர் பிரபு மனதில் தோன்றினாலும், கூடவே 'நம்பிக்கை' என்ற வார்த்தையும் சேர்ந்து தோன்றுகிறதல்லவா. அதுதான் ரீடெயில் பொசிஷனிங். அதை ஒழுங்காகச் செய்ததால்தான் கல்யாண் ஜ"வலர்ஸ் இந்தியாவெங்கும் கடை விரித்து சக்கைப்போடு போடுவதோடு சீமையிலும் சிறகடித்து சிறப்பாகச் சிரிக்கிறது.

செண்டைமேளம் முழங்க கடை திறந்து கலக்கவேண்டும் என்ற விருப்பமுள்ளவர்கள் விற்பனை கூட்டுவதில் மட்டுமே கவனம் செலுத்தாமல் வாடிக்கையாளருடன் நீண்ட நெருங்கிய உறவு மலர வழி தேடவேண்டும். மகிழ்ச்சியான வாடிக்கையாளர்கள்தான் உங்கள் சிறந்த விளம்பரங்கள். அவர்களே மற்றவர்களிடம் உங்களைப்பற்றி புகழ்ந்து பேசி அவர்களைக் கையோடு அழைத்தும் வருவார்கள்.

மற்ற தொழில்களுக்கும் ரீடெயிலுக்கும் ஒரு பெரிய வித்தியாசம் உண்டு. தினம் வாடிக்கையாளருடன் பார்த்துப் பேசி பழகும் வாய்ப்பு மற்ற தொழில்களுக்கு இல்லை. இது ரீடெயில் கடைகளுக்கு மட்டுமே கிடைக்கும் வாய்ப்பு. இருந்தும் இதை பயன்படுத்திக் கொள்ளத் தவறுகிறார்கள் கடைக்காரர்கள்.

வாடிக்கையாளர் தன் கண்ணால்தான் முதலில் பொருள் வாங்குகிறார் என்பதை உணருங்கள். சின்னதோ பெரியதோ என்ன கடை, எத்தகைய பொருள்கள் கிடைக்கும் என்பதை வாடிக்கையாளர் கடை வெளியிலிருந்தே பார்த்துத் தெரிந்து கொள்ளும் வகையில் கடையை டிசைன் செய்யுங்கள். ரீடெயில் ஸ்டார்ட் அப் துவங்குபவர்களின் முக்கியமான விற்பனை மேம்பாட்டு கருவி தங்கள் கடைதான் என்பதைப் புரிந்து கொண்டால் அதுவே பாதி புண்ணியம்.

மேலும் உங்களுக்கு பொருளை விற்கும் சப்ளையர்களிடமும் நீண்ட நல்ல உறவை வளர்த்துக்கொள்ளுங்கள். அவர்களை நல்ல முறையில் நடத்தி அவர்களிடம் வாங்கும் பொருள்களுக்கு சரியான நேரத்தில் பணம் தந்து வந்தால்தான் புதிய பொருள்கள் வரும்போது

உங்களிடம் முதலில் தருவார்கள். இல்லையென்றால் உங்களுக்கு வீணாய் போனதும் டம்மி பீஸ்கள் மட்டுமே மிஞ்சும்!

சர்வீஸ் ஸ்டார்ட் அப்ஸ்போல் ரீடெயில் ஸ்டார்ட் அப்பிலும் பணியாளர்களின் பங்கு படு முக்கியம். உங்கள் கடையின் முகப்பு எத்தனை முக்கியமோ அத்தனை முக்கியம் உங்கள் ஊழியர்கள் முகம். பார்க்க அழகாய் இருப்பவர்களை பணிக்கு அமர்த்துங்கள் என்று கூறவில்லை. உங்கள் கடையையப்பற்றி நினைக்கையில் உங்கள் ஊழியர்களின் சேவையும் சேர்த்துத்தான் வாடிக்கை யாளர்கள் நினைத்துப் பார்ப்பார்கள். அதனால் அவர்களுக்கு சரியான ரீடெயில் பயிற்சியளிப்பது அவசியம்.

உங்கள் ரீடெயில் வளர்ச்சியைக் கணிக்க சில சிம்பிள் மெட்ரிக்ஸ் இருக்கிறது. அதில் முக்கியமானவற்றை மட்டும் உங்களுக்கு அறிமுகப்படுத்துகிறேன்.

மொத்த விற்பனை: உங்கள் கடை விற்பனை ஆண்டுக்கொருமுறை மட்டும் பார்க்காமல், மாத, வார முடிந்தால் தின விற்பனையைக் கவனித்து கணக்கிட்டு வருவது நல்லது. தினப்படி தொழில் செல்லும் திசை புரியும். இதற்கெல்லாம் சூப்பரான இ ஆர் பி, பாயிண்ட் ஆஃப் சேல் சாஃப்ட்வேர் பிராண்டுகள் வந்துவிட்டன. முன்னொரு அத்தியாயத்தில் நாம் சந்தித்த தமிழகத்தைச் சேர்ந்த 'கோஃப்ளுகல்' அப்படி ஓர் எளிமையான ஆனால் வலிமையான சாஃப்ட்வேரை விற்கும் கம்பெனியே.

நிகர லாபம்: மொத்த விற்பனையிலிருந்து விற்கும் பொருளின் செலவுகளைக் கழித்து அதை மொத்த விற்பனையால் வகுங்கள். இதுதான் நிகர லாபம். உங்கள் மொத்த லாபத்தை நிர்ணயிக்கும் நம்பர் இது. தொழில் நடத்தத் தேவையான அனைத்து செலவுகளையும் சமாளிக்கும் அளவில் இருக்கிறதா என்று இது காட்டும்.

துறை வாரியான விற்பனை: ரீடெயிலில் வெற்றிபெற முக்கியமான மற்றொரு நம்பர், உங்கள் கடை சரக்கின் செயல்பாடு. பல ரீடெயில் தொழில்கள் செயலிழுக்கக் காரணம் வாடிக்கையாளர்களுக்கு என்ன தேவையோ அதை விற்காமல் கண்டதை வாங்கி கடையில் அடக்குவதுதான். உங்கள் கடையின் ஒவ்வொரு துறையின் விற்பனை அளவைக் கணக்கிட்டு வாருங்கள். அப்பொழுதுதான் எவ்வகை பொருள்கள் விற்கிறது, எவை ஷெல்ஃபிலேயே நிற்கிறது என்று தெரிந்துகொள்ளமுடியும்.

சேல்ஸ் பர் எம்ப்ளாயி: உங்கள் ஊழியர்கள் எந்த அளவில் பொருளை விற்கிறார்கள் என்பதை நீங்களும் உணர்ந்து அவர்களும் தெரிந்துகொள்ள உதவும் மெட்ரிக். கடை விற்பனையை உங்களிடமுள்ள மொத்த ஊழியர் எண்ணிக்கை கொண்டு வகுத்துப் பாருங்கள். ஒவ்வொரு ஊழியருக்குமான விற்பனை அளவு கிடைக்கும். இதை வருடா வருடம் உயர்த்திக்கொண்டே செல்லும் வழிகளை அவர்களோடு கலந்து தேடமுடியும்.

55. டெக்னாலஜி ஸ்டார்ட் அப்

தொழில் நுட்ப கம்பெனிகளிடம் பிராண்டிங் என்றாலே போதும், லாக் ஆஃப் செய்து ஷட் டவுன் ஆகின்றன. தங்களுக்கும் பிராண்டிங் தத்துவத்திற்கும் ஸ்நானப் ப்ராப்திகூட இல்லை என்று அடித்துக் கூறுகின்றன. தினம் மாறும் தொழில் நுட்பச் சூழலில் பிராண்டிங் சாத்தியமே இல்லை என்று சூடம் ஏற்றி சத்தியம் செய்கின்றன.

அவர்கள் கூறுவது சாதா தவறல்ல, டெக்னாலஜி பாஷையில் சொன்னால் 'தவறு 2.0'. மார்க்கெட்டிங் தத்துவங்கள்படி தங்களை பிராண்ட் செய்து தனித்துவமாக மிளிர்ந்து தரணியாளும் பல டெக்னாலஜி பிராண்டுகளே இதற்கு சாட்சி. டெக்னாலஜி ஸ்டார்ட் அப்பும் மார்க்கெட்டிங் செய்யலாம், செய்யவேண்டும், செய்தால்தான் வெற்றியே.

புதிய தொழில் நுட்பம் புதிய பொருள்களைக் கொண்டுவருவது நல்லதே. அதற்காக பொருள்மீது மட்டும் கவனம் செலுத்தி பிராண்டை ஒதுக்குவது தொலைநோக்கில் தொல்லை கொடுக்கும் என்பதை டெக்னாலஜி ஸ்டார்ட் அப்ஸ் முதல் காரியமாக உணரவேண்டும்.

இது புரியாமல் பல ஸ்டார்ட் அப்ஸ் வெற்றி பெறத் தேவை டெக்னாலஜியில் புதுமையும், தாங்கள் விற்கும் பொருளின் செயல்திறன் மட்டும் என்று நினைக்கின்றனர். அதனால்

மார்க்கெட்டிங், பிராண்டிங் போன்றவற்றை ஒதுக்கி புதிய தொழில் நுட்பங்களை அறிமுகப்படுத்துவதில்தான் கவனம் செலுத்து கின்றனர். பிராண்ட் நிர்வாகத்தை மறந்து பொருள் நிர்வாகத்தை அரவணைத்து ஆலிங்கனம் செய்கின்றனர்.

பொருளின் திறன்மீது மட்டும் கவனம் செலுத்துவதை feeds-speeds அணுகுமுறை என்பார்கள். அந்தப் பொருளைவிட நான் இவ்வளவு ஸ்பீட் ஆக்கும், இந்தப் பொருளைவிட என்னிடம் அதிக 'இது' இருக்கிறதாக்கும், நிறைய 'அது' இருக்கிறதாக்கும் என்பதைத்தான் feeds-speeds என்று கூறுகிறார்கள். இப்படிச் செய்தால் அதில் மயங்கி வாடிக்கையாளர் இன்று பொருளை வாங்குவார், ஓகே. நாளைக்கே வேறொரு புதிய பிராண்ட் அதைவிட ஸ்பீட் என்றோ அதைவிட அதிகம் என்றோ கூறினால் அதே வாடிக்கையாளர் புதிய பிராண்ட் பக்கம் தாவுவார். ஃப்ன்ஷனல் பயன்களை மட்டும் கவனம் செலுத்துவதில் உள்ள ப்ராப்ளம் இது.

இந்த விஷயத்தில் டெக்னாலஜி பிராண்டுகள் வாடிக்கையாளர் பிராண்டுகள் எனப்படும் பி2சி கம்பெனிகளின் உத்திகளைப் பயன்படுத்துவது பயன் தரும். ஸ்மார்ட் டெக்னாலஜி பிராண்டுகள் feeds-speeds என்று வெறும் ஃப்ன்ஷனல் பயன்களைத் தாண்டி அதனால் வாடிக்கையாளர்களுக்கு ஏற்படும் உணர்வுப்பூர்வமான பயன்களை தங்கள் பொசிஷினிங்காகக் கூறுவார்கள். தாங்கள் விற்கும் பொருளின் தன்மையை ஃப்ன்ஷனல் பயன்களை மட்டும் கூறாமல் அதனால் வாடிக்கையாளருக்கு மனதளவில் ஏற்படும் இமோஷனல் பயன்களைப் பட்டியலிடுவார்கள்.

ஓர் உதாரணம் கொண்டு இதைப் பார்ப்போம். உங்கள் பைக் வேகமாகச் செல்லும் என்று கூறினால் நீங்கள் வாடிக்கையாளருக்கு அளிப்பது 'ஸ்பீட்' என்கிற உடலளவு மட்டுமே தரும் ஃப்ன்ஷனல் பயன். அதுவே வேகமாகச் செல்வதால் வாடிக்கையாளர் என்ன உணர்வார் என்று தேடும் அணுகுமுறைக்கு அசாத்திய பவர் உண்டு. 'எங்கள் பைக்கில் பயணிக்கும்போது பாதாதிகேசமும் சிலிர்ப்பை உணர்வீர்கள் என்று கூறிப் பாருங்கள். அதுதான் நீங்கள் தரும் இமோஷனல் பயன்.

டெக்னாலஜி ஸ்டார்ட் அப் இதுபோல் உடலளவு, ஃப்ன்கூஷனல் பயன்களைத் தாண்டி அதனால் வாடிக்கையாளருக்கு ஏற்படும் உணர்வுகள் அதாவது இமோஷனல் பயன்களை தங்கள் பொசிஷனிங் ஆக்கிக்கொள்வது அவர்கள் பிராண்டை வலிமையானதாக்கும்.

தொழிநுட்ப எல்லைகள் விரிந்துகொண்டே இருக்கும் சுபாவம் கொண்டவை. அந்த மாற்றத்திலும் குழப்பத்திலும் பொருளை நங்கூரம் பாய்ச்சியதுபோல் நிறுத்தி நிலைத்து வைக்கும் வழி அதை பிராண்டாக்குவதில்தான். வாடிக்கையாளருக்கு பிராண்ட் பயன் புரியும் அளவிற்கு டெக்னாலஜி புரிவதில்லை. அவரிடம் டெக்னாலஜி பாஷையில் பேசினால் மொத்தப் பொருளும் இந்திப் படம் பார்ப்பது போல் இருக்கிறது. ஆனால் அதே பொருளை டெக்னாலஜியை பொசிஷனிங்காய் சுருக்கிப் பேசும்போது வாடிக்கையாளருக்கு பொருள் பிராண்டாகத் தெரிகிறது. அதன் பொருள் புரிகிறது!

டெக்னால்ஜி பிராண்டிங்கில் இன்னொரு வழியும் உண்டு. டெக்னாலஜி மார்க்கெட்டிலுள்ள பொருள் மாறும் டெக்னாலஜிக்கேற்ப தன்னை மாற்றிக்கொண்டே இருக்கும். இதனால் டெக்னாலஜி ஸ்டார்ட் அப்ஸ் தங்கள் பொருளை பிராண்டாக்குவதில் கவனம் செலுத்துவதைவிட கம்பெனியை பிராண்டாக்கலாம். பொருள்களும் அதன் தன்மைகளும் மாறிக்கொண்டே போனாலும் கம்பெனி பொசிஷனிங் நிலையாக இருக்கும். வாடிக்கையாளருக்கு எளிதாகப் புரியும்.

இதனால்தான் சில டெக்னாலஜி கம்பெனிகள் தங்களுக்கோ தங்கள் பிராண்டுக்கோ பெயர் வைக்கும்போது நியாலாஜஸிம்ஸ் (neologisms) என்ற டெக்னிக்கை பயன்படுத்துகின்றன. எந்த மொழியிலும் அர்த்தமே இல்லாத வார்த்தைகளைத்தான் நியாலஜிஸிம்ஸ் என்பார்கள். அர்த்தமே இல்லாத வார்த்தை என்பதால் கம்பெனி தனக்கு என்ன அர்த்தம் தேவையோ அதையே தனக்கோ தன் பிராண்டுக்கோ அர்த்தமாக்கிக்கொள்ள முடிகிறது. காலப்போக்கில் அந்த அர்த்தமே அந்த பிராண்டிற்கும் வார்த்தைக்கும் அர்த்தமாகிவிடும். 'கூகுள்', 'சிஸ்கோ', 'அடோப்' போன்ற புகழ்பெற்ற டெக்னாலஜி கம்பெனிகள் பெயர் வைத்துக்கொண்டது இவ்வகை டெக்னிக் கொண்டுதான்!

தொழில்நுட்பம் என்றால் மாற்றம், பிராண்ட் என்றால் நிலைத்தன்மை. இந்த வித்தியாசத்தை டெக்னாலஜி ஸ்டார்ட் அப்ஸ் உணர்ந்து அதன்படி மார்க்கெட்டிங் உத்திகள் அமைத்தால் போதும். வெற்றி 2.0 காரண்டி.

56. பிசினைத் தாண்டி

ஹைதராபாத் நகரைச் சேர்ந்த 'லக்கி குப்தா அகர்வாலை' பார்த்திருக்கமாட்டீர்கள். பில் கேட்ஸ், மார்க் ஸகர்பர்க் போல் பெரிய ஆளாகவேண்டும் என்று ஸ்டார்ட் அப் துவங்கிய நூற்றுக்கணக்கான இந்தியர்களில் ஒருவர். 'KQingdom' என்ற சோஷியல் நெட்வொர்க்கிங் ஸ்டார்ட் அப் துவங்கியவரை, இனி நீங்கள் பார்க்கப் போவதுமில்லை. வெற்றி பெருவதற்காக இரண்டு வருடம் போராடி முடியாமல் நைட்ரஜன் வாயுவை சுவாசித்து உயிரை மாய்த்துக்கொண்டார். தன் பெற்றோர்க்கு எழுதிவைத்த கடிதத்தில் நைட்ரஜன் சிலிண்டரை கடையில் திருப்பித் தந்து தான் தந்திருந்த ஐயாயிரம் ரூபாய் டெபாசிட் பணத்தைத் திரும்ப பெறவும் என்று எழுதிவிட்டுச் செத்துப் போயிருந்தார்!

சினிமா ஸ்டார்கள், கிரிக்கெட் வீரர்கள் படங்களை மட்டுமே மனதில் போஸ்டர் ஒட்டி, விசிலடித்து வணங்கிக்கொண்டிருந்த நாம் இப்பொழுதுதான் கொஞ்சத்திற்கு கொஞ்சம் வெற்றி கரமான தொழிலதிபர்களைக் கொண்டாடத் துவங்கியிருக் கிறோம். அவர்களைப்போல் ஆகவேண்டும் என்ற கனவோடு ஸ்டார்ட் அப் துவங்க கற்றுக்கொண்டிருக்கிறோம். ஒருவேளை அது தோல்வியுற்றால் அதை ஏற்றுக்கொள்ளவும் பழகக் கற்றுக் கொண்டால் பல உயிர்களும் நைட்ரஜன் சிலிண்டர்களும்

மிச்சப்படும். புத்தியுள்ள மனிதரெல்லாம் வெற்றி காண்பதில்லையே!

'இன்ஃபோசிஸ்', 'ஃப்ளிப்கார்ட்', 'ஆப்பிள்' போன்ற வெற்றி ஸ்டார்ட் அப் கதைகள் படிப்பவர்களுக்கு அதைத் தாண்டி கண்ணில் தெரியாமல் மறையும் பல தோல்விக் கதைகள் தெரிவதில்லை. அதை விடுங்கள். வெற்றி பெற்றவர்கள் அதை அடைய பட்ட கஷ்டங்கள், பெற்ற அவமானங்கள், சந்தித்த டென்ஷன்களையும் அறிந்திருப்பதில்லை.

ஸ்டார்ட் அப் என்னும் புலியின் வாலைப் பிடித்தவர்களின் வீரம் மட்டுமே நமக்குத் தெரிகிறது. இந்தப் பாழாய்ப் போன புலியின் வாலை ஏன் பிடித்துத் தொலைத்தோம் என்ற அவர்களின் பயம் தெரிவதில்லை!

வெற்றிபெறும் வெறியோடு பலர் ஸ்டார்ட் அப் துவங்கினாலும் சமயத்தில் அந்த வெறியின் கோரப் பசிக்கு அவர்களே இரையாகின்றனர். ஸ்டார்ட் அப் என்பது மன அழுத்தம் நிறைந்த பயணம். உணர்ச்சிக் கொந்தளிப்பு நிறைந்த பாதை. இது பல சமயங்களில் தோல்வியூருக்குக் கொண்டு சேர்க்கும். அடைந்தால் வெற்றி இல்லையேல் அடுத்த முயற்சி என்று வாழ்வது மட்டுமே ஆயுளைக் கூட்டும்.

வெற்றிபெறவேண்டும் என்ற மனோபாவமே தொழில் துவங்குபவர்களின் பலம். அதுதான் அவர்கள் பலவீனமும் என்கிறார் 'ஜான் கார்ட்னர்' என்ற உளவியலாளர். இதை 'ஹைபோமேனியா' என்கிறார். வெற்றி பெறும் வேட்கையும், புதுமையாகச் சிந்திக்கத் தூண்டும் ஹைபோமேனியாதான் இவர்களை சீக்கிரம் மனச்சோர்வுக்கு தள்ளுகிறது என்கிறார். இவர் எழுதிய புத்தகம் 'தி ஹைபோமேனியாக் எட்ஜ்'.

இவர்களை சதா ஓடவும், உத்வேகத்தோடு உழைக்கத் தூண்டுவதும் இந்த ஹைபோமேனியா. இவர்களை ஓர் இடத்தில் அடைத்து வைத்தால் அவர்களுக்குப் பைத்தியமே பிடித்துவிடுமாம். இவர்கள் துவங்கிய தொழில் தோல்வியடைந்தாலும் அதே கதிதான் என்கிறார்.

ஸ்டார்ட் அப் துவங்குபவர்கள் தங்கள் தொழிலை காப்பாற்றிக் கொள்ள வேண்டிய செயல்கள்பற்றி இப்புத்தகத்தில் இதுவரை பேசினோம். அவர்கள் தங்களை எப்படிக் காப்பாற்றிக்கொள்வது என்பதுபற்றி இப்போது பேசுவோம். தங்கள் ஆரோக்கியத்தை, ஆயுளைக் கூட்டும் வழிகள்பற்றி அலசுவோம்.

தொழில் துவங்குபவர்கள் முதல் காரியமாக அதைத் தாண்டி தன் குடும்பத்தை, நட்பு வட்டாரத்தை நாடுவது அவர்களுக்கு ஒரு வடிகாலாக அமையும். மனச் சோர்வடையும்போது ஆபீஸ் ரூமில் அடைந்துகிடக்காமல் நம்மீது அன்பு செலுத்துவோரிடம் செல்வது மனதிற்கு ஆறுதலாக இருப்பதோடு கூடவே உத்வேகத்தையும் வளர்க்கும்.

நண்பர்களோடு தினம் வாக்கிங் செல்லுங்கள். எனக்கு நண்பர்கள் இல்லை என்று கூறாதீர்கள். நட்பு வட்டாரம் ஒன்றை உருவாக்கிக் கொண்டு பின் ஸ்டார்ட் அப் பற்றி சிந்தியுங்கள். செய்யும் தொழில் மனித உறவுகளை உதறச் செய்யாமல் பார்த்துக்கொள்வது அவசியம். பிசினஸ் பிரச்னைகளை பிறரிடம் பகிர்வது பாவம் என்று நீங்கள் எண்ணியிருந்தால் அந்த எண்ணத்திற்கு விஷம் வைத்து கொள்ளுங்கள். மனச்சோர்வை மற்றவரிடம் கூறினால் வெட்கக்கேடு என்று நினைத்திருந்தால் அந்த நினைப்பை தூக்கில் போடுங்கள்.

ஸ்டார்ட் அப் என்றால் டென்ஷன்தான். அதற்காக உணவை உதாசீனப்படுத்தினால் உருப்பட முடியாது. ஓய்வில்லாமல் உழைக்கவேண்டியதுதான். அதற்காக ஒழுங்காகத் தூங்காமல் உழைக்கவேண்டும் என்று சட்டம் ஏதுமில்லை. சதா தொழில் பற்றிய சிந்தனை இருக்கவேண்டியதுதான். அதற்காக உடற்பயிற்சி செய்யமாட்டேன், வாக்கிங்கூட போகமாட்டேன் என்றிருப்பது மடத்தனம். உடலை, உணர்வை, மனதை வருத்திக்கொண்டு உழைப்பதால் மட்டுமே வெற்றி பெற முடியுமென்றால் தொழில் துவங்கும் அனைவரும் வெற்றி பெற்றிருப்பார்களே!

தொழில் துவங்கினால் நேரம் கிடைக்காதுதான். நீங்கள்தான் அதை தேடிப் பிடிக்கவேண்டும். வாரம் ஒரு புத்தகம் படியுங்கள். விளையாடத் தெரியவில்லை என்றாலும் தத்தக்கா பித்தக்கா என்று எதையாவது விளையாடித் தொலையுங்கள். வரவில்லை என்றாலும் வற்புறுத்தி, வராத தூக்கத்தை வரவழைத்துத் தூங்குங்கள். உங்கள் தொழிலைத் தாண்டி ஒரு ஹாபியை வளர்த்துக்கொள்ளுங்கள். ஒவ்வொருநாளும் அரை மணி நேரமாவது இசைஞானி இளையராஜாவோடு இருங்கள். உங்கள் ஊரில் பீச் இருந்தால் அங்கு சென்று உங்கள் கால்களை அலை நுரையால் நனையுங்கள். மாடியில் மல்லாக்கப் படுத்து ஆகாயத்தை ரசியுங்கள். அண்டசராசரத்தின் அகண்டத்திற்கு முன்பு உங்கள் அத்தனை பிரச்னைகளும் அணுவை விடச் சுருங்கி அகல்வதை அனுபவிப்பீர்கள்!

தெரு நாய் ஒன்றை தத்தெடுங்கள். தினம் ஆபீஸிலிருந்து திரும்பும் வரை காத்திருந்து உங்களைக் கண்டதும் பல வருடங்களுக்குப் பிறகு பார்ப்பதுபோல் தாவி உங்கள் முகம் நக்கும் அதன் பிரதி உபகாரத்தின்மூலம் பார்க்காத பாசத்தில் நனையுங்கள். நீங்கள் வெற்றியாளரா தோல்வியுற்றவரா என்றெல்லாம் பார்க்காமல் உங்களை உங்களாக மட்டும் அன்பு குறையாது பார்க்கும் உலகின் ஒரே ஜீவனின் அன்புக்கு அடிபணியுங்கள். வியாபாரத்தையும் வாழ்க்கையையும் எப்படி அணுக வேண்டும் என்று உங்களுக்கு கற்றுத் தரும் அந்த நான்கு கால் கடவுள்!

ஸ்டார்ட் அப்பில் வெற்றிபெற வேண்டியதுதான். ஆனால் அதற்காக உங்கள் நிம்மதியையும் மகிழ்ச்சியையும் நீங்கள் விலையாகத் தரவேண்டியதில்லை!

57. பெண்களும் பிசினஸும்

தொழிலதிபர் என்றால் மனதில் ஆண் பிம்பம்தான் தோன்றுகிறது என்பதைக் கவனித்திருக்கிறீர்களா? பெண்கள் நாடாளலாம், வீடாளலாம், தொழிலாடக்கூடாதா? ஏன் அதிக அளவில் பெண்கள் இந்நாட்டில் ஸ்டார்ட் அப் துவங்குவதில்லை? அவர்களைத் தடுப்பது யார்? எது? ஏன்?

பெண்கள் தொழில் துவங்கும் ஆர்வத்தை யாரும் கள்ளி பால் தந்து கொல்வதுமில்லை. அதே சமயம் அவர்கள் தொழில் செய்யும் ஆர்வத்தை யாரும் பாலூட்டி ஊக்குவிப்பதும் இல்லை.

இது என்ன, பிசினஸைக்கூட பாத்ரூம்போல் ஆண், பெண் என்று பேதம் பிரிப்பதா என்று உங்களுக்குத் தோன்றலாம். சிந்தித்துப் பாருங்கள். நம் ஜனத்தொகையில் சரி பாதி பெண்கள். ஆண்கள் அளவிற்கு இல்லையென்றாலும் பெண்களும் அதிகமாக ஸ்டார்ட் அப் துவங்கினால் நாட்டில் வேலை வாய்ப்பு கூடும். ஜிடிபி அதிகரிக்கும்.

பத்தாம் வகுப்பு, ப்ளஸ் டூ தேர்வு முடிவுகள் அறிவிக்கப்படும்போது மாணவர்களைவிட மாணவிகள் அதிக அளவில் தேர்ச்சி பெறுகிறார்கள் என்பதைப் படிக்கிறோம். அந்தப் படிப்பை பாத்திரம் கழுவவும் அவர்கள் அறிவை அடுக்களையில் அடக்கி வைப்பதும் கொலைக்கு ஈடான பாவமில்லையா.

ஆண்கள் தங்களை சற்று மாற்றிக்கொண்டு பெண்களும் தங்கள் எண்ணங்களை கொஞ்சம் தேற்றிக்கொண்டால் அவர்களாலும் ஸ்டார்ட் அப் துவங்க முடியும். இப்புண்ணிய பூமி கொஞ்சத்துக்கு கொஞ்சம் பணம் பார்க்கும். தெருக்களில் தேனும் தினைமாவும் பெருக்கெடுத்து ஓடாவிட்டாலும் ரேஷன் கடைகளில் கூட்டம் குறையும்!

ஆண்களிலிருந்து ஆரம்பிப்போம். தொழிலதிபர்களில் எத்தனை பேர் தங்கள் வீட்டு பெண்களை பிசினஸ் விளையாட்டில் சேர்த்துக் கொள்கிறார்கள்? மார்க்கெட்டிங் ஆலோசகனாய் நான் இதை என் கிளையண்டுக்கு சுட்டிக்காட்டும்போது கிடைக்கும் பதில்: 'இன்னொரு வீட்டுக்கு போகப் போறவளை எதுக்கு?', 'வீட்ட பாத்துக்கவே அவளுக்கு நேரம் சரியா இருக்கும்!'

ஆண்ட்ராய்ட் காலத்தில் இது அறிவிலித்தனம் இல்லையா? தொழிலதிபரே தன் மகளை ஊக்குவிக்கவில்லையென்றால் மாதச் சம்பளம் வாங்கும் எந்தத் தந்தை ஊக்குவிப்பார்? ஏழாயிரம் கோடி 'அமால்கமேஷன்ஸ்' க்ரூப்பை திறம்பட நடத்தி வருவது அக்குடும்பத்தில் பிறந்த ஒரு தமிழ் பெண்தானே!

பெண்களை நாம் இன்னும் சீரியஸாக எடுத்துக்கொண்டால் தேவலை. அவர்கள் வெளியில் சென்று அலைந்து திரிய முடியாது, ஃபாக்டரில் அழுக்கில் பணி செய்ய தெரியாது என்று கூறுவதெல்லாம் சாலையில் நம்மை ஓவர்டேக் செய்யும் 'ஸ்கூட்டி' காலத்தில் உங்களுக்கே கொஞ்சம் ஓவராகத் தெரியவில்லை? சமைக்க மட்டும் பெண்களை சுருக்கி வைப்பது 'ஸ்விக்கி' காலத்தில் சற்று சிறுபிள்ளைத்தனமாக படவில்லை?

பல கம்பெனிகள் பெண்களை அவர்கள் தகுதிக்கேற்ப மேற் பதவிகளில் அமர்த்த இன்னமும் தயங்குகின்றன. அவர்களை மேலாளராக்கினால் அவர்கள் கீழ் ஆண்கள் பணி செய்ய மாட்டார்கள் என்று கூறுபவர்களைப் பார்க்கிறேன். பணி செய்யப் பிடிக்காத ஆண்களை கழுத்தைப் பிடித்து வெளியே தள்ள வேண்டாமா? மூட்டைப்பூச்சிக்கு பயந்து வீட்டைக் கொளுத்துவதா? பெரிய பதவிகளில் பெண்கள் அமர்ந்து பிரகாசிப்பதை பார்த்தல்லவா அடுத்த தலைமுறைக்கும் சாதிக்கவேண்டும் என்ற ஆசை வரும்!

ஆனாலும் பெண்களை அநியாயத்திற்கு பொத்திப் பொத்தி வளர்க்கிறோம். அதனால்தானோ என்னவோ தங்களால் பொருளாதார ரீதியாக தனித்து நிற்க முடியுமா என்று பயம் அவர்களை போட்டு வாட்டுகிறது. அதனாலேயே தொழில் துவங்க

அவர்கள் பயப்படுகிறார்கள். ஸ்டார்ட் அப் எல்லாம் ரிஸ்க், நமக்கு சரிப்பட்டு வராது என்று ஒதுங்குகிறார்கள்.

போதாக்குறைக்கு திருமணம், குழந்தை, பராமரிப்பு என்று வில்லங்கம் வீட்டிற்குள்ளேயே அவர்களை வளரவிடாமல் லைன் கட்டுகிறது. பாழாய்ப்போன இந்த சமூகமும் பெண்கள் இதற்குத்தான் என்று தன் அறுதப்பழுசான சிலபசை மாற்றிக்கொள்ளமாட்டேன் என்று சண்டித்தனம் செய்கிறது.

பெண்களும் தங்கள் எண்ணங்களை எதிர்பார்ப்புக்களை மாற்றிக்கொண்டால் தேவலை. இருந்து இருந்து இப்பொழுதுதான் அதிக அளவில் வேலைக்கு போகத் துவங்கியிருக்கிறார்கள். அதோடு தங்கள் கனவுகளையும் அவர்கள் விஸ்தரிக்கலாம். ஸ்டார்ட் அப் துவங்கலாம். தனியாகத் துவங்க முடியவில்லை என்றால் சகோதரனோடு சேர்ந்து செய்யலாம், நண்பர்களுடன் பார்ட்னர்ஷிப் துவங்கலாம். கணவனை கைப்பிடிக்கும்போது அவரோடு சேர்ந்து கம்பெனியிலும் இடம் பிடிக்கலாம்.

புதியதாக எதையும் அவர்கள் தேடிப்போக வேண்டியதில்லை. அவர்களுக்குப் பிடித்த விஷயத்திலேயே ஸ்டார்ட் அப் துவங்கலாம். துவங்க முடியும். துவங்கவேண்டும்.

அதேபோல் படா சைஸில்தான் பிசினஸ் பண்ணவேண்டும் என்றில்லை. சின்ன செடியாய் நட்டு வைத்தால் அது அவர்களோடு சேர்ந்து பெரிய மரமாக வளர்ந்து பழம் காய்க்கும். அவர்கள் வாழ்க்கைக்கும் நாட்டுக்கும் வளம் சேர்க்கும்.

சத்தியவான் சாவித்திரி காலம் முதலே சாதிக்கமுடியும் என்று பெண்களுக்கு சொல்லித் தந்தாலும் பலர் மனதில் இன்னமும் சுய சந்தேகம் சுயம்புவாக வளர்ந்து நிற்கிறது. இதுவே அவர்கள் வளர்ச்சியில் வெந்நீராய் விழுகிறது. இந்த எண்ணத்தை பெண்கள் முதல் காரியமாக சானிடைசர் போட்டுக் கழுவினால் தேவலை. 'யாத்ரா', 'மொபிக்விக்' போன்ற வெற்றி ஸ்டார்ட் அப்புக்களைத் துவங்கியவர்கள் இந்த சுய சந்தேகத்தை சுருட்டி தூரப் போட்ட பெண்கள்தான். அவர்கள் கதைகளைத் தேடிப் படியுங்கள்.

பெண்கள் தொழில் துவங்க உதவ முதலீட்டாளர்கள் தயங்கிய காலம் பேஜர்களோடு போய்விட்டது. வென்சர் காபிடலிஸ்ட், ஏஞ்சல் இன்வெஸ்டர், க்ரவுட்ஃபண்டிங் என்று பெருகி வரும் இக்காலத்தில் முதலீட்டிற்கு ஆண் பெண் பேதம் இல்லை. புதிய ஐடியா, வாடிக்கையாளர்களுக்குப் பயன் தரும் என்றால் பணம்

பாதாளம்வரை பாயும். பெண்களுக்கு தேவைப்படுவதெல்லாம் சாதிக்கவேண்டும் என்ற உந்துதல் சக்தியும் முன்னேற முடியும் என்ற உற்சாகம் மட்டுமே. அது அவர்கள் மனதில் அதுவாகவேதான் ஊறவேண்டும்.

அதற்கு உரம் போடும் வேலையை மட்டும் ஆண்கள் செய்தால் போதும்!

58. மனைவிக்கு மந்திரம்

உலகிலேயே சிறந்த ஜோடி குருட்டு மனைவியும் செவிட்டுக் கணவனும் என்பார்கள். அவன் செய்வதை இவள் பார்க்கமுடியாது. இவள் பேச்சை அவன் கேட்கமுடியாது. இதனால் சண்டை சச்சரவு இருக்காது, திருமண வாழ்க்கை சொர்க்கம் ரேஞ்சிற்கு ஏறா விட்டாலும் செருப்படி லெவலுக்கு இறங்காமல் தப்பிக்கும்!

பலருக்கு அந்தப் பாக்கியம் கிடைப்பதில்லை. நிறுத்தாமல் தப்பு செய்யும் கணவனுக்கு ஓயாமல் புலம்பும் மனைவிதான் வாய்ப்பாள் என்று விதிக்கப்பட்டிருக்கிறது. இது போதாதென்று வாய்த்த கணவன் ஸ்டார்ட் அப் துவங்குபவனாக அமைந்துவிட்டால் மனைவிக்கு கூடுதல் பிரச்னை. பொதுவாகவே வேலைக்குப் போகும் கணவனுக்கு மனைவியைக் கவனிக்க நேரம் இருக்காது. பலருக்கு இஷ்டமும் இருக்காது என்பது வேறுவிஷயம். ஆனால் கணவன் தொழில் செய்பவராக இருந்துவிட்டால் வேறு வினையே வேண்டாம். தன்னைக் கவனிப்பதே இல்லை என்று மனைவியும் என் கஷ்டத்தைப் புரிந்துகொள்வதே இல்லை என்று கணவனும் சதா சர்வகாலம் புலம்ப வேண்டியதுதான்.

கணவனாக இருப்பது முழுநேரப் பணி. வேலைக்குச் சென்று வீட்டிலும் தர்மபத்தினிக்கு உதவவேண்டிய நிர்பந்தம். இரண்டையும் வசவு வாங்கிக் கட்டிக்கொள்ளாமல் செய்ய, பாவம்

திண்டாடுவார்கள். இந்த லட்சணத்தில் தொழில் செய்பவர்கள், எப்படி தங்கள் ஸ்டார்ட் அப்பை நிர்வகித்து வீட்டையும் கவனிப்பது. ஒரு குதிரையை ஓட்ட முனையும்போதே முடியாமல் புத்தூர் செல்லவேண்டியிருக்க, இரண்டு குதிரைகளை ஒருசேர ஓட்ட நினைத்தால் பரலோகத்தில் இருக்கும் பரமபிதாவை அழைக்கவே வேண்டாம். அவர் திருவடி சென்றே சேரலாம்!

ஸ்டார்ட் அப் துவங்குபவருக்கு வாழ்க்கைப்படப் போகிறோம் என்று கேட்கும் பெண்ணுக்கு முதலில் மகிழ்ச்சியாகத்தான் இருக்கும். தலையாட்டி தாலிகட்ட கழுத்தை நீட்டியபின்தான் அதிலிருக்கும் விவகாரம் வில்லங்கம், விபரீதம் புரியும். தொழில் செய்பவரோடு குடும்ப வாழ்க்கை என்பது இரவில் கள்ளத் தோணியில் கடலேறி சூறாவளி சூழ சுனாமியில் சிக்கிக்கொள்வது போல. வியாபார ரிஸ்க் வாழ்க்கையிலும் பிரதிபலிக்கும். கம்பெனியைக் கரையேற்றவே நாக்கு தள்ளும். அதோடு குடும்பத்தையும் சேர்த்து கவனிப்பதற்குள் வாயில் நுரை தப்பும். போறாதவேளையாக அமைந்து, ஜாதகத்தில் அஷ்டமத்துச் சனியும் சேர்ந்து, செய்யும் தொழில் சரியாகச் செல்லவில்லை என்றால் மொத்த குடும்பமும் சப்ஜாடாக சரியும். பணப்பிரச்னையோடு மனப்பிரச்னையும் சேரும். சோகத்தின் கனம் தாங்காமல் திருமணமேடைகளில் விரிசல் விழும்.

தொழில் செய்பவரைப் பாராட்டுகிறோம். அவர் வெற்றியைப் போற்றுகிறோம். ஆனால் அவர் வெற்றியின் பின் உள்ள முக்கிய மானவரின் பங்கை மறக்கிறோம். அவரது மனைவி. பாடப்படாத கதாநாயகி. போற்றப்படாத தர்மபத்தினி. தொழிலதிபருக்கு வாய்க்கப்பட்டு அவர் வெற்றிக்கு விதையிட்டு, வளர்க்க விரும்பும் மனைவிகள் என்ன செய்யலாம், என்ன செய்ய முடியும், என்ன செய்கிறார்கள்? பத்தி பிரித்துப் பேசுவோம்.

பொறுமை காத்திடுங்கள்

தொழில் செய்பவர்கள் ஓவர் நைட்டில் ஓங்குவதில்லை. பாட்டுப் பாடி முடியும் நேரத்தில் புகழ் பெறுவதில்லை. இதெல்லாம் சூப்பர் ஸ்டார் படத்தில்தான் சாத்தியம். வெற்றி பெறும் பிசினஸ்மேன் நாட்களைக் கடந்து, இரவுகளை இழந்து, மாதங்களாக உழைத்து வருடங்களாகக் காத்திருக்கவேண்டும். வியாபாரத்துடன் குடும்பம் நடத்தி கம்பெனியோடு காலம் கடத்தி தொழிலே கதி என்று கிடக்கவேண்டும். படுக்க வந்து குளித்துக் கிளம்பும் இடமாக மட்டுமே அவருக்கு வீடு தெரியும். இச்சூழலைப் பொறுத்து

பழகிக்கொள்ளத் தெரிந்தவர்கள் மட்டுமே தொழில் செய்பவருக்கு கழுத்தை நீட்டவேண்டும். மற்றவர்கள் 'மாப்பிள்ளை பிசினஸ் பன்றார்' என்று வரும் ஜாதகத்தை ரிடர்ன் போஸ்ட்டில் அனுப்புவது உசிதம். தொழிலதிபருக்கு வாழ்க்கைப்படுபவர் பொறுமை கோடவுனாக இருத்தல் அவசியம். கிடைத்த கேப்பில் கணவனைப் பார்த்து, அமையும் சமயத்தில் குடும்பம் நடத்தத் தெரிந்திருக்க வேண்டும். கஷ்டம்தான். எருமை கணக்காக பொறுமை ஏகத்திற்கு இருக்கும் திலகவதிகளால் மட்டுமே இது சாத்தியப்படும்.

காது கொடுத்துக் கேளுங்கள்

கணவன் சொல்வதைக் கண்டுகொள்ளாமல் இருக்காதீர்கள், காதை திட்டி கட்டியவன் சொல்வதைக் கேளுங்கள் என்று கூறவில்லை. அது உங்கள் செளகரியம். நான் சொல்ல வருவது வேறு.

சுற்றிப் பலர் இருந்தாலும் தொழில் செய்பவர் தனிமையானவர் என்பதை மனைவி புரிந்துகொள்ளவேண்டும். அவர் அருகில் பலர் இருந்தாலும் பல நேரங்களில் அவர் மனதளவில் தனிமையாகத் தான் உணர்வார். தன் தனிமையை அவரால் மற்றவரிடத்தில் சொல்லி ஆற்ற முடியாது. தன் மனைவியைத் தவிர. அவர் தொழில்பற்றி உங்களுக்குத் தெரியாமலிருக்கலாம். புரிகிறதோ இல்லையோ அவர் பேசுவதைக் காது கொடுத்துக் கேளுங்கள். அவருக்குத் தேவை உங்கள் அறிவுரை அல்ல. அதையும் முடிந்தால் கொடுங்கள், தப்பில்லை. அவர் உங்களிடம் எதிர்பார்ப்பது கொஞ்ச நேரம் தன் மனதை பகிரும் நிம்மதியை. சற்றேனும் தன் பாரத்தை இறக்கி வைக்கும் சுகத்தை. அவர் கூறுவதை காது கொடுத்துக் கேட்டால் போதும், அடுத்த வாரம் வரை கணவர் பேட்டரி ரீசார்ஜ் ஆகும்.

சியர் லீடர் ஆகுங்கள்

இப்படிச் சொல்வதால் உங்களை மினி ஸ்கர்ட் போட்டுக்கொண்டு ஐபிஎல் மாட்சுகளில் காலை கழுத்துவரை தூக்கி ஆடும் வெள்ளைக் காரிகள்போல் மாறுங்கள் என்று கூறவில்லை. இது உங்களுக்கும் உங்கள் கணவருக்கும் உள்ள பர்சனல் மேட்டர். அந்த விளையாட்டிற்கு நான் வரவில்லை. அவரை ஊக்குவிக்கும் சியர் லீடர் ஆகுங்கள் என்கிறேன். வியாபாரத்தை அவர் பார்த்துக் கொள்வார். அவருக்கு வாழ்க்கையில் தேவை உங்கள் சப்போர்ட். அவர் கஷ்டத்தைக்கேட்டு அவர் பாரத்தை பாதி குறைத்து அவரை ஊக்குவித்து மீதி பாரத்தையே அவருக்கு உந்துதல் சக்தியாக மாற்றுங்கள்.

தொழில் செய்பவருக்கு தோல்விகள் என்பது அட்ரஸ் கேட்டு அசால்ட்டாக வந்து சேரும். இடைஞ்சல்கள் சகட்டுமேனிக்கு கூடவே சஞ்சரிக்கும். 'திருவாரூர் பார்ட்டில கூப்டாக, காரைக்குடி பார்ட்டில கூப்டாக, என் கிரகம் இந்தாளுக்கு கரகாட்டம் ஆடறேன்' என்று புலம்பாமல் கணவரைத் தட்டிக் கொடுக்கக் கற்றுக் கொள்ளுங்கள். இது உங்களால் மட்டும்தான் முடியும். தினம் ஆடிக் களைத்து வந்த கணவன் அடுத்த நாள் ஆபீஸ் கிளம்பும்போது, 'போகாதே போகாதே என் கணவா, பொல்லாத சொப்பனம் நானும் கண்டேன்' என்று ஒப்பாரி வைக்காமல் 'சென்று வா வென்று வா' என்று சியர் செய்து அனுப்புங்கள். வீடு திரும்பும் வீட்டுக்காரர் வாகை சூடி வருவதோடு வைர வளையல் வாங்கி வருவார். உங்களுக்குத்தான்!

அவர் கனவை உங்களுடையதாக்குங்கள்

ஸ்டார்ட் அப் கணவரோடு காதல் மட்டும் இருந்தால் பத்தாது. கூடவே அவர் காணும் கனவை மனைவி தன்னுடையதாக மாற்றிக்கொள்ள வேண்டும். கணவர் தொழில்மீது மனைவிக்குக் காதல் இல்லாமல் இருக்கலாம். ஆனால் கட்டிக்கொண்டவன்மீது லவலேசம் காதல் இருப்பின் அவர் கனவை தன் இரு கண்களிலும் மனைவி காண கற்றுக்கொண்டால் குடும்பம் பிழைக்கும். கணவனின் தொழிலும் தழைக்கும்!

இத்தனை கூறுவதால் பின் தூங்கி முன் எழுங்கள், பெய்யெனச் சொன்னால் பெய்யும் மழைபோல் மாறுங்கள் என்றெல்லாம் மனைவியைச் சொல்லவில்லை. கல்லானாலும் கணவன், கம்பெனி நடத்தினாலும் கணவன் என்று கணவனே கண் கண்ட தெய்வம் என்று பொறுத்துக்கொண்டு செல்லுங்கள் என்றும் கூறவில்லை. தொழில் செய்யும் கணவனைக் கைப்பிடிக்க மனைவிகள் கடை பிடிக்க வேண்டிய முக்கிய விஷயங்களை விவரிக்கிறேன்.

59. ஓல்ட் இஸ் கோல்ட்

நாற்பது வயது, இளமையின் முதுமை. ஐம்பது என்பது முதுமையின் இளமை' என்றார் ஃப்ரென்சு நாட்டு நாவலாசிரியர் 'விக்டர்ஹ‌ூகோ'.

ஸ்டார்ட் அப் பற்றி பேசும்போது வயதைப்பற்றி ஏன் விவாதம்?

அது ஏனோ தெரியவில்லை, ஸ்டார்ட் அப் என்றாலே இளைஞர்களுக்கான விஷயம் என்றாகிவிட்டது. இத்தனைக்கும் வயதானால் வியாபாரம் செய்யக்கூடாது என்று சட்டம் இயற்றப்பட்டிருப்பதாக தகவல் இல்லை. இருந்தும் நாற்பதைத் தாண்டிவிட்டால் திருமணம்கூட ஓகே, அதே அளவு ரிஸ்க் இருக்கும் ஸ்டார்ட் அப் மட்டும் வேண்டாம் என்கின்றனர். இதனால் அவர்களுக்கு மட்டும் நஷ்டமல்ல. அவர்கள் படிப்பு, திறன், அனுபவம் அனைத்தும் இந்நாட்டிற்கு பயன்படாமல் வீணாகிறது.

'ஐம்பதிலும் ஆசைவரும்' என்றார் கவிஞர் கண்ணதாசன். 'வாக்கிங் ஸ்டிக்குடன்கூட வியாபாரம் செய்யலாம்' என்கிறார் 'சதீஷ் கிருஷ்ணமூர்த்தி'.

வயதாகிவிட்டது என்று இன்னமும் வியாக்கியானம் கூறாமல் வியாபாரம் துவங்கும் விருப்பமிருந்தால் முதல் காரியமாக ஸ்டார்ட் அப் துவங்கும் வழியைப் பாருங்கள். எந்த வயது உங்களுக்கு

பலவீனம் என்று நினைக்கிறீர்களோ அதே வயதுதான் உங்கள் பலம் என்பதை விளக்குகிறேன். நாற்பது வயதைக் கடந்திருந்தாலும் நம்பிக்கையுடன் படியுங்கள்!

வாழ்க்கை அனுபவமுள்ளவர் நீங்கள்

வாழ்க்கை வாசலைக்கூட தாண்டாத இளைஞர்கள் ஸ்டார்ட் அப் துவங்குவதைவிட அதைக் கரைத்துக் குடித்தவர்கள் அனுபவத்தோடல்லவா ஆரம்பிப்பார்கள். இருபதுகளில் இல்லாத முதிர்ச்சியும் அனுபவமும் நாற்பதுகளில் இரண்டு மடங்கு இருக்குமே. அதோடு அவசரம், பொறுமையின்மை, பதட்டம் போன்றவை மனதை காலி செய்துவிட்டுப் போயிருக்கும். பிசினஸ் ப்ளான், நிதி திட்டம், மார்க்கெட் ரிசர்ச் போன்றவைகளைப்பற்றி ஓரளவுக்கேனும் தெரிந்திருப்பதோடு அதில் அனுபவமும் இருக்கும். 'கோகோ கோலா' கம்பெனியைத் துவங்கியபோது 'டாக்டர் ஜான் பெம்பர்டன்'க்கு அதிகமில்லை, ஐம்பத்தைந்து வயது மட்டுமே!

அனுபவம் மட்டுமல்ல, பலரோடு தெரிந்து பழகியும் இருப்பீர்கள். வாழ்க்கையில் நல்ல நிலையில் உள்ளவர்கள், வெற்றி பெற்றவர்கள், அதிகாரிகள் என்று உங்கள் நட்பு வட்டாரம் விரிந்திருக்கும். அவையனைத்தும் நீங்கள் ஸ்டார்ட் அப் துவங்க பெரிய உதவியாக இருக்கும். 'மெக்டானல்ட்ஸ்'ஸை வாங்கி அதை விருத்தி செய்ய 'ரே க்ராக்' துவங்கியபோது அவருக்கு வயது ஐம்பத்திரண்டு. மனிதருக்கு ஐம்பதில் வந்த ஆசையை பாருங்கள்!

உங்களின் நிஜ விருப்பம் புரிந்திருக்கும்

இளமை என்பது எதையும் படிக்காமல், புரிந்துகொள்ளாமல், தெரிந்துகொள்ளாமல் இருந்தாலும், செய்து பார்க்க நினைக்கும் வயது. கண்டதும் காதல் வரும் பருவம். பெண்ணை மட்டுமல்ல, பார்க்கும் வியாபாரம் முதல் ஸ்டார்ட் அப் ஐடியாவை வரை எதையும் பார்த்தோம் துவங்குவோம் என்று நினைக்கும் வயது.

காதலிக்கத் துவங்கிய பின் இது தேவையா என்று நினைப்பதுபோல் ஸ்டார்ட் அப் துவங்கிய பின் இதைத் தொடர்வதா என்று குழப்பம் ஏற்படும் பருவம் இளமைப் பருவம். எதன்மீது நிஜமாகவே பேஷன் என்பதை அறிவதற்குள் அதை நாடி ஓடுவார்கள்.

ஆனால் நாற்பதுகளை தாண்டிய மனம் பக்குவமடைந்திருக்கும். தனக்கு எது பிடிக்கும், எதன்மீது நிஜமான நாட்டம், என்ன தன் உண்மையான பேஷன் என்பதை தெளிவுடன் உணரமுடியும்.

உணர்ச்சிகளால் உந்தப்பட்டு ஊருக்கு முன்னால் தொழில் துவங்காமல் அறிவால் சீர்தூக்கிப் பார்த்து எது சரி என்று தெரிந்து தொழில் ஆரம்பிக்க முடிந்த அருமையான வயது.

'கர்னல் ஹார்லேண்ட் டேவிட் சாண்டர்ஸை' தெரியுமா? பார்த்திருப்பீர்கள். நரை முடி, நாகூர் ஆடுபோல் தாடையில் தொங்கும் குறுந்தாடியுடன் வெள்ளை கோட், அதன்மீது ஏப்ரன் அணிந்திருப்பாரே அவரேதான். அடுத்தமுறை 'கேஎஃப்சி'யை தாண்டும்போது பாருங்கள், கடை போர்ட் முழுவதும் நிரம்பி சிரித்துக்கொண்டிருப்பார். அதை ஆரம்பித்தபோது அந்த கட்டிளங்காளையின் வயது அறுபது!

வாழ்க்கையில் செட்டில் ஆயிருப்பீர்கள்

கையில் காசில்லாமல் கடன்உடன் வாங்கி ஸ்டார்ட் அப் துவங்கி அடுத்தவேளை சோற்றுக்கு யாரிடம் கடன் கேட்பது என்ற நிலை இல்லாமல் நாற்பது வயதில் ஓரளவு செட்டில் ஆகியிருப்பீர்கள். நெருக்கடி நிதி நிலமை, காலி பர்ஸ் என்றெல்லாம் இல்லாமல் பாங்கில் கொஞ்சம் பணம் சேர்ந்திருக்கும். இந்த வயதில் ஸ்டார்ட் அப் துவங்கினால் மதிய சாப்பாட்டுக்கு யாரிடம் கையேந்தலாம் என்று பார்க்காமல், செய்யும் ஸ்டார்ட் அப்மீது அதிக கவனம் செலுத்த முடியும்.

அதுமட்டுமல்ல, பணப் பிரச்னையால் அவசர, ஆத்திர, அதிரடி முடிவுகள் எடுத்து அலங்கோலமாக அது முடிவதை பார்க்காமல் ஆர அமர முடிவு செய்யும் சமய சன்மார்க்க ஸ்பீடில் முடிவுகள் எடுப்பீர்கள். உங்கள் ஸ்டார்ட் அப் பிழைக்கும். பணப் பிரச்னையின்றி தழைக்கும்.

பலர் கூறுவதுபோல் முதலீட்டாளர்கள் இளைஞர்களுக்குத்தான் பணம் தருவார்கள் என்பதெல்லாம் சும்மா. ஸ்டார்ட் அப் துவங்குபவர்கள் பெரும்பாலும் இளைஞர்கள் என்பதால் அவர்களுக்குத்தான் முதலீடு கிடைக்கும் என்பதுபோல் ஒரு பிம்பம் தான். அது உண்மையல்ல. வேலையற்ற வீணர்களின் மூளையற்ற வார்த்தைகளை வேடிக்கையாகக் கூட நம்பிவிடாதே, நீ ஸ்டார்ட் அப் துவங்காமல் வீட்டிற்குள் பயந்து வெம்பி விடாதே என்று 'பட்டுக்கோட்டை கல்யாணசுந்தரம்' இன்று இருந்திருந்தால் உங்களுக்காக மீண்டும் ஒருமுறை பாடியிருப்பார்!

வயது முதிர்ந்தவர்கள் மேல், அவர்கள் அனுபவத்தைக் கண்டு முதலீட்டாளர்களுக்கு அவர்கள் மேல் நம்பிக்கை வரும். அதோடு ஸ்டார்ட் அப்புக்கு பணமும் சேர்ந்து வரும்!

இருபதுகளில் ஸ்டார்ட் அப் துவங்கியவர்கள் கதையைத்தான் உலகம் விரும்பிப் படிக்கும். அதற்காக எல்லா வெற்றிகரமான தொழிலதிபர்களும் சிறு வயதிலேயே ஸ்டார்ட் அப் துவங்கியவர்கள் என்று நினைக்காதீர்கள். ஐம்பது வயதில் தொழில் துவங்கியவர்கள் தான் இளைஞர்களைவிட இரண்டு மடங்கு அதிகம் வெல்கிறார்கள் என்கிறது ஓர் உலக ஆய்வு.

ஸ்டார்ட் அப் என்று வரும்போது 'டூ லேட்' என்று ஏதும் இல்லை. 'ரைட் நவ்' என்று மட்டுமே உண்டு. இனியும் வயதாகிவிட்டது என்று நீங்கள் கூறினால் அது சால்ஜாப்பு மட்டுமே. என்னால் முடியாது என்று இத்தனை நாள் உங்களுக்கு நீங்களே பொய் சொல்லி வந்திருக்கிறீர்கள்.

முதல் காரியமாக அதை மாற்றுங்கள்!

60. செகண்ட் இன்னிங்ஸ்

வாழ்ந்து கெட்டவர் உண்டு. செத்துப் பிழைத்தவர் உண்டு. முதல் இன்னிங்ஸில் டக் அவுட் ஆகி இரண்டாவது இன்னிங்ஸில் செஞ்சரி அடித்தவர் உண்டு. அதுபோல் ஒருமுறை ஸ்டார்ட் அப் துவங்கி தோற்று மீண்டு எழுந்து வந்து வென்றவர் உண்டு. முதல்முறை முயன்று முடியாதவர்கள் மீண்டும் முயற்சிக்கலாம். முட்டி மோதி மேலே வரலாம். அப்படி வந்தும் வளர்ந்தும் இருக்கிறார்கள். எல்லாத் துறைகளிலும்.

வாய்ப்பு கிடைத்த படங்கள் எல்லாம் ஃப்ளாப்பாக, ராசியில்லாத நடிகராக ஒதுக்கப்பட்டும் பல வருடங்கள் விடாமல் போராடி சேதுவாக மறுஅவதாரம் எடுத்து இந்தியாவின் மிகச்சிறந்த நடிகர்களில் ஒருவர் என்று இன்று மதிக்கப்படும் 'சீயான் விக்ரம்' அதில் மிகச் சிறந்த உதாரண புருஷர்.

முதல் சர்வதேச போட்டியை 1991ல் ஆடி அதன் பின் கழுட்டி விடப்பட்டாலும் மனம் தளராமல் முயற்சித்து 1996ல் மீண்டும் இந்திய அணியில் இடம் பெற்று வளர்ந்து அதன் காப்டன் ஆன 'சௌரவ் கங்குலி', சாக்லெட் செய்கிறேன் என்று மூன்றுமுறை துவங்கித் தோற்று மனம் தளராமல் நான்காவது முறை துவங்கி வென்று உலகமே வாங்கிச் சுவைக்க நினைக்கும் 'ஹெர்ஷி' சாக்லேட்டை நிறுவிய 'மில்டன் ஹெர்ஷி' என்று பல கதாநாயகர்கள் இருக்கிறார்கள்.

யாரும் வென்றுகொண்டே இருந்ததில்லை. தோற்றுக்கொண்டே மறைந்ததுமில்லை. இன்று நீங்கள் தோற்றிருக்கலாம். நாளையும் தோற்பீர்கள் என்று யார் சொன்னது? இன்றைய தோல்வியிலிருந்து பாடம் கற்றால் நாளை இல்லையெனினும் அதற்கு மறுநாள் வெற்றி உங்கள் வாசல் தேடி வந்து காலிங் பெல் அழுத்தாதா என்ன!

ஒருமுறை ஸ்டார்ட் அப் துவங்கி நீங்கள் தோற்றிருக்கலாம். அதனால் என்ன, நீங்கள் செய்த தவறுகள் தெரிந்ததா? உங்கள் ஐடியாவிலுள்ள குறைகள் புரிந்ததா? அதைவிட பெட்டரான ஒன்று மலர்ந்ததா? கட்டுங்கள் பேடை, எடுங்கள் பேட்டை, இறங்குங்கள் க்ரவுண்டில். செகண்ட் இன்னிங்ஸில் ஒரு கலக்கு கலக்குங்கள்.

முதல் காரியமாக, ஸ்டார்ட் அப்பில் பெற்ற தோல்வியை பர்சனலாக தனிப்பட்டதாக எடுத்துக்கொள்ளாதீர்கள். தோல்வியை உங்கள் ஆளுமையின் அடையாளம்போல் நினைக்காதீர்கள். அப்படிச் செய்வது உங்கள் சுய மரியாதையை தன்னம்பிக்கையை சிதைத்துவிடும். முதல் தோல்வி உங்களை இடறிய கல் மட்டுமே. அதையே உங்களை தள்ளிய குழியாக்காதீர்கள்.

தாங்கள் பெறும் தோல்வி பலருக்கு ஒருவிதத் தாழ்வு மனப்பான்மையைத் தந்துவிடுகிறது. வெற்றி பெற்றவரோடு ஒப்பிட்டு நாம் லாயக்கில்லாதவன் என்று நினைக்க வைத்து விடுகிறது. அதற்கு அவசியமே இல்லை. ஆசிரியரிடம் வாங்காத திட்டா? அப்பாவிடம் பெறாத அடியா? ஓடும்போது விழாத சறுக்கலா? ஒவ்வொருமுறையும் எழவேண்டும் என்றுதானே எண்ணினோம். அதேபோல் முதல் ஸ்டார்ட் அப் மூழ்கிப் போனால் என்ன? மூச்சுப் பிடித்து மீண்டும் இறங்கினால் போச்சு. முட்டி மோதி முத்தெடுக்க முடியாதா என்ன!

முக்கியமாக பாசிடிவ் திங்கிங் உள்ளவர்களை அருகில் வைத்துக் கொள்ளுங்கள். ஏற்கெனவே நொந்து போயிருப்பீர்கள். நெகடிவாக நினைப்பவர் அருகில் இருந்தால் அவர் ஏற்கெனவே எரியும் உங்கள் நெஞ்சில் நெய் ஊற்றி அதோடு வெந்த புண்ணில் வேல் பாய்ச்சுவார். உங்கள் வளர்ச்சி விரும்பும் நல்லோர் ஒருவர் கை பிடித்துக் கரையேறுங்கள். நல்ல ஆலோசகர் துணையோடு அடுத்த முயற்சியைத் துவங்குங்கள்.

அதோடு உங்கள் முதல் தோல்விக்கு முழு பொறுப்பு ஏற்கத் தயங்காதீர்கள். அவர் ஒத்துழைக்கவில்லை, இவர் இதைச் செய்ய வில்லை என்று தோல்விக்கு முகம் தேடாமல் என் ஸ்டார்ட் அப் தோற்றுப்போக நானே காரணம் என்று ஒப்புக்கொள்ளுங்கள். அந்த

எண்ணமே உங்களை அடுத்த முயற்சிக்கு தயார் செய்து செய்த தவறுகளை களையச் செய்யும்.

வென்றவன்போல் நம்மைப் பாவித்து வாழ்க்கையை எதிர் நோக்குவதும் நல்லதே. Fake it until you make it என்பார்கள். ஜெயிக்காவிட்டாலும் பரவாயில்லை, ஜெயித்தவன்போல் நடந்துகொண்டு நாமும் நம்பி ஊரையும் நம்ப வைத்து முயற்சியைத் தொடர்ந்து செய்தால் வெற்றி தானாக வரும். முதலில் மனம் நம்பினால்தான் மற்றதெல்லாம்!

செய்த தவறை திருத்திக்கொள்ள வாழ்க்கை எப்போதுமே சந்தர்ப்பம் தருகிறது. அதைத் துணிந்து பயன்படுத்துபவன் வெற்றியடைகிறான். 2011 உலக கிரிக்கெட் போட்டி. கோப்பை யாருக்கு என்று நிர்ணயிக்கப்போகும் இறுதி ஆட்டம். அதில் ஸ்பின்னரான ரவிச்சந்திரன் அஷ்வினை சேர்க்காமல் வேகப் பந்து வீச்சாளரை தேர்வு செய்கிறார் மஹிந்திர சிங் தோனி. அது தவறான முடிவு என்று தெரியும் அளவிற்கு முதலில் ஆடிய இலங்கை 274 ரன்கள் குவிக்கிறது. இந்தியா ஆடத் துவங்கி மூன்றாவது விக்கெட் விழ யாரும் எதிர்பார்க்காதபடி களமிறங்குகிறார் தோனி. தன் தவறுக்கு பிராயச்சித்தம் தேடுவது போல. அப்போட்டியில் அதுவரை அதிரடியாக ஆடிக்கொண்டிருந்த 'யுவராஜ் சிங்' வருவதற்கு முன் வருகிறார். அதுவரை தோனி தான் ஆடிய உலக கோப்பை மாட்சுகளில் அடித்த அதிகபட்ச ஸ்கோர் 34 மட்டுமே. அதனால் என்ன என்பதுபோல் அமைதியான நடை. சலனமில்லாத முகம். குழப்பமில்லாத பார்வை. சாதிப்போம் என்ற வெறி. கடைசி வரை நின்று 91 ரன் குவிக்கிறார். எல்லாவற்றுக்கும் முத்தாய்ப்பு வைப்பதுபோல் வின்னிங் ஷாட்டை அடிக்கிறார். அதுவும் எப்படி. ஓர் இமாலய சிக்ஸர் மூலம்!

தவறு செய்தால் என்ன, அதை துணிந்து ஏற்றுக்கொண்டு திருத்திக் கொண்டு அடுத்த முயற்சி மேற்கொண்டால் உலகமே நம் கையில்; உலகக் கோப்பையும் நம் கையில் என்று வரலாற்றுப் பாடமாகிறார் மஹேந்திர சிங் தோனி!

ஸ்டார்ட் அப் துவங்கினேன், தோல்வியுற்றுவிட்டேன் என்பதற்காக விட்டேத்தியாக இருந்துவிடுவதா. தோல்வி என்பது தாண்டிச் செல்லும் மேகம்தானே. நனைத்துவிட்டுபோகட்டுமே. வெயில் வராமலா போகும். இல்லை வெற்றிதான் வராமல் போகுமா! வாழ்க்கையிலும் சரி வியாபாரத்திலும் சரி, வெற்றி பெற நமக்கு சமயங்களில் தேவைப்படுவது ஒரு தோல்வியின் சந்திப்பு மட்டுமே!

61. சிலிகான் வாலி

ஸ்டார்ட் அப் பற்றி நிறையப் பேசிவிட்டோம். கொஞ்சம் ஆசுவாசப்படுத்திக்கொள்ள ஒரு ரவுண்ட் அமெரிக்காபோய் வருவோம். விசா எல்லாம் வேண்டாம். விசாரிக்கத்தான் போகிறோம். சுற்றிப் பார்க்க இல்லை. கற்றுக்கொண்டு வர. வாருங்கள், ஸ்டார்ட் அப் தலைநகரம் என்று பலரும் கருதும் சிலிக்கான் வாலிக்கு!

சிலிகான் வாலி என்பது ஹைடெக் தொழில்திறனுக்கும் புதுமை களுக்கும் ஒரு மெகா உலகளாவிய மையம். உலகின் மிகப் பெரிய தொழில் நுட்பக் கம்பெனிகளான 'கூகுள்', 'ஆப்பிள்', 'ஃபேஸ்புக்', 'ஆரக்கிள்' போன்றவை பிறந்து வளர்ந்து தழைத்து வருவது இங்குதான். ஆயிரக்கணக்கான ஸ்டார்ட் அப்ஸ் அசால்ட்டாக அவதரிப்பதும் இந்தத் திருத்தலத்தில்தான்.

சிலிக்கான் வாலி ஓர் ஊர் என்று பலர் நினைக்கிறார்கள். லேது. அது பல ஊர்களை உள்ளடக்கி லம்பாக ஒரேபெயர் சொல்லி அழைக்கப்படும் இடம். கலிஃபோர்னியா மாநிலத்தில் வடக்கே ஒரு சில ஊர்களைச் சேர்த்து அழைக்கப்படும் பிரதேசம். 'சான் மேடியோ', 'சாண்டா க்ளாரா' கொஞ்சம் 'சாண்டா க்ரூஸ்' போன்ற கவுண்டிகளை உள்ளடக்கிய ஒரு பெரிய ஏரியாதான் சிலிகான் வாலி.

வாலி என்றால் பள்ளத்தாக்கு, ஓகே. அது என்ன சிலிகான்? ஷாரூக் கான், சல்மான் கான் போல் ஹாலிவுட் நடிகர் பெயரா?

அந்தக் கர்மமெல்லாம் அங்கு இல்லை. ஒரு காலத்தில் சிலிகான் அடிப்படையிலான ஒருங்கிணைந்த மின்சுற்றுபோன்ற தொழில் நுட்ப சாமான்கள் அங்கு தயாரிக்கப்பட்டு வந்தன. 1971ல் பத்திரிக்கையில் கட்டுரை எழுதிய 'டான் ஹெஃப்லர்' என்ற நிருபர் விளையாட்டாக சிலிகான் வாலி என்று இந்த இடத்தை அழைக்க, விளையாட்டு வினையானது. அந்தப் பெயரே நிலையானது!

ஏதோ நாலு ஐந்து கம்பெனிகள் இருப்பதற்கா இத்தனை அலப்பறை, சென்னை பாரீஸ் கார்னரில் இல்லாத பில்டிங்கா, கம்பெனிகளா என்று சிலருக்கு கேட்கத் தோன்றும். அமெரிக்கா என்றாலே ஓவராய் தூக்கி வைக்கிறார்கள் என்று புலம்பக்கூட வைக்கும். அவர்களுக்கு சிலிகான் வாலியின் ஸ்தலப் புராணத்தை, அதன் வீரதீர பிரதாபங்களை, அதிசிறந்த புத்திசாலிகளை உலகெங்கிலிருந்தும் ஈர்க்கும் காந்த சக்தியை விளக்கவேண்டி இருக்கிறது. அந்த இடத்தின் மகத்துவத்திலிருந்து நாமும் நம் நாட்டு அரசும் கற்கவேண்டிய பாடங்களை உணர்த்தவேண்டியிருக்கிறது.

சிலிகான் வாலியின் தனித்துவமான குணம் பொருளாதார வளர்ச்சிக்கு வித்திடும் மூன்று முக்கிய விஷயங்களை ஒருங்கே பெற்றிருப்பது தான். உலகத்தரமான கல்வித் துறை, சுறுசுறுப்பான தனியார் துறை மற்றும் ஊக்கமளிக்கும் அரசாங்க செயல் திட்டங்கள். இவை மூன்றும் ஒருசேரக் குவிந்து ஒன்றாக இணைந்து பணியாற்றும்போது ஏற்படும் தொழில்முனைப்புக்கு ஏதுவான சூழல் அந்த இடத்தை புதுமைகளின் ஊற்றாக்கி அமெரிக்க நாட்டை வளமாக்கி அதன் மக்களுக்கு சுபிட்சத்தை சப்ஜாடாக பார்சல் செய்து தரும் என்பதற்கு சிலிகான் வாலி ஒரு சிறந்த உதாரணம்.

சிலிகான் வாலிக்கு மையமாக அமைந்திருக்கிறது உலகப் புகழ்பெற்ற இரண்டு பெரும் பல்கலைக்கழகங்கள்: 'ஸ்டான்ஃபோர்ட்' மற்றும் 'பர்க்லி'. ஆழ்ந்த ஆராய்ச்சிகளுக்குப் பெயர் போன இவை இரண்டிலிருந்தும் வருடா வருடம் விஷய ஞானத்தில் தேர்ந்த மாணவர்கள் டஜன் கணக்கில் வெளி வருகிறார்கள். அதுவும் எப்படி, புதுமையான சிந்தனைகளோடும் ஸ்டார்ட் அப் துவங்கி சாதிக்கவேண்டும் என்ற வெறியோடும். அவர்களுக்கு துணை நிற்க, அவர்களை வழிநடத்த சிலிகான் வாலி முழுவதும் நண்டும் சிண்டு முதல் நந்தி சைஸ் வரையிலான அசாத்திய தொழில் நுட்ப கம்பெனிகள்.

அது மட்டுமா, யார் அடுத்த 'பில் கேட்ஸ்', யாரிடம் அடுத்த ஆப்பிள் ஐடியா இருக்கிறது என்று கையில் பில்லியன் கணக்கில் டாலரோடு தொழில் துவங்க உதவத் தயாராக இருக்கும் முதலீட்டாளர்கள். அமெரிக்காவில் உள்ள வென்சர் காபிடலிட்களில் மூன்றில் ஒரு பங்கு சிலிகான் வேலியில் கதவைத் திறந்து வைத்து கடன் தரக் காத்திருக்கிறார்கள். அதோடு தொழில் நுட்பத்தில் தேர்ந்த வல்லுனர்கள் ஸ்டார்ட் அப்ஸை வழிநடத்த தொழில் முனைவர் களை வழிகாட்ட வழி மேல் விழி வைத்துக் காத்திருக்கிறார்கள்.

இத்தனையும் ஒரு சேர ஒரே இடத்தில் இருந்தால் என்ன ஆகும்?

அதுதான் ஆகிறது சிலிகான் வாலியில். ஒரு சூப்பர் ஸ்டார்ட் அப் சுற்றுச்சூழல் அமைப்பு அமையப்பெற்று அங்கு நாளொரு தொழில் பொழுதொரு புதுமை பிறக்கிறது. சிலிகான் வாலி என்பது இடமல்ல, ஒரு மனநிலை என்பார்கள். ஸ்டார்ட் அப்பின் மகோன்னத நிலை என்றே கூறலாம்.

இத்தனை சொல்வதால் சிலிகான் வாலியில் வெற்றி மட்டுமே வழிந்து எங்கும் தேனும் தினைமாவும் பெருக்கெடுத்து ஓட வில்லை. தோல்வியடையும் தொழில்கள் இருக்கத்தான் செய்கின்றன. ஆனால் அந்தத் தோல்விகள்தான் சிலிகான் வாலியின் ப்ரைட் ஸ்பாட். மற்றவர்களை வழிநடத்திக் கரை சேர்க்கும் கலங்கரை விளக்கம்.

ஆச்சரியமாக இருக்கிறதா? இதில்தான் இருக்கிறது சிலிகான் வாலியின் வெற்றியின் ரகசியம்.

தோல்வியை சிலிகான் வாலி அணுகும் விதமே அலாதி. உலகெங்கும் 'தோற்காதே' என்றுதான் கற்று தரப்பட, சிலிகான் வாலியில் 'வேகமாக தோல்வியுறு' என்று கற்றுத் தரப்படுகிறது. முயன்று பார்த்து முடியாது தோல்வியுறும்போதுதான் புதுமையான சிந்தனைகள் பிறக்கின்றன, தழைக்கின்றன. தோல்வியைக்கண்டு அஞ்சாமல் முயன்று முயலும்போதுதான் புதிய வழிகளில் பயணிக்க, புதிய முயற்சிகளை செய்து பார்க்கும் சுதந்திரம் கிடைக்கிறது.

சிலிகான் வாலி ஒருவிதத்தில் தோல்விகளின் ஃபாக்டரிதான். இப்படிச் சொல்வதால் அங்கு தோல்வியடையும் ஸ்டார்ட் அப்ஸ்தான் அதிகம் என்று நினைக்காதீர்கள். தோல்விகளைச் சந்திக்கத் தயாராக இருந்து புதுமைகளைப் புகுத்தும் தைரியம் அதிகம் இருக்கும் தொழிற்பேட்டை சிலிகான் வாலி. நம்மூரில் ஒருவன்

தோல்வியடைந்தால் 'பூட்ட கேஸ்' என்று அவனுக்கு முத்திரை குத்தி அவன் ஆயுள் முழுவதும் வேறு எதையும் புதுமையாகச் செய்யவிடாமல் தடுப்போம். போதாக் குறைக்கு அவன் தோல்வியை நாம் ஏகத்துக்கும் ஏளனம் செய்து அவமானப்படுத்தி அதைப் பார்க்கும் மற்றவர்களையும் 'செத்தாலும் ஏதும் புதுமையாய் சிந்தித்து தோற்கக்கூடாது' என்று சிந்தனைகளை சிறையிலிட்டு சிறகுகளை முறித்து வைப்போம்.

சிலிகான் வாலி இதற்கு நேர் எதிர். தொழில் முனைந்து தோல்வியடைபவரிடம், 'ஏன் தோல்வியடைந்தாய்' என்று விசாரணைக் கைதிபோல் கேள்வி கேட்பதில்லை. மாறாக அவரை அனைவர் முன்னும் அழைத்து 'எப்படித் தோல்வியடைந்தாய், அதிலிருந்து என்ன கற்றுக்கொண்டாய்' என்று கூறக் கேட்டுஅந்த பாடங்களிலிருந்து படிப்பினை பெறுகிறார்கள். ஒரு வழியில் பார்த்தால் தோல்வி அங்கு கொண்டாடப்படுகிறது. தோல்வி அடைந்தவர்கள் ஆசிரியர்களாக மதிக்கப்படுகிறார்கள்!

இதெல்லாம் நம்மூரில் சாத்தியப்படுமா என்று உங்களுக்குத் தோன்றும். சந்தேகமே வேண்டாம், பேஷாக சாத்தியப்படும். ஐம்பதுகளின் துவக்கத்தில் சிலிகான் வாலி என்று இன்று புகழப்படும் இடம் ஒரு பெரிய சைஸ் பாதாமி மற்றும் கத்திரிக்காய் பழத்தோட்டமாகத்தான் இருந்தது. அதன் மத்தியில் ஓர் அழுது வடியும் ஒரு சின்னப் பல்கலைக்கழகம். ஸ்டான்ஃபோர்ட் என்று பெயர். பெரிய அளவு பிரசித்தம் எல்லாம் இல்லை. ராணுவத்திற்குப் பொருள்கள் தயாரித்துத் தரும் ஒரு சின்னக் கம்பெனி இருந்தது. 'ஹூலெட் பாக்கார்ட்' என்று பெயர். அணுகப் போகும் ஹை டெக் சுனாமியை அறியாமல் ஆரவாரமில்லாத அமைதியான பிரதேசமாக தூங்கிக்கொண்டிருந்தது. அப்பொழுது தான் வத்திக்குச்சி சைஸில் சிலிகான் சம்பந்தப்பட்ட தொழில்கள் சின்ன அளவில் துவங்கின. ஹை டெக் ஆராய்ச்சி, ஆய்வு என்று பல்கலைக்கழகம் துளிர்விட்டு எழுந்தது. கம்பெனிகள் பெருகின. உலகெங்கும் இருந்து புத்திசாலி மாணவர்கள் இங்கு படிக்க படையெடுத்தனர். அவர்கள் தொழில் துவங்க உதவ முதலீட்டாளர்கள் கடை பரப்பினர். ஒன்றுக்கொன்று பின்னிப் பிணைய ஒரு சாதாரண பழத்தோட்டம் பணத்தோட்டமானது.

மனமிருந்தால் இந்தியாவிலும் பல சிலிகான் வாலிகள் பிறக்கும். பிறக்க வைக்க முடியும். பிறக்கவேண்டும்!

62. இன்ஹேல் எக்ஸ்ஹேல் இஸ்ரேல்

இஸ்ரேல் என்றால் பலருக்கு பாலஸ்தீன், போர், பாலிடிக்ஸ்தான் தோன்றும். உலகின் ஒரு கோடியில், ஒரு கோடிக்கும் குறைவான ஜனத்தொகையோடு பகையாளி நாடுகள் நடுவில் கோமணத்துண்டு போல் உள்ள தக்கனூண்டு இஸ்ரேல்தான் ஸ்டார்ட் அப் துவக்கத்தில் உலகின் முன்னணி நாடுகளில் ஒன்று என்பதோ தொழில் நுட்பம், ராணுவ, விவசாயத் துறைகளில் புதுமைகளின் ஊற்று என்பதோ பலருக்குத் தெரிவதில்லை.

1948ஆம் ஆண்டு உருவாக்கப்பட்டு, புல் பூண்டுகூட முளைக்காத வறண்ட பூமியில் வாழ் என்று விதிக்கப்பட்டும், அதை சவாலாக ஏற்றுக் கொண்டு, வாழ்வது மண்ணிலும் கல்லிலும் அல்ல, உணர்விலும் வைராக்கியத்திலும் என்று அறிவுசார் முதலீட்டை அதிகப்படுத்தியது இஸ்ரேல். அறிவு அடிப்படையிலான பொருளா தாரத்தை உருவாக்கி பல துறைகளில் புதுமையான தொழில்திறன் மூலம் மேலை நாடுகளுக்கே ஏற்றுமதி செய்யும் இஸ்ரேலிடம் இருந்து பாடங்கள் பலவற்றை நாம் இன்ஹேல் எக்ஸ்ஹேல் செய்யலாம்!

'இஸ்ரேல் நாடே ஒரு நிரந்தர ஸ்டார்ட் அப்' என்றார் அந்நாட்டின் முன்னாள் பிரதமர் 'ஷிமோன் பெரெஸ்'. அப்படி என்ன பெரிய

ஸ்டார்ட் அப்பை அங்கு கண்டாய் என்று கேட்பவர்களுக்கு... அதிகமில்லை, 1,844 இஸ்ரேலியருக்கு ஒரு ஸ்டார்ட் அப் என்கிற லெவலுக்கு அந்நாட்டு மக்கள் ஒரு ஜூர வேகத்தில் ஸ்டார்ட் துவங்குகிறார்கள். அதுவும் ஹைடெக் ஸ்டார்ட் அப்ஸ் இஸ்ரேலில் உள்ள அளவிற்கு வேறு எந்த நாட்டிலும் கிடையாது. அந்நாட்டு ஏற்றுமதியில் 45% சூப்பர் ஹை டெக் ஜாதியைச் சார்ந்தவையே. சிலிகான் வேலிக்கு அடுத்த சிறந்த ஸ்டார்ட் அப் eco system இஸ்ரேல் தலைநகர் டெல் அவீவ்தான் என்பது வல்லுனர்கள் கருத்து. அமெரிக்கா, சைனாவிற்கு அடுத்து NASDAQ கில் அதிகம் இடம் பெற்றிருப்பது இஸ்ரேல் கம்பெனிகளே. இத்தனையும் காய்ந்த பாலைவனத்தில் சென்னையைவிட கம்மியான மக்கள் தொகையை வைத்துக்கொண்டு என்பதை கவனத்தில் கொள்க!

இதற்குத் தான் என்று ஒரு விவஸ்தை இல்லாமல் சகட்டுமேனிக்கு பல துறைகளில் புதுமைகளை புகுத்துவதில் இஸ்ரேலியர்கள் கில்லாடிகள். சொட்டு நீர் பாசனம் முதல் ப்ரிசிஷன் ஃபார்மிங் முறைகள்வரை, யுஎஸ்பி ட்ரைவ் முதல் ஃபயர்வால் வரை அவர்கள் கண்டுபிடிப்புகள் அனைத்தையும் சப்ஜாடாவாக லிஸ்ட் செய்கிறது 'ஸ்டார்ட் அப் நேஷன்' என்ற புத்தகம். ஆழமான ஆராய்ச்சி செய்து இதை எழுதியவர்கள் 'டேன் செனார்' மற்றும் 'சால் சிங்கர்'. புதுமையையும் தொழில் முனைப்பையும் இஸ்ரேல் எப்படி தன்னுடையதாக்கியது என்பதைப்பற்றிய நல்ல புத்தகம். முடிந்தால் வாங்கிப் படியுங்கள்.

இஸ்ரேல் பொருளாதார வளர்ச்சிக்கும் ஸ்டார்ட் அப் மோகத்துக்கும் முக்கிய காரணம் அந்நாட்டு கட்டாய ராணுவப் பயிற்சி திட்டம். சிறிய சைஸ் அதோடு பகை சூழ்ந்த நாடென்பதால் அங்கு ஒவ்வொருவரும் ராணுவத்தில் சேர்ந்து பயிற்சி எடுத்து சில வருடங்கள் பணியாற்ற வேண்டும். தற்காப்புக் கலைகள் முதல் பலதரப்பட்ட திறனை வளர்த்துக்கொள்ளவும் சக நாட்டவர்களோடு நல்ல தொடர்பு ஏற்பட வாய்ப்பளிக்கிறது.

சீனியர்களைக்கூட தைரியமாக கேள்வி கேட்கும் குணம் வளர ராணுவ கலாச்சாரம் அடித்தளமிடுகிறது. எடுத்த காரியத்தை வழிகாட்டல் இன்றி வெற்றிகரமாக முடிக்கும் பொறுப்பு ஒவ்வொரு வீரனுக்கும் தரப்படுகிறது. ஒரு பணி தரப்பட்டால் அதை எப்படியாவது முடித்தே தீரவேண்டும் என்பதே விதி. ஏதேனும் தவறு நேர்ந்தால் 'அது என்னால் அல்ல, நான் பொறுப்பல்ல' என்ற பேச்சுக்கே அங்கு இடமில்லை.

சிறிய வயதிலேயே இதுபோன்ற அழுத்தத்தை அனுபவிப்பதால் செய்யும் செயல்களை தொலைநோக்கோடு அணுகி, ஒரு செஸ் வீரர் எப்படி தன் அடுத்த ஐந்து மூவ்களை ஒரு சேர சிந்திக்கிறாரோ அது போல் கற்றுக்கொள்கிறார்கள். துணிந்து துவங்கி, துவங்கியதை சிரத்தையுடன் செய்து, செய்வதை வெற்றியுடன் முடிக்கும் பண்பை ராணுவத்தில் கற்ற பின்தான் வாழ்க்கையைத் துவங்குகிறார்கள் இஸ்ரேல் நாட்டினர்!

ஸ்டார்ட் அப் வளர இன்னொரு காரணம் உலகெங்கும் இருந்து வரும் யூத மக்களை எளிதாகக் குடியேற்ற வழி செய்யும்படி அவர்கள் ஏற்படுத்திய சட்டதிட்டங்கள். வெளிநாட்டிலிருந்து குடியேறுபவர்கள் வாழ்க்கையை மீண்டும் முதலில் இருந்து அணுகுபவர்கள். புதிய நாட்டில் புது வாழ்க்கையை புதியதாகத் துவங்க வருபவர்களிடம் தொலைக்க ஏதுமில்லை. அதனால் அவர்கள் ரிஸ்க் எடுக்கத் தயங்குவதில்லை. இஸ்ரேல் ஹீப்ரு மொழியில் இந்த குணத்தை விளக்கும் பிரத்யேகமாக வார்த்தை ஒன்று உண்டு. 'குத்ஸ்பா' (Chutzpah) என்பார்கள். பயமறியாத, கொஞ்சம்கூட வெட்கமே இல்லாத தைரியம் என்று அர்த்தம்!

'நேதன் ஷரான்ஸ்கி' என்பவர் ரஷ்ய சிறையில் பதினான்காண்டு இருந்து இஸ்ரேலில் குடியேறினார். அங்கு உழைத்து முன்னேறியவர் பின் 'ரஷ்ய குடியேறியவர்கள் கட்சி' என்ற ஒன்றைத் துவங்கி படிப்படியாக வளர்ந்து, இஸ்ரேலின் துணை பிரதம மந்திரியாகத் திகழ்ந்தார். 'சிறைக்குச் செல், பின் அரசியலுக்கு வா' என்றார். நம்மூர் அரசியல்வாதிகள் இதை மாற்றிச் செய்கிறார்கள், அவ்வளவே!

ஸ்டார்ட் அப் தழைக்க தைரியத்தோடு அறிவும் அவசியம் என்பதை அந்நாட்டு அரசாங்கம் உணர்ந்திருக்கிறது. தங்கள் மொத்த உள்நாட்டு உற்பத்தியில் ஏழு சதவிகிதம் கல்விக்கு செலவிடுகிறது. R&D க்கு அவர்கள் ஆண்டுதோறும் செலவிடுவது சமார் ஐந்து சதவிகிதம். அதில் மூன்றில் ஒரு பங்கு அந்நாட்டு பல்கலைக்கழகங்களுக்கு செலவழிக்கப்படுகிறது. உலகின் டாப் 150 பல்கலைக்கழகங்களில் நான்கு இஸ்ரேலில் உள்ளன. அவைகள் பெரிய கம்பெனிகள், ஸ்டார்ட் அப்ஸ், முதலீட்டாளர்கள் மற்றும் அரசாங்கத்துடன் சேர்ந்து உழைத்து தொழிற் முனைவோரை ஊக்குவிக்கின்றன. உலகில் பல துறைகளில் நோபெல் பரிசு பெற்றவர்களில் குறிப்பிடும்படியான சதவிகிதத்தினர் இஸ்ரேலியர் என்றால் பார்த்துக்கொள்ளுங்கள்.

1947ல் இந்தியா பிறந்தது. ஒரு வருடம் கழித்து இஸ்ரேல் பிறந்தது. பழைய கதைகளை விடுவோம். அரசியல் வேறுபாடுகளை மறப்போம். பாலைவனத்தில்கூட பரிசல் ஓட்டும் இஸ்ரேலிடம் இருந்து நாம் நிறைய கற்கலாம். கற்கவேண்டும்.

பகை நாடு சூழ்ந்தும் பட்டொளி வீசும் அந்நாட்டிலிருந்து நாம் அதிகம் பெறலாம். பெறவேண்டும்!

63. ஸ்டார்ட் அப் இந்தியா

ஸ்டார்ட் அப் என்று நாமகரணம் சூட்டப்பட்டு இன்று பிரபலமாக இருக்கும் இந்த இயல் இந்தியாவில் 80களில் பிறந்து, 90களில் தவழ்ந்து, இந்நூற்றாண்டின் துவக்கத்தில் எழுந்து கடந்த ஒரு பத்து வருடமாக அசுர வேகமெடுத்து ஓடிக்கொண்டிருக்கிறது.

நண்டும் சிண்டுமாக அப்படி இப்படியென்று இந்தியாவில் சுமார் 80,000 ஸ்டார்ட் அப்ஸ் இருக்கிறது என்கிறது ஓர் ஆய்வு. வருடா வருடம் சபரிமலைக்கு மாலை போடுபவர்கள் எண்ணிக்கை அதிகரிப்பதுபோல் ஸ்டார்ட் அப்ஸ்ஸில் முதலீடு அதிகரித்து வருகிறது. 2012ல் 3 பில்லியன் டாலர்கள் கவர்ந்த ஸ்டார்ட் அப்ஸ் 2019ல் 10 பில்லியன் டாலர்கள் பெற்றது. அதிகம்தான், அதற்காக 'ஆ' என்று வாய் பிளக்காதீர். சீனா 34 பில்லியன் கவர்ந்தது. அமெரிக்கா பெற்றது 114 பில்லியன்.

அளவில், முதலீடு பெறுவதில் உலகின் மூன்றாவது பெரிய ஸ்டார்ட் அப் இகோசிஸ்டம் இந்தியாவில் என்பது நமக்கு பெருமையே. ஆனால் சீனா, அமெரிக்காவை கம்பேர் செய்தால் நாம் ஐ~ஐ~பி. நாம் செய்யவேண்டிய செயல்கள் செல்லவேண்டிய தூரம் அதிகம். எண்பதுகளில் ஐடி துறையில் சின்னதாக தானாக எரியத் துவங்கிய ஸ்டார்ட் அப் தீபம், கொஞ்சம் கொஞ்சமாக சூடுபிடித்து இப்பொழுது தான் தீவட்டி ரேஞ்சிற்கு எரியத்

துவங்கியிருக்கிறது. இதை ஊதி உக்கிரமாக்கி ஊருக்கெல்லாம் சொக்கப்பானை சைஸில் சுடர்விட்டு சுபிட்சம் பொங்கச்செய்யும் பொறுப்பு அரசாங்கம் முதல் நம் அனைவருக்கும்இருக்கிறது.

முதல் காரியமாக ஸ்டார்ட் அப் ஜனநாயகமாக்கப்படவேண்டும். இந்தியாவின் பெரிய பத்து பன்னிரண்டு நகரங்களில்தான் ஸ்டார்ட் அப் கலாச்சாரம் வளர்ந்திருக்கிறது. ஸ்டார்ட் அப் மகத்துவத்தை, எவரும் எளிதில் துவங்கி அதோடு தானும் வளரக்கூடிய சாத்தியக் கூறை பட்டி தொட்டியெங்கும் பரவச் செய்யவேண்டும். அரசாங்கம் தனியாக செய்ய முடிந்த பணி இல்லை இது. தொழிற்சங்கங்கள், கல்லூரிகள், ஊடகம் அனைவருக்கும் இந்தப் பொறுப்பு உண்டு. செய்தால் தேவலை.

அப்படிச் செய்யும்போதுதான் ஸ்டார்ட் அப் கலாச்சாரம் பல இடங்களுக்கும் பரவி பட்டிக்காட்டில் இருப்பவர்கூட பரவசமடைந்து இந்த ஜோதியில் ஐக்கியமாவார்கள். நாட்டின் தலையெழுத்தை மாற்ற இதைவிடச் சிறந்த மார்க்கம் இல்லை.

கிரிக்கெட்டில் ஒரு காலத்தில் இந்திய அணியில் இடம் பெற்றவர்கள் நாட்டின் ஐந்து அல்லது ஆறு பெரிய நகரங்களிலிருந்து வந்தவர்கள் மட்டுமே. அதனால்தான் வெளிநாட்டு பிட்சுகளில் விளையாடும் போது பலமுறை செருப்படி பட்டு செஞ்சோற்றுக் கடன் தீர்த்தார்கள். முதல்முறையாக 'சண்டிகர்' என்ற ஊரிலிருந்து வந்த 'கபில் தேவ்' தயவில் வேகப் பந்துவீச்சு என்றால் என்ன என்று தெரிந்து கொண்டோம். நம்மால்கூட உலகக் கோப்பையை வெல்ல முடியும் என்று அறிந்துகொண்டோம். பிறகு சின்ன ஊர்களிலிருந்து வந்த மஹேந்திர சிங் தோனி, சுரேஷ் ரெய்னா போன்றவர்கள் வருகையால் இந்திய அணி டெஸ்ட் மாட்சுகள், ஒரு நாள் போட்டிகள், 20 - 20 என்று சைஸ் வாரியாக சக்கைப்போடு போட்டு உலகெங்கும் சென்று வென்றோம். ஒன்றும் வேண்டாம், சேலம் அருகில் சின்னப்பம்பட்டி என்ற கிராமம் இருப்பது நமக்கு தெரிந்தது, 'தங்கராசு நடராஜன்' அங்கிருந்து வந்து பௌலிங் போட்ட பிறகுதானே. கிரிக்கெட்டில் நாம் கொடி கட்டுவதுபோல் உலகப் பொருளாதாரத்திலும் நாம் வெல்ல சின்ன ஊர்களிலிருந்து ஸ்டார்ட் அப் துவங்க ஊக்குவிக்கவேண்டும்.

ஸ்டார்ட் அப்புக்கு பொருளாதாரத்திற்கு புத்துயிர் பாய்ச்சும் பவர் உண்டு. ஸ்டார்ட் அப் ஒரு நாட்டின் பொருளாதார இயக்கங்களில் பிரதானமானது. பொருளாதாரத்தை இயக்கி நாட்டின் பொருளாதார

அமைப்புக்களின் போட்டித்திறனை அதிகப்படுத்தும்தன்மை ஸ்டார்ட் அப்புக்கு உண்டு. நாட்டின் பொருளாதாரம் ஆரோக்கியமாக இருப்பதோடு சிறிய மற்றும் பெரிய கம்பெனிகள் விழிப்புடன் வேலைசெய்ய வைப்பவை ஸ்டார்ட் அப்ஸ். இல்லையா பின்னே, கொஞ்சம் அசந்தாலும் புதுமைகளைப் புகுத்தி பெரிய கம்பெனிகளைச் சாய்க்கும் சக்தி ஸ்டார்ட் அப்புக்கு உண்டு. ஷாம்பு மார்க்கெட்டில் ஒரு காலத்தில் பன்னாட்டு நிறுவனங்களும் பெரிய கம்பெனிகளும் இந்தியாவில் கோலோச்சிய காலத்தில் சின்னதாக சாஷே என்று புதுமையைப் புகுத்தி சைக்கிள் கேப்பில் பெரிய பிராண்டுகளை சாய்த்து முன்னேறிய 'கவின்கேர்' சின்ன ஸ்டார்ட் அப் தானே!

இந்தியாவில் வருடத்திற்கு 1 கோடி புதிய வேலை வாய்ப்புக்களை ஏற்படுத்தவேண்டுமாம். முழுநேர தொழிலாக 'அதையே' கர்மமே கண்ணாகச் செய்து நம் ஜனத்தொகையை அக்கிரமத்திற்கு பெருக்கியிருக்கிறோம். அத்தனை பேருக்கும் அரசாங்கமும் இருக்கும் கம்பெனிகள் மட்டுமே வேலை தரமுடியாது. இதற்கும் ஸ்டார்ட் அப் தேவை. நாடெங்கும் சப்ஜாடாவாக ஸ்டார்ட் அப் கலாச்சாரத்தை பரவச் செய்வதால் மட்டுமே வருபவர்களுக்கு எல்லாம் வேலை வாய்ப்பு வழங்க முடியும்.

ஸ்டார்ட் அப் கொண்டு அடுத்த பத்தாண்டுகளில் இந்தியாவின் மொத்த உள்நாட்டு உற்பத்தியை மூன்று மடங்கு அதிகரிக்க முடியும் என்கிறார்கள். இ-காமர்ஸ், நிதி, சுகாதாரம், லாஜிஸ்டிக்ஸ், கல்வி என்று வளரும் துறைகள் எல்லாமே ஸ்டார்ட் அப்ஸ்க்கு அளவெடுத்துச் செய்தவைதான். இந்தியாவின் பாரம்பரியமிக்க தொழில்களான பால், விவசாயம், கைவினைப்பொருள்கள் போன்றவைகள் வளர இங்கும் ஸ்டார்ட் அப்ஸ்ஸை ஊக்குவிப்பது அதிஅவசியம்.

இன்னமும்கூட அடுக்கிக்கொண்டே போகலாம். ஆனால் இதற்கெல்லாம் முதல் படி ஒன்று உண்டு. நீங்கள் வெறுமனே ஸ்டார்ட் அப் ஆரம்பிப்பதைப்பற்றி புத்தகம் படித்தால் மட்டும் பத்தாது. அடுத்த ஸ்டெப் எடுக்கவேண்டும். ஒரு ஸ்டார்ட் அப்பை துவக்கவேண்டும்!

துவங்கிவீர்கள்தானே? வாழ்த்துகள்!

64. ஸ்டார்ட் இட் யங்

தொழில் முனைவோர் பிறக்கிறார்களா அல்லது பின்னாளில் வளர்ந்த பின் மற்றவர்களைப் பார்த்து உருவாகிறார்களா என்பதை பட்டிமன்றம் வைத்துப் பேசலாம். ஆனால் ஒன்று நிச்சயம். பள்ளிப் பருவத்தில்தான் பெரும்பாலானவற்றைக் கற்கிறோம். கற்றதை கடைசி காலம்வரை மறக்காமல் இருக்கிறோம். வாழும் காலம் முழுவதும் சின்னப் படிப்பினைகள் இருந்தாலும் நம் கிரகிப்புத் தன்மை கல்லூரிக் காலத்தோடு கரைகிறது.

நிற்க. படிப்பினைபற்றி எதற்கு இப்பொழுது?

தேவை இருக்கிறது. வாழ்க்கையை வளமாக்கி நாட்டின் பொருளாதாரத்தைப் பெருக்கி சமுதாயத்தை சுபிட்சமாக்கும் ஸ்டார்ட் அப் பற்றி அடிப்படை அறிவுகூட இல்லாமல் மக்களை வளர்த்து அவர்கள் கல்யாணம், குட்டி, குடும்பஸ்தன் என்றான பிறகு 'முன்பே தொழில் முனைந்திருக்கலாமோ' என்று கண் கெட்ட பிறகு சூரிய நமஸ்காரம் செய்ய வைப்பதால் யாருக்கு என்ன ப்ரீதி? அதற்காக குழந்தைகளுக்கு அரிச்சுவடியோடு அக்கவுண்டிங் கற்றுத்தர வேண்டும் என்று கூறவில்லை. பள்ளிப் பருவத்தில் பிள்ளைகளுக்கு பிசினஸ்பற்றி பிள்ளையார் சுழி போட்டால் பின்னாளில் அவர்களுக்கு பெரிய அளவில் பயன்படுமே என்கிறேன்.

ஏற்கெனவே லாரியில் ஏற்றிக்கொண்டுபோகும் லெவலுக்கு புத்தகங்களைச் சுமக்கும் குழந்தைகளுக்கு இதெல்லாம் தேவையா என்று சிலருக்குத் தோன்றும். வாழ்க்கையை மேம்படுத்தத்தானே கல்வி. ஸ்டார்ட் அப் பற்றியும் தொழில் முனைவதைப்பற்றியும் பள்ளிக்கூடத்தில் அறிமுகப்படுத்தாமல் பல் விழுந்த பிறகா கற்றுக் கொடுப்பது?

நம் கல்விமுறை தொழிலாளிகளை வளர்க்கும் வகையில் அமைந்திருக்கிறதே ஒழிய தொழில் முனையும் விருப்பத்தை விதைப்பதில்லை. சொன்னதைக் கேள், ரிஸ்க் எடுக்காதே என்று கற்றுத் தந்தால் படிப்பை முடித்து வேலைக்கு எம்ப்ளாய்மெண்ட் எக்ஸ்சேஞ்சில் தான் க்யூ கட்டுவார்கள். இதைத்தான் சிலப்பதிகார காலத்திலிருந்து சிரமேற்கொண்டு செய்துகொண்டிருக்கிறோம். சிலபசை மாற்றினால் தேவலை!

ஒன்றும் வேண்டாம், பள்ளிக் குழந்தைகளிடம் அவர்கள் அப்பா என்ன வேலையில் இருக்கிறார், அவர் பணிகள் என்னென்ன என்று ஐந்து வரிகளுக்கு மிகாமல் கூறச் சொல்லுங்கள். முதல் வரிக்குப் பிறகு தலையைச் சொறிவார்கள்.

தொழில் துவங்கி வென்றவர்கள் சிலர் பள்ளிக்கே செல்ல வில்லையே, இதெல்லாம் அவசியமா என்று சிலர் குதர்க்கமாகக் கேட்கலாம். கோடியில் தப்பிப் பிறந்தவர் ஓர் இருவரை பிடித்துக்கொண்டு தொங்கினால் என்னத்தைச் சொல்வது. சரி, அவர்கள் வாதப்படியே சென்று 'காமராஜர்' படிக்காமலே நல்லாட்சி செய்தார். அதனால் இனி படிக்காதவர்களுக்குத்தான் ஓட்டுப் போடுவேன் என்று சொல்லலாமா?

அதை விடுங்கள். நம்மில் எத்தனை பேர் படிக்கும் காலத்தில் ஸ்டார்ட் அப் துவங்க ஆசைப்பட்டோம்? தொழில் துவங்கு என்று யாராவது ஊக்குவித்தார்களா? அப்படி நடந்திருந்தால் இன்னும் எத்தனை பேர் முனைந்திருப்போம். இந்தியா, இஸ்ரேல் லெவல் இல்லையென்றாலும் ஏகப்பட்ட சிலிகான் வாலிகள் உருவாகியிருக்குமே!

பள்ளியிலேயே விற்பனைக் கலையை ஒரு பாடமாக்காவிட்டாலும் மாணவர்களுக்கு சின்னப் பயிற்சிகள் கொடுத்துப் பழக்கலாம். பள்ளியில் காண்டீன் இருந்தால் அதில் சிலருக்கு பகுதி நேர பணி செய்ய ஊக்குவிக்கலாம். வளரும் வயதிலேயே விற்பனைக் கலையும் வளரும். அதோடு கஸ்டமர் சர்வீஸ் என்றால் என்ன என்பதும் சிறு வயதுலேயே புரியும். அமெரிக்காவில் பள்ளி

மாணவர்கள் லீவ் நாட்களில் வீடு வீடாகச் சென்று பேப்பர் போடுவதைப் பார்த்திருக்கிறேன். அதில் கிடைக்கும் வருவாயை பாக்கெட் மணியாகச் செலவழிப்பதை அவர்களின் பெற்றோர்களும் பள்ளிகளும் ஊக்குவிப்பதால்தான் இது அங்கு சர்வ சாதாரணமாகவே நடக்கிறது.

பள்ளி மாணவர்களுக்குத் தலைமைப் பண்பை வளர்க்கும் வழிகளை ஆராய்ந்தால் புண்ணியாகப் போகும். இப்பொழுது போல் கடனே என்று ஒவ்வொரு வகுப்புக்கும் லீடர் ஒருவனை நியமிக்காமல் அவர்களை வகுப்பை சிறந்த முறையில் நிர்வகிக்க கற்றுக் கொடுக்கலாம். சிறப்பாகப் பணி புரியும் லீடர்களுக்கு ஆண்டு விழாவில் அவார்ட் கொடுத்து பெருமைப்படுத்தலாம். பள்ளி நிகழ்ச்சிகள், ஸ்போர்ட்ஸ் டே, ஏனைய நடவடிக்கைகள் போன்றவற்றை நிர்வகிக்க மாணவக் குழுக்களை அமைத்து அவர்களை முழுப் பொறுப்பு எடுத்து நடத்தலாம். டீம்வொர்க் என்றால் என்ன என்று புரியும். ஊர் கூடி இழுத்தால்தான் தேர் நகரும் என்பதை அனுபவப்பூர்வமாக புரிந்துகொள்வார்கள். பின்னாளில் பணியாளர்களை நிர்வகிக்கத் தேவையான மனித வள மேம்பாட்டுக் கொள்கைகளுக்கு ஒரு முன்னோட்டமாக அவை அமையும்!

ஸ்டார்ட் அப் ஆகட்டும், தொழிலாகட்டும் அவை வெற்றிடத்தில் நடக்கும் விஷயமல்ல. அதற்கு நல்ல தொடர்புகளை வளர்த்துக் கொள்வது அவசியம். பள்ளிப் பருவத்திலேயே பயிற்சியளிக்க வேண்டிய இன்னொரு முக்கியமான மேட்டர் இது. 'ஃபேஸ்புக்' 'இன்ஸ்டாகிராம்'மில் இருப்பவர்கள்தான் மனிதர்கள் என்றே ஒரு வர்க்கம் வளர்ந்து வருகிறது. அவை தாண்டியும் மனிதர்கள் வாழ்கிறார்கள், அவர்களிடம் முகம் கொடுத்துப் பேசி பழகி நெட்வொர்கை வளர்க்கக் கற்றுத் தந்தால் அடுத்த தலைமுறை கொஞ்சத்துக்கு கொஞ்சமாவது மனிதம் வளர்க்கும்.

ஆசிரியர்களுக்குத் தொழில்பற்றி என்ன தெரியும், அவர்கள் எப்படி இதையெல்லாம் சொல்லித் தருவது, அவர்களுக்கு ஏற்கெனவே ஆயிரத்தெட்டு வேலை என்று சிலருக்குத் தோன்றலாம். வாஸ்தவம் தான். தொழிலதிபர்களை, நிர்வாக ஆலோசகர்களை பள்ளிக்கு அழைத்து வந்து மாணவர்களிடமும் ஆசிரியர்களிடம் பேசச் சொல்லலாம். காலம் காலமாக சினிமாக்காரர்களையும் கிரிக்கெட் வீரர்களையும் மட்டுமே பள்ளி விழாக்களுக்கு தலைமை தாங்க அழைத்து சினிமாவும் கிரிக்கெட்டும்தான் உலகம் என்று கெடுத்து வைத்திருக்கிறோம். இனியாவது இந்தக் கர்மத்தை நிறுத்தித்

தொலைத்தால் தேவலை. தொழிலதிபர்களை, இளம் தொழில் முனைவோரை சிறப்பு விருந்தினராக அழைக்கலாம். அவர்கள் அனுபவங்களை மாணவர்களோடு பகிரச் சொல்லலாம். இன்னும் ஒரு படி மேலே சென்று அவர்கள் அடைந்த தோல்விகளையும் அதிலிருந்து அவர்கள் கற்ற பாடங்களையும் பகிர்ந்துகொள்ளச் சொல்லலாம்.

பள்ளியில் 'இன்பச் சுற்றுலா' என்று வருடா வருடம் ஒரு திருப்பணி செவ்வனே நடக்கும். இருக்கவேண்டியதுதான். அதோடு மாணவர்களை குழுக்களாகப் பிரித்து ஃபாக்டரி, கார்ப்பரேட் ஆபீஸ், டெக்னாலஜி கம்பெனிகளுக்கு அனுப்பி அங்கு நடப்பதை பார்த்துக் கேட்டுத் தெரிந்துகொள்ளச் செய்யலாம். சென்று வரும் ஒரிருவருக்காவது சின்ன வயதிலேயே தானும் இப்படி ஒரு கம்பெனியைத் துவக்கவேண்டும் என்று ஆசை வராமலா போகும்!

சிறிய வயதிலேயே கற்றுத் தரும் வியாபார பாடங்கள் மாணவர்களின் திறனை வளர்த்து அவர்கள் வளர்ந்து பெரியவனாகும்போது வாழ்க்கையைச் சந்திக்கும் பக்குவத்தையும் கற்றுத்தருகிறது. நிலையில்லாத வருங்காலத்தை தைரியமாகச் சந்திக்கும் மனப் பக்குவத்தையும் அவர்களுக்குச் சின்ன வயதிலேயே கற்றுத் தருகிறது.

விளையும் பயிர் முளையிலே தெரியும் என்பதால் இனியாவது ஆடிப்பட்டம் தேடி விதைப்போம். படிக்கும் காலத்திலேயே பிசினஸ் ஆசையை வளர்ப்போம். ஐந்தில் வளையாதது ஐம்பதில் வளைவதில்லையே!

65. மங்களம் சுப மங்களம்

ஸ்டார்ட் அப் துவங்குவதென்பது ஒரு பக்கம் த்ரிலிங்காக இருந்தாலும் இன்னொரு பக்கம் கில்லிங்காகத்தான் படும். ஆசைப் பட்டதை ஆரம்பித்து, அதையே வாழ்க்கை முழுவதும் முழு மூச்சாகக் கழித்து, நம் காட்டிற்கு நாமே ராஜா நாமே மந்திரி என்று வாழ்வது ஒருவித சுக சோக அனுபவம்தான்!

முதல் படியை எடுத்துவைப்பதில்ஒரு தயக்கம் இருக்கும். கொஞ்சம் கலக்கமாகக்கூட இருக்கும். சொதப்புவோமோ? பாதி வழியில் சறுக்கினால் மீள முடியுமா? ஏகப்பட்ட கேள்விகளும் இனம் புரியாத பயமும் இருக்கவே செய்யும். அதையெல்லாம் மூட்டை கட்டி வையுங்கள். ஸ்டார்ட் அப் துவங்காமல் இருக்க ஆயிரம் காரணம் இருக்கலாம். ஆனால் ஆரம்பிக்க ஒன்றே ஒன்றுதான் வேண்டும். வைராக்கியம்!

துணிந்தவனுக்குத் துக்கமில்லை என்பார்கள். முயன்று பார்த்தால்தானே தெரியும். விரக்தியாக வெட்டியாக இருந்தால் வியாபாரத்தில் தோல்வியடையாமல் இருக்கலாம். ஆனால் வாழ்க்கையே தோல்வியாகிவிடும். ஆங்கில பழமொழி ஒன்று உண்டு. 'கப்பல் துறைமுகத்தில் இருக்கும்போது பாது காப்பாகத்தான் இருக்கும். ஆனால் கப்பல் அதற்காகக் கட்டப்படுவதில்லை!'

தொழில் துவங்க 'திருபாய் அம்பானி' லெவலுக்கு உங்களிடம் பணம் இருக்கவேண்டியதில்லை. தொழிலுக்கு ஐடியா கிடைக்க 'ஐன்ஸ்டைன்' ரேஞ்சிற்கு நீங்கள் அறிவாளியாக இருக்கும் அவசியமுமில்லை. கொஞ்சம் ஸ்மார்ட்நெஸ், நிறைய தைரியம் அதோடு வெற்றி பெறவேண்டும் என்ற வைராக்கியம் போதும்.

காக்காவிற்கு சாதம் வைத்திருக்கிறீர்களா? நாளை வையுங்கள். சாதம் வைக்கும்போது ஒரு காகாவும் கண்ணில் படாது. நீங்கள் கா கா என்று கூவவும்வேண்டாம். சாதம் வைத்த மாத்திரம் எங்கிருந்துதான் வருமோ என்பதுபோல் ஒரு காக்கா வந்து சேரும். அதுபோல் உங்களைச் சுற்றி கவனித்துக்கொண்டே இருங்கள். ஏதோ ஒரு வாடிக்கையாளரின் ஏதோ ஒரு பூர்த்தி செய்யாத தேவை, 'சாதகமாக' கண்ணில் படும். பறந்துசென்று அந்தத் தேவையைப் பூர்த்தி செய்யுங்கள்!

'ரிச்சர்ட் ப்ரான்சன்' என்ற இளைஞர் தன் காதலியுடன் வர்ஜின் தீவுகளுக்கு உல்லாசப் பயணம் செய்ய ஏர்போர்ட்டிற்கு வந்து சேர்ந்தார். கடைசி நேரத்தில் அவர் விமானம் ஏதோ காரணத்திற்காக கேன்சல் செய்யப்பட்டது. குஜால் தீவில் மஜாவாக இருக்க மனதில் ஆசையுடன் இருந்த ரிச்சர்ட் பார்த்தார். ஏர்ப்போர்ட்டில் நிறுத்தி வைக்கப்பட்டிருந்த இன்னொரு ப்ரைவேட் விமானத்தைக் கண்டார். அவரிடம் இருந்த கொஞ்ச நஞ்ச பணத்தை முன் பணமாகத் தந்து அதை வாடகைக்கு எடுத்தார். ஒரு போர்ட்டில் 'வர்ஜின் ஏர்லைன்ஸ். வாருங்கள்! பயணக் கட்டணம் 29 டாலர்தான்' என்று அதில் எழுதி கேன்சல் செய்யப்பட்ட விமானத்தில் பயணிக்கவேண்டிய பயணிகள் கண்ணில்படும்படி வைத்தார். அதே மஜா செய்ய குஜால் தீவிற்கு போக முடியாமல் போகிறதே என்று ஏங்கியவர்கள் படாரென்று பணம் தந்து ரிச்சர்ட் வாடகைக்கு எடுத்த விமானத்தில் ஏறினார்கள். விமான வாடகையைவிட அதிகமாக பணம் சேர ரிச்சர்ட் அதே தீவிற்கு இலவசமாகச் சென்று சரச சல்லாபம் செய்தார். ஊர் திரும்பியவர் தன் ஐடியாவை மேலும் விருத்தி செய்து 'வர்ஜின் ஏர்லைன்ஸ்' என்ற விமான கம்பெனியைத் துவங்கினார். உலகெங்கும் வெற்றிக் கொடி நாட்டினார். சொந்தமாக சில தீவுகளே வாங்கிக் குவித்தார் என்றால் பார்த்துக்கொள்ளுங்கள்!

ஸ்டார்ட் அப் துவங்க ஒரு பிசினஸ் ஐடியா, உங்களைப் பிடித்து தூங்கவிடாமல் பாடாய் படுத்தவேண்டும். உங்களுக்குப் பிடித்த விஷயமே உங்கள் பணியாகவும் இருந்தால் வாழ்க்கை சுவைக்கும், வியாபாரம் தழைக்கும். 'When your avocation is your vocation, you are always on vacation' என்பார்கள். உங்களுக்குப் பிடித்த விஷயமே உங்கள் தொழிலாகவும் அமைந்துவிட்டால் வாழ்க்கையே

ஒரு நீண்ட விடுமுறைதான்! அதுபோல் அமையும்போது உங்கள் தொழில்மீது உங்களுக்கே அபரிமிதமான அர்ப்பணிப்பு அதிகரிக்கும். வெற்றிக்கு என்ன தேவையோ அதையும் அதற்கு மேலேயும்கூட மனமுவந்து முயற்சிப்பீர்கள்.

ஸ்டார்ட் அப் துவங்கும் எனக்கு அதிர்ஷ்டம் இருக்குமா என்று யோசிக்காதீர்கள். உங்கள் அதிர்ஷ்டத்தை நீங்கள்தான் உங்களுக்காக உருவாக்கிக்கொள்ளவேண்டும். கடினமாக உழைத்துப் பாருங்கள், எத்தனை அதிர்ஷ்டக்காரராக ஆகிறீர்கள் என்பதை நீங்களே கண்கூடாகக் காண்பீர்கள்.

சின்ன கம்பெனியில் கவர்ன்மெண்ட் வேலையில் அமர்ந்து வாழ்க்கையை கட்டை வண்டி ஸ்பீடில் கடனே என்று ஓட்டிச் செல்வதில் என்ன சுகம் இருக்கிறது? வாழ்க்கையில் சாதிக்க வேண்டாமா? வாழ்வதில் ஒரு த்ரில் வேண்டாமா?

போகும்போது என்ன வாரி எடுத்துக்கொண்டு போகிறோம் என்று வியாக்கியானம் பேசுவதில் ஒரு பிரயோஜனமுமில்லை. எடுத்துக் கொண்டு போகமுடியாதுதான். ஆனால் வாழ்ந்த பிறகு நம் பெயர் சொல்லும் ஒரு பெரிய பிசினஸை விட்டுச் செல்லலாமே. பல நூறு பேருக்கு வேலையளித்து பல குடும்பங்களின் வீடுகளில் விளக்கேற்றிவிட்டுப் போகலாமே!

'எல்லாம் உங்கள் கண்ட்ரோலில் இருப்பதுபோல் தோன்றினால், நீங்கள் வேகமாகப் பயணிக்கவில்லை என்று அர்த்தம்' என்றார் உலக புகழ்பெற்ற கார் ரேசிங் சாம்பியன் 'மரியோ அண்ட்ரட்டி'. தொழில் முனைவோர் என்பது விசிட்டிங் கார்ட்டில் அச்சடிக்கப் படும் பணியின் தலைப்பு அல்ல. அது ஒரு மனநிலை. மந்தகாசப் புன்னகை. அதை அனுபவித்துப் பாருங்கள், அதன் சுகம் புரியும். வாழ்க்கையை வாழ்ந்ததற்கே ஓர் அர்த்தம் தெரியும். தயங்கியது போதும். 'தொழில் முனைவது என்பது உங்கள் வளத்தைவிட அதிகமாக இருக்கும் உங்கள் லட்சியம்' என்பார் நிர்வாக மேதை 'சி. கே. ப்ரஹலாத்'.

உங்கள் வாழ்க்கை ப்ளானில் சரியாக அமைகிறதா என்று தேடிப் பார்த்து துவங்குவதல்ல தொழில் முனைவது. ஆரம்பிக்கவேண்டும் என்ற அபிலாஷையில் துவங்குவதுதான் ஸ்டார்ட் அப்.

இறங்குங்கள் கோதாவில். பாருங்கள் ஒரு கை. வருவீர்கள் வெற்றியுடன்! பெஸ்ட் ஆஃப் லக்!

———————